வெற்றுப்பக்கங்கள்

மலர்வதி

யாப்பு
வெளியீடு

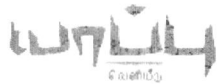

வெற்றுப்பக்கங்கள் (சிறுகதைகள்)
ஆசிரியர்: மலர்வதி ©
Vetruppakkankal
Author: Malarvathi ©
First Edition: Nov-2023

ISBN: 978-81-963404-6-9
Pages: 216
Rs: 230 /-

வெளியீடு:
யாப்பு வெளியீடு
எண் 5, ஏரிக்கரை சாலை, 2 வது தெரு, சீனிவாசபுரம், கொரட்டூர்,
திருவள்ளூர் மாவட்டம், தமிழ்நாடு, பின்கோடு: 600076
அச்சாக்கம்:
ஆதவன் ஆர்ட் பிரிண்ட், சென்னை-600116
அட்டை, புத்தக வடிவமைப்பு: சென்றாயகுமார்

Publisher :
VAAGAI is an imprint of YAPPU VELIYEEDU
No.5,Erikkarai Salai, 2nd Street,Srinivasapuram,
Korattur,Thiruvallur District,
Tamilandu
Pin: 600076
Printed at Manipal Technologies Limited, Manipal
Wrapper & Layout Design: Sentrayakumar

www.tamilbooksmart.com | yappubookz@gmail.com

இந்த நூலில் பிரசுரமாகியுள்ள எந்த ஒரு பகுதியையும் எழுத்துப்பூர்வமான முன் அனுமதி பெறாமல் எடுத்தாள்வதோ, மறுபிரசுரம் செய்வதோ, மொழியாக்கம் செய்வதோ, ஊடகங்களில் மறுபதிப்புச் செய்வதோ, காப்புரிமைச் சட்டப்படி தடை செய்யப்பட்டுள்ளது. இந்த நூலிலிருந்து சில பகுதிகளை மேற்கோள்காட்டி நூல் அறிமுகம் செய்யலாம்.

என்னுரை

வணக்கம்!

நாவல் பிரவேசத்துடன் இலக்கிய உலகில் அறிமுகமானாலும் உள்ளூர் சார்ந்த சில சிற்றிதழ்களில் சிறுகதைகள் ஆரம்பக்காலங்களில் பிரசுரமானது ஒர்மையில் இருக்கின்றது. 2002 ஆண்டு வாக்கில் சிறுகதை போட்டி ஒன்றில் கலந்து கொண்டு முதல் பரிசு பெற்ற காட்சிகளும் உண்டு. அதன் பிற்பாடான நாள்களில் சிறுகதைகள் சரிபடாது என அவைகளை திரும்பியும் பார்க்காமல் நாவல் களங்களில் பயணப்படுகையில் குமுதம் தீராநதியில் எழுத்தாளர் ப்ரியா கல்யாண ராமன் சிறுகதைக்கான களத்தை வழங்கினார். "இது ஒனக்கான ஒர்மைக்கு" என்னும் சிறுகதை மூலம் மீண்டுமான ஒரு ஐக்கியம் சிறுகதைகளோடு தொடர துவங்கியது.

சிறு ஒரு புல்லிலும், காய்ந்த சருகிலும், உருகும் மெழுவர்த்தியிலும் வெறுமனே என வீசப்பட்ட விதையிலுமென எங்கெங்கு பார்த்தாலும் கதைகள் நிறைந்து கிடக்கின்றன. பலரும் கடந்து போகும் மெல்லிய கோடுகளுக்குள் கிடக்கின்றன உயிருள்ள கதைகள். இக்கதைகளுக்கான தேடலை வாழும் சமூகத்திலிருந்து எடுத்துக்கொள்ள முடிந்த படியால் ஒவ்வொரு கணமும் கதைகள் பிறந்து கொண்டே இருக்கின்றன...என்னை பெற்றெடு என்கிற உந்துதலோடு நாள் தோறும் என்னில் மல்லுக்கட்டும் கதாபாத்திரங்கள் நிறைய...மரத்துப்போன விறகுத்துண்டுகள் கூட தங்கள் வாழ்வியலை படைப்பாளிகளோடு பேசி கொள்கின்றன... உயிரற்றவைகளென ஒதுக்கி போட்ட பலதும் கை கால்கள் முளைத்து படைப்பாளியை கட்டிப்பிடித்து கொள்கின்றன.. அப்படி கவ்வி பிடித்துக்கொண்டவர்களே வெற்றுப்பக்கங்களின் கதை மாந்தர்கள்..

'வெற்றுப்பக்கங்கள்' என்னுடையை இரண்டாவது சிறுகதை தொகுப்பு. இத்தொகுப்பில் பல சிறுகதைகள் குமுதம் தீராநதியில்

வெளிவந்திருக்கின்றன.. இத்தொகுப்பை யாப்பு பதிப்பகம் சிறப்பான முறையில் கொண்டு வந்திருப்பதில் மிகவும் மகிழ்ச்சி அடைகிறேன். நன்றியும் பேரன்பும் கொள்கிறேன். இலக்கிய தந்தை திரு.பொன்னீலன் அவர்களுக்கும் அட்டைப்படம் மற்றும் நூல் வடிவமைத்து, பிழைத்திருத்த பணியில் முழுமையான ஈடு பாட்டோடு ஒத்துழைப்பு நல்கிய தம்பி சென்றாயகுமார் அவர்களுக்கும் நன்றியும் அன்பும்...

வாழும் ஒரு பகுதியை தவிர மற்றப்பக்கங்கள் எல்லாமே வெற்றுப்பக்கங்கள் தான். அன்பில், நட்பில், உறவில், காதலிலென எத்தனையோ பக்கங்கள் வெற்றிடங்களாக தொடருகின்றன... இந்த வெற்றிடங்களுக்கான முழுமையை எழுத்தில் பூர்த்தி செய்திருக்க முடியவில்லை. குறைவை நிறைவாக்கும் பயணத்தில் முயன்று கொண்டே இருக்கும் போது என்றோ ஒரு நாள் அந்த வெற்றுப்பக்கங்கள் எழுத்துகளால் நிறையும். எழுதா விடினும் அது ஒரு மௌனக்கதையாக எழுத்துகளற்று பதியும்..வேறு என்ன செய்ய?

என்றும் அன்புடன்
மலர்வதி
94435 14463
malarvathi26@gmail.com

உள்ளே.....

1. லாசர்..06
2. அதிசய ஓகி..19
3. நல்ல சாமியும் ஒரு கெட்டு கொளையும்............30
4. சிமி..38
5. வெற்றுப்பக்கங்கள்................................48
6. கிறுக்கி தங்கோடு................................61
7. திறப்பு விழா......................................71
8. இசுக்கனின் செம்மண்............................80
9. ஆரஞ்சிக்காரன்...................................94
10. லைசென்ஸ்......................................104
11. விதி...117
12. குடில்...128
13. வீட்டுக்கு வா....................................140
14. புது நன்மை.....................................148
15. பத்து நிமிசம்....................................166
16. சவம்..179
17. தேங்காய்..190
18. கர்த்தரின் பூக்கள்..............................199

1. லாசர்

காலாண்டரையே உற்றுப் பாத்துக்கொண்டிருந்தாள் மெற்றி. அடுத்த மாசம் இந்த தேதி ஆகும் போது கிறிஸ்மஸ் விழா அருகில் வரும். அதற்கு முன் கர்த்தர் பிறப்பு ஆராதனைக்கு பாட வேண்டிய பாட்டுகளின் பயிற்சிகளை முடிக்க வேண்டுமென நினைக்கையில் அவள் அம்மா அழைத்தாள்.

'மெற்றி..'

'ஏம்மா..'

'கொவுரப்போட்ட அரியை இடிச்ச, மில்லுக்கு போன கொப்பனை இன்னும் காணேல. ஒரு போணு அடிச்சிப்பாரு. அவருக்க பிறவு போன அப்பறத்து வீட்டு கிறுத்தி எப்பளே வந்தாச்சி.

'அவரு வருவாரு..'

மெற்றி பதட்டம் இல்லாமல் சொன்னாள்.

'ரோட்டுல தாறுமாறா வண்டி ஓடுது. போன மாசம் கடைக்காலுல ஒதுங்கி போன முத்தையனை கேரளவண்டி இடிச்சி எங்க கொண்டு இட்டுருந்து..'

அம்மாக்காரி சொல்லுகையில் மெற்றி என்னவோ போலானாள். அது என்னவோ கேரள பஸ் என்றால் அடி வயிற்றில் பயம் கவ்வவே செய்கிறது. விவரம் தெரிந்ததிலிருந்தே பலரின் சாவுக்கு கேரள பஸ் காரணமாகி இருப்பதை மெற்றியும் கவனித்திருக்கிறாள். கூடவே பள்ளியில் படித்த சந்திரா, ரகு, இது போல் அம்மி கொத்தும் தாத்தா என பலரும் கேரள பஸ் இடித்து செத்திருக்கிறார்கள். சாலையில் விரைந்து வரும் கேரளபஸ்ஸின்

சிவப்பு முகம் பார்த்தாலே எதோ ஒரு கொலைக்காரன் போல் தான் மெற்றிக்கும்..

ஃபோனை எடுத்து தகப்பனுக்கு அழைத்தாள். எதிர்முனையில் ரிங் போனது..

'ப்பா..ஏம்ப்பா..நேரமாவுது.'

'கிறிஸ்மிஸ் வருது இல்லியா மக்கா..அதான் மில்லுல ஒரே கூட்டம். இப்ப தான் இடிச்சி முடிஞ்சி. இனி இப்ப வருவேன்..

'ஒ..வரம்ப பாத்து வாரும் இன்னா..'

'ஒ. மக்ளே..'

'அம்மோ இப்ப தான் அரி இடிச்சி முடிஞ்சாம். இனி இப்ப வருமாம்.. அங்க பயங்கர நெருக்கமாம்..'

'ஆமா இவருக்கு மட்டும் பெரிய நெருக்கம். இவருக்க பிறவு போனவா எப்பளே வந்தாச்சி. எங்கேங்கிலும் கத அடிச்சிட்டு நின்னுருப்பாரு..'

ஆதங்கப்பட்டவள் மகளை அழைத்தாள்.

'அடுக்களையில ரெண்டுணு பாத்திரம் அழுக்கா கெடக்கு போய் பெய் கழுவி கமத்து. எனக்கு அக்காளுக்க வீடு வரைக்கும் போக வேண்டியிருக்கு..'

தள்ளை சொன்ன வேலை மெற்றியின் முகத்தை இறுக்கியது.

'எனக்கொண்ணும் பாத்திரம் தேச்ச நேரமில்ல.. இன்னும் கிறிஸ்மிஸ்ஸுக்கு கொஞ்ச நாளு தான் கிடக்கு. புதுசான ராகத்தில உன்னதங்களிலே பாட்டுப்படிச்சிட்டு இருக்கோம். எனக்கு கொயர் பிராக்ட்டீஸ் உண்டு..'

மகளை கோபமாக பார்த்தாள்.

'எல்லாம் ஒங்கொப்பன் செஞ்ச வேல. நான் அப்பளே அவருட்ட சொன்னேன். பெட்டக்குட்டியாக்கும் கயிறை நீட்டி

விட்டா பிறகு சுருக்கி பிடிச்ச முடியாம போயிருமுண்ணு... அடுத்தவன் வீட்டுக்கு விட வேண்டிய பெண்ணை வீட்டுல வச்சி வளக்கணுமுண்ணு சொன்னா கேட்டாரா? என் மொவா பாட்டுக்காரி.. பாட்டுக்காரிண்ணு மொப்பு அடிச்சி வளத்தாரு. சும்மா.. கோயிலு, பாட்டுண்ணு போய் பழகுன ஒனக்கு அடுக்களை சோலியிண்ணா கயப்பா தான் போச்சி..

கரிச்சி கொட்டினாள் ரெத்தினம்..

மெற்றி எட்டாம் வகுப்பு பெரிய பருச்சை லீவிலே ஊரில் அமைந்திருக்கும் மரியாளின் ஆலயத்தில் பாட்டுக்காரியாக சேர்ந்தாள். அன்பியங்கள் தோறும் குரல் தேர்வு நடத்தியதில் மெற்றி முதல் இடத்தில் இடம் பிடிக்க பங்குசாமியும், அப்போது இருந்த செபஸ்தியான் என்கிற பாட்டு மாஸ்டரும் இவளை கொயரில் எடுத்து போட்டார்கள். அன்றிலிருந்து இன்று வரை இவள் அங்கிருந்து விலகவே இல்லை. காலேஜ் பருவமும் முடிந்து பக்கத்தில் ஒரு அச்சகத்தில் கம்ப்யூட்டர் சிஸ்டத்தில் வேலைக்கு போக துவங்கிய பிறகும் பாட்டிலிருந்து விலகியிருக்க வில்லை. வரும் புரட்டாசியில் இருபத்திநான்கு வயதும் பிறக்கிறது.

மெற்றியின் அப்பா ராயனுக்கு மகளை கோயிலின் பிரதான பாட்டுக்காரியாக பார்ப்பதில் அப்படியொரு பெருமை. மகளின் குரலும் அப்படியொரு சுகம்.

ரெத்தினம் சொல்வது போல்,மெற்றிக்கு சமையல் வேலைகள் எதுவுமே தெரியாது. கிறிஸ்மஸ் ஈஸ்டர், திருவிழாவென ஆண்டு முழுவதும் கோயில் பாட்டு என ஆனாள். தின பூசை, ஞாயிறு பூசையென பாட்டும் அதற்கான பயிற்சியுமாக கோயில் தலத்தோடு கலந்தவளுக்கு அடுக்களை வேலையெல்லாம் ஒட்டி போகவில்லை. மகளை எப்படியாவது கலியாணம் செய்து வைக்க ரெத்தினம் படாதபாடு பட்டுக்கொண்டிருக்கிறாள்.

சம்மந்தங்கள் சில கோயில் பாட்டுக்காரி என்பதாலே விலகி போன பின், ரெத்தினத்திற்கு மகள் கோயில் போகிறேன் என்றாலே பிடிக்கவில்லை. அவள் சித்திக்காரி ஒருத்தி இப்படி தான் கோயில் பாட்டென ஆகி ஆகி கடைசியில் ஒரு கலியாணமும்

அமையாமல் வீட்டோடு ஆகி, சொந்த பந்தங்களால் இழுவலி பட்டு கடைசியில் செத்தும் போனாள். அது போலவே ஊரில் மரியம்மை, அல்போன்சா என்கிற பழைய பாட்டுக்காரிகள் பலருமே வாழ்க்கையில் பல பெயர் நஷ்டங்களால் வாழ்க்கையை இழந்தது போல் ஆனார்கள். இதெல்லாம் நினைக்கையில் ரெத்தினத்திற்கு மிகவும் பயம் வர துவங்கியது. இதையெல்லாம் மனசில் வைத்து, கணவனோடு புலம்புவாள்.

'அவா போக்குல விட்டுட்டு இருந்தா அது நல்லதில்ல. கோயிலுல பாடுனவுடன பரிசுத்தமா யாராக்கும் பாக்கியது? முதல்ல அவளை பாட்டை நிறுத்தச் சொல்லி வீட்டுல ஆக்கியிட்டு நல்லதா ஒரு பயல பாத்து கெட்டி கொடுங்க.. புலம்புவாள்.

'இவா எங்க உள்ளவாண்ணே தெரியலியே..எம் பிள்ளையிக்க பாட்டை கேட்டே எம்புடு பயலுவா கறங்கி கிடக்கியானுவா. நேத்து கூட மேலவிளை முத்தையன் 'அம்மாச்சா பெண்ணை எனக்கு மொவுனுக்கு தாரும் என கேட்டான். அதெல்லாம் நடக்க வேண்டிய காலம் நடக்கும். இறைவனை பாடிய யோகம் கிட்டியிருக்கு என் மொவுளுக்கு..அந்த இறைவன் அவளை பாழே விடமாட்டான்.. சொல்லுவார்.

இப்படியான தர்க்கங்களும், சண்டைகளுமாக வீட்டில் கிடக்கையில் எதையும் பொருட்படுத்தாமல் நாளும் தோறும் கோயிலும் பாட்டுமாகவே மெற்றி இருந்தாள்.

தாய் சொன்ன பிறகும் கேட்காமல் பாட்டு புக்குகளை எடுத்தாள். தன்னை ஒருக்கி கொண்டு வீட்டின் வாசலில் இறங்குகையில் கோயில் உச்சியில் கட்டியிருக்கும் ஆலயமணி டங்கென ஒலித்தது.

'அதுக்குள் பந்திரெண்டு மணி ஆயிட்டோ..'

கையில் இருந்த போனை பிதுக்கி பார்க்கையில் மணி பத்து முப்பதே ஆகியிருந்தது.

‘யாரோ புதிய வீட்டுக்கு போயிருக்கு..’

ரெத்தினம் சொல்ல..மெற்றியின் மனம் கனத்தது. புதிய வீடு என்பது கல்லறை அல்லவா?

ஊரில் சாவு மணி ஒலிக்கும் சத்தம் கேட்கையில் கருள் வரைக்கும் கனமேறி பிடைக்கும் இவளுக்கு. கோயிலில் மெயின் பாட்டுக்காரி என்கிற முறையில் யார் இறந்தாலும் அடக்க பூசையில் இவளே பாடியாகணும். அடக்க பூசையில் பாடுவதென்பது லேசுப்பட்ட காரியமில்லை. ஆளுமை மிக்க மனிதர்களாக இம்மண்ணில் வாழ்ந்தவர்கள் சர்வமும் முடிந்தது என்கிற நிலையில் ஒடுங்கிய சவப்பெட்டியில் தேசம் அளந்த கை கால்களைச் சுருட்டி கிடக்கும் கடைசி யாத்திரைக்கான ஒருக்கத்தை பார்த்துட்டே அம்மனுசனுக்குரிய கடைசி பாட்டுகளை பாடுவது மிகவும் துன்பகரமானது. சூன்யமானது; இருளானது. அடக்க பூசையில் கூடும் சொந்த பந்தங்களெல்லாம் கண்ணீரும் கம்பலையுமாக செத்தவரை சொல்லி சொல்லி அழுவதை பார்த்துட்டு துக்கப்பாட்டுகள் பாடுவது எவ்வளவு பெரிய கொடுமையென்பதை அனுபவித்திருப்பதால் ஆலயத்தில் ஒலிக்கும் சாவு மணியால் கலவரமாகினாள். யாராக இருக்குமோ?

வீட்டின் வெளியே வந்தாள்..

செத்தது யாரோ? என்பதை விசாரிக்க, அக்கம் பக்கம் சில கிழவிகள் கோயில் நோக்கி போனார்கள். பாட்டு நோட்டை நெஞ்சோடு பிடித்த படியே வெளியே பார்த்து நின்றாள். இவள் அப்பா சைக்கிளில் வருவது தெரிந்தது. மகளை முந்தி கொண்டு ரெத்தினம் வெளியே வந்தாள்.

‘இங்கேருங்கா..கோயிலில சாவு மணி அடிச்சி கேட்கே.. செத்தது யாரோ?’

சைக்கிளை ஸ்டேண்ட் போட்டு நிறுத்தினார் ராயன். ரெத்தினமோ சைக்கிளின் பின் பக்கம் கட்டி வைத்திருக்கும் மாவு சஞ்சியை தூக்கினாள்.

'ஓமக்கு தெரியாதோ யாரு செத்தாண்ணு..' மீண்டும் கேட்டாள்.

'அது அந்த லாசரு..கிறுக்கன்.'

வெறும் ஒரு காக்கா குருவியின் சாவை சொல்வது போல் ராயன் சொல்ல..

'அவனா..?'

ரெத்தினமும் மிகவும் இறக்கி கேட்டாள். மெற்றியோ இடி விழுந்தது போல் திண்ணையின் சுவரில் சாய்ந்தாள்.

'அவனெல்லாம் சமயத்துக்கு போய் சேரியது தான் நல்லது. அவனால இங்க யாருக்கு பிரயோசனம்..'

சாவு அன்னளிச்சி சென்றவர்கள் திரும்பி வருகையில் இப்படி தான் சொல்லி கொண்டு வந்தார்கள். மெற்றிக்கு இது வெறுமனே ஒரு சாதாரண சாவு போல் தெரியவில்லை.

'ஏன் மக்கா..நீ அப்பிடியே நிக்கிய? கொம்ம என்னங்கிலும் பறஞ்சாளோ? பாட்டுக்கு போறேண்ணு..'

விசர்ப்பு பிசு பிசுத்த சட்டையை கழட்டி சன்னலில் கொழுத்தியவர் மகளிடம் கேட்டார்.. தகப்பனிடம் அப்போதைக்கு தாயை குறித்த பராதி இல்லாமல் லாசரின் சாவை பற்றி கேட்டாள்.

'அப்பா..லாசரா?' துக்கம் அமுக்க கேட்டவளை பார்த்து ராயன் சிரித்தார்.

'அவனொரு கிறுக்கன் மோளே..அவன் இதுல கிடந்து என்ன செய்ய போறான். யாருக்கும் ஒத்திரவமும் இல்லாம செத்து போனது நல்லது..'

'ஆமா அவனும் நாலு பேரை போல நல்லதா இருந்திருந்தா இப்ப அவனுக்கும் வீடு,பெண்டாட்டி, பிள்ளைங்கண்ணு குடும்பம் ஆகியிருப்பான்.'

மில்லுக்கு போயிட்டு வந்த மாப்பிளைக்கு கஞ்சி வெள்ளம் கொண்டு கொடுத்த ரெத்தினம் சொல்லுகையில் தாயின் முகத்தையே பார்த்தாள்.

‘நான் பாட்டு படிச்சிட்டு வாறேன்..’

மறுபதிலை எதிர்பார்க்காமல் மெற்றி கோயில் நோக்கி நடந்தாள். எப்படியும் இனி லாசரின் அடக்கம் முடியும் வரை கொயர் பிராக்ட்டீஸ் நடக்காது என்பது தெரிந்தும் கோயில் நோக்கி போனாள். லாசரைப்பற்றிய துக்கம் தீர கொஞ்சம் தனிமை வேண்டும் போல் தோன்றியது. அவனுக்காக சில துளி கண்ணீர் சிந்த வேண்டும் போலவே இருந்தது. ஊருக்கெல்லாம் லாசர் வெறும் ஒரு கிறுக்கன். அரவேக்காடு..ஒரே தொந்தரவுக்காரன். ஆனால் மெற்றிக்கு அப்படி தோன்றியிருக்கவில்லை..

கோயில் நோக்கி நடக்கையில் லாசரின் முகம் மனதிலாடியது. ஒடுங்கிய தாடி முகம், கறுப்பான அவனின் கௌரம் எப்படியும் ஐந்தே முக்கால் அடி இருக்கும். சதைப்பிடிப்பு இல்லாமல் ஒல்லியான உடல் வாகு.. கருணையான இரு கண்கள்..சீரான ஆனால் கறை அப்பிய பற்கள். அழுக்கு வேட்டி, அல்லது கையிலி..எப்போதாவது கால் இறுக்கிய குழல். வேட்டியோ குழலோ அது மட்டும் அவன் இடுப்பில் இருக்கவே இருக்காது. கையில் பிடிச்சிட்டே திரிவான். வேட்டியை வெகு சாதாரணமாக உருவி பிடித்து விளையாடுவான்.

கிறுக்கன் லாசர் என்றால் ஊரில் சின்ன பிள்ளைகளுக்கும் தெரியும். இத்தனைக்கும் லாசர் வசதி மிக்க வீட்டில் உள்ளவன். தன் சுய காலத்தில் எம்.ஏ ஆங்கிலம் முடித்தவன். படிப்பு முத்தியே கிறுக்கு வந்ததாக ஊரில் பலரும் சொல்லுவார்கள். இவனின் இந்நிலையை கண்டு மனமுடைந்து பெற்றோர்கள் இறந்து விட்டார்கள். உறவு முறைக்காரரர்கள் வீட்டில் போட்டு பார்த்தாலும் கண் தப்பும் முன் கோயிலுக்கு வந்து விடுவான்.

வசதியும் வாய்ப்புமான வீடு இருந்தாலும், சொந்த பந்தங்கள் இருந்தாலும் அவனின் கால்கள் விரையும் ஒரே இடம் மரியாளின் கோயிலாகவே இருக்கும். காலையில் ஐந்து மணிக்கு மாதா

வாசல் திறந்து, கோயில் விளக்குகளையெல்லாம் எரியவிட்டு பீடத்தில் ஒளியேற்றும் கோயிலார் கதவு திறக்க வரும் முன்னே வாசலில் காத்திருப்பான் லாசர். கோயிலார் கதவை திறக்கும் முன்னே கதவை நெரித்து உள்ளே ஏறி விடுவான்.

லாசரின் நினைப்போடு ஆலயத்தில் ஏறுகையில் அங்கே நின்ற பெருந்தூண்களும் சுருபங்களும் அதீத துக்கத்தில் உறைந்து நிற்பது போலவே தெரிந்தன.

இரவும் பகலும் இங்கு தானே லாசர் கிடப்பான்..அதோ அந்த பின் பக்க தூணில் சாஞ்சி படுத்துட்டு, காலின் மேல் கால் போட்டு ஆட்டிக்கொண்டு அவன் பாட்டில் பேசும் ஆங்கிலமெல்லாம் கேட்டு கேட்டு ரசித்த கோயில் சுவர்களுக்கு இனி யார் உண்டோ? வழிபாடு நேரங்களில், திருவிழா காலங்களில் கூடும் மக்களெல்லாம் வெறும் ஒரு வேடிக்கை மனிதர்கள் போல் கலைய கூடியவர்கள். ஆனால் லாசர் அப்படியா? வெயிலோ மழையோ, குளிரோ பனியோ இக்கோயில் வளாகத்தில் காவல் தெய்வத்திற்கே காவாலாளி போல் கிடப்பவன் ஆயிற்றே..

அவனின் அரவம் இல்லாத கோயில் என்னவோ சொல்லியது போலிருக்க பாட்டு வகுப்பின் பீட படியில் போய் அமர்ந்தாள் மெற்றி.

பாட்டு படிக்க வருகையில் வழி பாதையில் கால்களை குறுக்கே நீட்டி கிடப்பான் ஒரு கிட.. அப்படி கிடக்கையில் அவனை மறு கடக்க முடியாமல் பயந்து தலைவாசல் வழியே வருகையில் மெற்றியை பயம் காட்டிய சந்தோசத்தில் மண்களை அள்ளி சிரிப்பான் சிரி. அவன் சிரிக்கையில் மிகவும் அழகாக தெரிவான்.. என்ன தான் அழகாக தெரிந்தாலும் லாசரைப்பற்றிய பயம் உள்ளூர மெற்றிக்கும் உண்டு. எப்போதாவது கோபம் அதிகமாகும் போது கோயில் சுவர்களிலும், ஒவ்வொரு தூண்களிலும் தலையை கொண்டு முட்டுவான். லாசருக்கு கோபம் மிகுதியாகும் போது ஆங்கிலத்தில் தஸ் புஸ்ஸென கத்துவான். இப்படி தான் ஒரு தடவை கோயிலார் தாத்தாவை தள்ளி விட்டான். இதெல்லாம் பார்க்கும் போது லாசரைக்குறித்த பயம்

மனதில் கிடக்கவே செய்யும். எப்போது சிரிப்பான்..எப்போது அழுவான்? எப்போது அடிப்பான். தெரியவே செய்யாது.

லாசர் பாடும் சினிமா பாட்டுகளெல்லாம் அப்படியொரு அபாரம்..பாட்டு வகுப்பு வாசல் கதவில் படுத்துட்டு.. வாரயோ வெண்ணிலாவே..கேளாயோ எங்கள் கதையை.., அன்றொரு நாள் இதே நிலவில்.. என்கிற பாட்டெல்லாம் மெல்லிய குரலில் பாடும் போது அவன் முகத்தின் சாந்தத்தில் தெரியும் தெளிவை பார்க்கையில் அவனுக்கு கிறுக்கு இல்லையோ என்றே தோன்றும்.

அவனின் நினைவில் ஆழப்பட்டு இருந்த மெற்றியை மாதா வாசலில் கேட்ட அரவம் கலைத்தது..

'அந்திக்கு ஐந்து மணிக்கு அடக்க பூச..சாமியிட்ட சொல்லியிருங்க..'

லாசரின் குடும்பத்தில் யாரெல்லாமோ கோயிலில் அறிவிப்பு கொடுக்க வந்திருந்தார்கள்.

லாசர் போகட்டும்..என்று மனசை திடம் செய்தாலும் இக்கோயில் வளாகத்தில் மாற்றியமைக்க முடியாத ஒரு உறுப்பு போல் கலந்தவனை எப்படி போகட்டுமென சொல்ல முடியும்? திருவிழா காலங்கள் முடியும் போது, இங்கெல்லாம் கூடும் குப்பைகளை கூட்டி சுத்தம் செய்வான். கோயிலில் எங்கேனும் தூசோ துரும்போ கிடந்தால் அவன் வேட்டியால் துடைப்பான்..

முழங்காலில் நின்று நெற்றியை தரையில் ஒட்டி தோத்திரம் தோத்திரம் இயேசுவுக்கு பாடினால் இக்கோயில் முழுவதும் இன்ப ராகங்கள் பாயும். எவ்வளவு தான் நீக்கி யோசித்தும் அவன் நினைவு கலையவே இல்லை. பாட்டு வகுப்பின் பகுதியில் இருந்த சன்னலை திறந்தாள்.. வெளிப்பக்கம் இரப்பர் தோட்டம் தெரிந்தது. ஒவ்வொரு மரத்தின் இடைப்பக்கத்தில் ஒட்டி வைத்திருக்கும் செரட்டையும் அதில் வடியும் பாலும் கண்களில் தெரிந்த போதும் அங்கேயும் லாசரே தெரிந்தான்.

பசி வந்தால் லாசர் பொறுக்கவே மாட்டான். இப்படி தான்

ஒரு முறை இரப்பர் பாலை எடுத்து குடித்து குடல் பொத்து, பின் பிளாஸ்டிக் குடலோடு தான் இத்தனை காலம் வாழ்ந்தான். அது போல் கோயில் முன் பக்கம் கிடக்கும் மணலை பிடி பிடியாக வாரி தின்னுவான்..அதெல்லாம் பார்க்கையில் மெற்றி மிகவும் சத்தம் போட்டு அழுவாள்.

லாசர் யாரிடமிருந்தும் ஓசில் வாங்கி சாப்பிட்டிருக்க வில்லை. கோயில் பீடத்தில் வைத்திருக்கும் காணிக்கை குலைகளையோ, முட்டைகளையோ அவன் தொட்டும் பார்த்திருக்கவில்லை. பசிக்காகவோ வேறு எதுக்காகவோ காணிக்கைப்பெட்டியை உடைத்திருக்கவும் இல்லை.

எல்லா வீடுகளிலும் போய் சாப்பிடவும் மாட்டான்.. மெற்றியை கோயிலில் கண்ட பழக்கத்தில் அவள் வீட்டுக்கு அடிக்கடி சாப்பிட போவான். அவன் சாப்பிட போவதில் கூட சங்கடமில்லை. போகும் நேரமோ இரவு பன்னிரெண்டு மணி. விடியற்காலை இரண்டு மணி..என்ன தான் நல்ல கிறுக்கனாக இருந்தாலும் நள்ளிரவில் கதவைத்தட்டி சாப்பாடு கேட்கும் போது பயம் வராமல் இருக்குமா? ரெத்தினம் காச்சு பூச்சென கத்துவாள். ராயன் தான் அவளை சமாதானம் செய்வார்.

‘இந்தா இருட்டுல பெட்டப்பிள்ள இருக்கிய வீட்டுல வந்து தட்டியிட்டு நிக்கியானே.’

‘கிறுக்கனுக்கு ஏது இருட்டு அவனுக்கு அதெல்லாம் எங்க தெரியும்?’

பின் வேறு வழியே இல்லாமல் வெள்ளம் ஊத்தி போட்டிருக்கும் பழஞ்சியை வாரி பிழிஞ்சி கொடுக்க கொடுக்க தின்னுட்டே இருப்பான். ஒரு நேரத்திலே குறையாமல் இரண்டு மூன்று கிலோ தின்னுவான். இதுக்காக ரெத்தினம் எதாவது சொல்லுகையில்..ஒருவிதமாக சிரித்த படியே..சாப்பிலிருந்து இரண்டு ரூபா துட்டை எடுத்து திண்ணையில் வைப்பான்..

‘பைசா..பைசா இருக்கு’ என்று சொல்லுகையில் ஒரு புறம் சிரிப்பாக வரும்.

'இவனெல்லாம் காரிய கிறுக்கன்..இவனுக்கு எல்லாமே தெரியும்..'

ரெத்தினம் சொல்வது போல் ஒரு கட்டத்திற்கு பிறகு லாசரின் கிறுக்கு தெளிந்து கூட போயிருக்கலாமோ? இப்பொல்லாத உலகில் கயமை நிறைந்த மனுசனாக வாழ்வதை விட கிறுக்கு வேசமே நல்லதென நினைத்து தன்னை கலைக்காமலே வாழ்ந்து முடிந்தானோ.. அது போக அவன் தின்னும் பாத்திரத்தை அவனே கழுவும் பாங்கை நினைத்தாள்.

தின்று விட்டு வெறுமனே பாத்திரத்தை கழுவாமல் போகும் பல ஆணாதிக்க மனங்களிருக்கும் உலகில், தான் தின்ற பாத்திரம் தானே கழுவும் லாசரின் மேன்மையை நினைத்தாள்.

...

மாலை ஐந்து மணிக்கு..பிணமாக சவப்பெட்டியில் ஒருக்கப்பட்டு கிடந்தான் லாசர். விலை கூடிய சட்டை பேண்ட், பூ மாலை, செருப்பு என்கிற அலங்காரத்தில் கிடத்தப்பட்டிருந்தான். முடிவில்லாத வாழ்வை தேடி வருகிறேன் இறைவா.. குரலெடுத்து பாடுகையில் லாசரின் ஓர்மை கசிந்து துக்கம் தொண்டையில் அமுங்கியது.

விசேசித்த பாட்டு படிப்பு நாளில் சாயை பண்டமென கமிட்டியிலிருந்து வாங்கி தருகையில் அவைகளை பவுந்து லாசருக்கே மெற்றி முதலில் கொண்டு கொடுப்பாள். இரு கைகளையும் நீட்டி சிரிச்சிட்டே வாங்குகிறவனின் கைகள் குவிந்து சேர்ந்து இருந்ததை கவனித்தாள்.

லாசரின் பொருட்டு பெண்கள் மத்தியில் எழுந்த ஒரு பெரிய பிரச்சனை கோயிலில் விளக்கு காட்டுகிறான் என்பதே. இடுப்பு கெட்டில் சீலை துணி ஒரு போதும் ஒட்டாது இவனுக்கு. பகல் வேளைகளில் செபிக்க வரும் பல பெண்கள் இவனின் கழுதையை கண்டு பயந்து ஓடவும் செய்தார்கள். குஞ்சா மணியை தரையில்

போட்டு, சுவரில் தலையை சாய்த்து ஆங்கிலத்தில் கர்த்தரை பாடி கிடப்பவனின் குஞ்சுமனியை கண்டு பல பெண்கள் கமிட்டி மிடுதங்களிடம் சொல்லுகையில் இவனுக்கொன்றும் அது பராதி போல் தெரிந்திருக்கவில்லை.

எப்போதுமே குத்த வைத்து இருக்கிறபடியால் அவன் சாதனம் கோயில் தரைக்கும்., எல்லா தூண்களுக்கும், பலி பீடம் வரைக்கும் அப்படியே தெரியும். ஊரில் பலருக்குமே அவனின் குஞ்சா மணி வெகுசாதாரண ஒரு காட்சி தான். இதில் சில பெண்கள் ஏதோ லாசரிடம் இருப்பது போல் பிரு பிருத்து விட்டார்கள். இப்படியெல்லாம் காட்டினால் பெண்கள் பயப்படுவார்கள் என்றும் அவனுக்கும் தெரியாது. அவனுக்கு அவன் நிர்வாணம் உலக மகா பொக்கிசம் போல் பொத்திக்கொள்ள தெரியல. தெரிந்திருந்தால் அவன் ஏன் கிறுக்கனாக இருக்கணும்..

கிறுக்கனின் அம்மிணியில் கூட விகாரம் காணும் பெண்களின் புத்தியில் இருக்கும் அழுக்கை புரியாமல், கிறுக்கனிடம் போய் மணியை மூடுண்ணு சொன்னா அவனுக்கு எப்படி புரியும்?

கிறுக்கனை, 'கசவாளி' என்று பிறுபிறுக்க தெரிந்தவர்களுக்கு சூட்டு கோட்டு போட்ட கசவாளிகளை முகம் சுழிக்க தெரியவில்லை. வேண்டுமென்று காட்டுகிறானோ, வேண்டாமென்று காட்டுகிறானோ தெரியல. ஒரு கட்டத்தில் கமிட்டி மிடுதம் கம்போடு வந்து, சீலைய உடுல உடுல என அடித்த போது நெளிந்து போன லாசரின் முகத்தின் வியாகுலம் மனசில் எழ..கனமாகி போனவள் இப்போது அவனை பார்க்கையில் இடுப்பில் புதிய பேண்ட் இறுவி தெரிந்தது..

இவர் ஆன்மாவை ஏற்றுக்கொண்டு உன்னதர் திருமுன் ஒப்பு கொடுங்கள்.. கடைசி யாத்திரைக்கான பாட்டு பாடுகையில் லாசர் சிமுந்தேரி நோக்கி சுமக்கப்பட்டான்.

சுற்றி சுற்றி பார்த்தாள் மெற்றி.. லாசரின் அடக்க பூசைக்கு வந்தவர்களின் முகங்களில் அதீத கவலையொன்றும் இல்லை.. அது இருக்கவும் செய்யாது. லாசர் அப்படி என்ன தான் செய்திருக்க முடியும் இவர்களுக்கு.. யாரும் அவனுக்காக

துக்கப்படுவது போல் தெரியவில்லை. ஆனால் கோயில் உள் பீட படியில் அமர்ந்திருந்த வியாகுலமரியாளின் முகத்தில் கிலோ கணக்கில் சோகம் புரண்டதை கண்டாள்..

மனசு நிறைய வன்மம் கொண்டு மரியாளை உதட்டால் துதிக்கும் மனிதர்களை விட, எப்போதுமே அவளுக்கு ஏதேனும் புலம்பல்களை கொடுத்தப்படியே கோயிலுக்குள் தன் துணையாக கிடந்த லாசர் இனி அவளோடு இல்லையே என்கிற வருத்தம் ஊர் காவல் தெய்வ மரியாளின் முகத்தில் கிடந்ததைக் கண்ட மெற்றியின் கண்கள் பெருகியது..

2. அதிசய ஓகி

“எலே அருணே கொப்பன் நம்மளையொக்க கொல்லக்கு வாறான்..”

மாப்பிளை சிலுவை குடி போதையில் அடிக்க துரத்துகையில் அந்தோனியார் குருசடியில் இருக்கும் தன் மகனை அழைத்துக்கொண்டே ஓடினாள்.

கல்யாணம் முடிந்த மறுநாளே கிடப்பிடத்தில் மாப்பிளை சிலுவையை காணாமல் தேடிய போது, அரசல் புரசலாக உறவுகள் சொல்லிக்கொண்ட வார்த்தை சிசிலியின் காதில் விழாமல் இல்லை.

“அவனுக்க பிறவர்த்தியை செத்தாலும் விட்டொழிக்கவு மாட்டான்..சாராய கடையுல போறவன் எவன் மிச்சப்பட்டிருக்கிறான்..”

உறவுக்காரர்கள் யாரோ சொன்ன சொல்லால் சிசிலியாவுக்கு அழுகை முட்டியது. இயற்கனவே அப்பா இல்லை. அம்மைக்காரி லூசியா குட்டையில் மீன் விற்று மகளை வளர்த்தாள். பத்து பவுன் உருப்படி, ஐம்பதாயிரம் ரூபா தொகையென கொடுத்து தான் சிலுவைக்கு கல்யாணம் செய்து வைத்தாள்.

வள்ளம் உண்டு, சொந்த போட்டு உண்டு என்றெல்லாம் சொல்லியதை நம்பி சிசிலியை கல்யாணம் செய்து வைத்தார்கள். சிசிலியா அப்போது அழகுக்காரி. கடற்கரைக்காற்றில் வளர்ந்தவளுக்கு வாளிப்பான உடல். பல இளவட்டங்கள் கறக்கியும் ஒருவரிடமும் மசிந்திருக்க வில்லை. நல்ல மருவாதையா மகளை வளத்து ஒரு பூனையிடம் கொடுத்த கதைப்போல் ஆகி

விட்டது சிசிலியா பாடு.

ஒழுங்காக தொழிலுக்கு போகாமல், போனாலும் காசு கொடுக்காமல் வாழ்ந்த சிலுவையால் நகை நட்டை விற்றாள். பிறந்த இரண்டு மக்களையும் வளக்க சிசிலியாவும் அம்மாக்காரியைப் போல் மீன் குட்டையை உச்சியில் வைக்கத்துவங்கினாள். மீன் குட்டை சுமந்து சுமந்து அவள் உச்சி மண்டையில் அப்படி ஒரு மினுக்கம் வீசும். குட்டையில் மீன் சுமப்பதென்பது அடிமட்ட பெண்களின் உழைப்பின் வலி. பஸ்ஸில் ஏறினால் அங்கு இருக்கும் பிராயாணிகளின் முகத்தில் சுழிப்பு வந்து விடும்..டிக்கெட்காரருக்கும் எரிச்சல் வந்து விடும்.

“ஏய் குட்டைக்காரி..அங்க வை..இங்க நில்..”

நடத்துநரும் போட்டு காச்சித்தள்ளுவார். மீன்களை விற்று விட்டு பஸ்ஸில் ஏறும் போது எடுக்கும் நாற்றம் கேட்டால் எட்டு ஊருக்கும் ஓடி விடுவார்கள் பலர். எச்சி உடம்போடு கானாகரும் வெயிலில், கொடும் மழையில் என இழுத்து வாரி மக்களை வளர்த்து விட்டவளுக்கு இந்த பாழாப்போன மாப்பிளையின் கொடுமை தாங்கிக்கவே முடியவில்லை. இப்போதெல்லாம் சிலுவை கை நீட்டி அடிக்கவும் துவங்கி விட்டான். இவனால் இந்த வீட்டில் உள்ள யாருக்குமே நிம்மதியில்லை..நல்ல மானம் கூட இல்லை.

தலைக்கு மேல் மக்கள் வளர்ந்தாச்சி. இன்னும் எந்த இடமென்றும் இல்லாமல் போட்டு அடிக்கிறான். போன கிறிஸ்மஸ்சுக்கு சிசிலியும் இரண்டு மக்களுமா கோயிலுக்குள்ள பூசையில் இருக்கும் போது...

“ சிசிலிப் பு...டா....ஆ மோளே”

கெட்டவார்த்தையால் அழைத்தான். சாமி பூசையை நிறுத்தியிட்டு ஒரு மாதிரி பாத்தாரு.கமிட்டிக்காரங்க பிடித்துவெளியே கொண்டு போன போது அவங்க எல்லாரையும் கெட்டவார்த்தை பேசினதும் இல்லாமல், சிசிலிக்கு அவங்க எல்லாருமே கள்ள மாப்பிளைகளென்று கூச்சமின்றி கத்தினான்.

பதினெட்டு வயசு மகன் அருணையும், மகள் கலாளையும் இப்பிடியெல்லாம் கேவலப்படுத்துவதில் சிசிலியாவுக்கு மிகவும் கவலை...எல்லாம் இந்த குடி செய்யும் வேலை. முன்னெல்லாம் இந்த மாதிரி பாசம் கெட்டெல்லாம் சிலுவை இருந்ததில்லை. இப்ப போக போக ரொம்ப மோசம். கோயிலில் அறிவித்த மறுவாழ்வு மையத்தில் கொண்டு போக ஏற்பாடு செய்த போது...

"சாமிமாருவா ஒனக்க மாப்பிளையா?" கேட்டு அவமானப்படுத்தினான்.

ஆனாலும் பக்கத்தில் உள்ள ஒருத்தியின் மாப்பிளைக்கு குடி நிறுத்த கொடுக்கிற மாத்திரையை வாங்கி ஆகாரத்தில கொடுத்ததை கண்டுப்பிடித்து விட்டான்.

"எனக்கு விசமா தாற.."

கேட்டவன் இவளின் உச்சிமுடியைப் பிடித்து கறக்கினான். ஒரு வழியிலும் சிலுவையை திருத்த முடியாமல் கடைசியில் மது விற்கும் கெவர்மெண்ட்டையே மண்டை கெண்டை என அறுத்து ஆசுவாசப்பட முயற்சிப்பாள் சிசிலியா.

அருண் மகன் வளர வளர தவப்பனுக்கும் மொவுனுக்கும் தினம் தினம் சண்டை. இரண்டு பேருக்கும் அடிக்கடி கைக்கலப்பு வரைக்கும் வந்து விடுகிறது.

"குடி போதையில் வந்த அப்பனை கொலைச்செய்த மகன்"

என்கிற சேதியெல்லாம் ஆங்காங்கே கேட்டு இவளுக்கும் ஒரே பயம். வாழ வேண்டிய பையன், அப்பனை கொன்னுட்டு காலமெல்லாம் ஜெயிலுக்குள்ள போய் கிடந்துட்டா எப்பிடி? என மகனை காப்பாற்றவே மாங்கு மாங்கென பாடுபடுவாள். எப்படியெல்லாமோ பன்னிரெண்டாம் கிளாஸ் வரைக்கும் மகளை படிக்க வைத்தவளுக்கு அதற்கு மேல் படிக்க வைக்க முடியவில்லை. எதாவது நல்ல ஒரு வரன் வந்தால் மகளை கலியாணம் செய்து வைக்கவே நினைத்திருக்கிறாள்.

ஊரெல்லாம் குட்டைக்காரி என சொல்லுது. குடிகாரனுக்க பொண்டாட்டி என சொல்லுது.. தனக்க மகனங்கிலும் படித்து பெரிய ஆளாக வரணும் என ஆசைப்பட்டாள் சிசிலியா. மகனுக்கு நல்ல சோலிக்கிட்டுனா லோண் ஏதாவது வாங்கி மகளை கட்டிக்கொடுத்து, நல்ல வீடு வச்சி, குட்டைச்சுமடு இல்லாம வாழுலாமேண்ணு ஆசைபடுகிறவளின் வாழ்க்கை ஆசையை, குடிகார மாப்பிளையோ தினமும் குடி போதையால் இடிக்கிறான். அவளையும் மக்களையும் இரவென்றும் இல்லாமல் பட்டிகளை போல அடிக்க விரட்டுகிறான்.

இப்போதும் இந்த இருளிலும் மாப்பிளையின் அடியை கண்டு பயந்தவள், மகளோடு ஓடினாள். அந்தோணியார் குருசடியில் இருந்த மகன் அருணிடம் வந்தாள்.

"அடுப்பங்கரையெல்லாம் அடிச்சி நொறுக்கியிட்டு கிடக்கியான் கொப்பன்..மூக்கு முட்ட குடிச்சிருக்கு. நீ அதுல போப்பாது மோனே..அவன் போதை தெளியிறது வரைக்கும் நமக்கு இதுலே இருப்பம்.."

மகனோடு சொல்ல அவனுக்கு இயலாமையின் கோபம் கொப்பளித்தது..

"இந்த கடப்புரத்துல ஒனக்க மாப்பிளையைப் போல ஒருத்தன் இருக்கானா? இவனுக்கெல்லாம் ஒரு சாவு வருதில்லியே.. இவனை நானா கொன்னாதான் உண்டு.."

கோபத்திலும் அவமானத்திலும் உறுமிய மகனின் தாடையைப் பிடித்து கெஞ்சினாள்.

"அந்த பட்டியைக் கொன்னுட்டா ஒனக்க சீவிதம்.. என்னவாவும்?அவனை விட்டுத்தள்ளு பொன்னு மோனே..அம்ம ஒரு லோணுக்கு எழுதிப்போட்டிருக்கேன்.அது கிடச்சவுடன நீ இங்க கிடக்காம படிச்சப்போயிரு.நானும் கலாளும் எப்படியங்கிலும் களிச்சி விட்டுரலாம். நீ படிச்சி வலிய ஆளா வந்தா நம்ம கஷ்டமெல்லாம் தீந்துரும்..உனக்கொரு சோலி கிட்டியிட்டா பிறகு கலாளை கல்யாணம் கெட்டிக்கொடுக்கலாமே.."

சொல்லிக்கொண்டிருக்கும் போதே சிலுவை, தள்ளைக்க கூதி மக்களே, இப்ப பாருங்க ஒங்கள கொன்னு தாறேன்...' அவன் கையில் கூரிய பலகைத்துண்டு இருந்தது.

"அய்யோ சவத்துக்கு பிறந்தவன் இஞ்சையும் வாறான் மக்களே.. ஓடியிருவோம்..அந்தோணியாரே எத்ர வருசமா இப்பிடி இவனால நாங்க ஓடியிட்டு கிடக்கியோம்.கடலம்மோ இவனுக்கெல்லாம் ஒரு சாவு வரதா?"

சத்தம் போட்டுக்கொண்டே ஓடியவளை சிலுவை கையில் இருந்த பலகை துண்டால் எறிந்தான். குறி தப்பாமல் அந்த பலகைத் துண்டும், சிசிலியின் பின்னந்தலையில் கணாரென வந்து விழுந்தது.

"எனக்க அந்தோணியாரே.."

கீழே விழுந்தாள் சிசிலியா. அருணுக்கு சிசிலியாவின் விழுதலும், அவள் பின்னந்தலை இரத்தமும் கோபத்தைக் கொடுக்க, தள்ளாடி நின்ற தகப்பனை கீழே தள்ளி சவுட்டினான் சவுட்டு.

"சத்துப்போ சத்துப்போ..எனக்க அம்மையையும் எங்களையும் கொன்னுட்டு நீ மட்டும் எதுக்கு இருக்கிய.." கடற்கரையில் அங்கங்கே கூடியிருந்த பலரும் ஓடி வந்து அருணை பிடித்து விலக்கினார்கள்.

இவனெல்லாம் ஒரு அப்பனா இருக்கிய நேரம் சத்தங்கிலும் போட்டு.. மேல் மூச்சும் கீழ் மூச்சும் வாங்க சொன்ன அருணை கீழே கிடந்த சிலுவை கையில் கிடைத்த கல்லால் எறிந்தான். எதிர்பாராமல் தலையில் விழுந்த கல்லால் கீழே விழுந்தான் அருண்..அதுக்குள் சிலுவை எழும்பி ஓடினான்.

•••

தீர்க்கமான இரவில் கிடந்து ஆடிய கடலை பார்த்துக்கொண்டேயிருந்தான் அருண். சின்ன வயதிலிருந்தே அப்பனால் அனுபவித்த வறுமைகளும், அவமானங்களும்

கடலலையை போல் அவனை சுருட்டியடித்து கொண்டேயிருந்தன.

“எலே நீ குடிகார சிலுவையிக்க மோனா?” அக்கம் பக்கம் கேட்பார்கள்.

“ஒ நீ அந்த குடிகார சிலுவையிக்க மகன் இல்லியா?” படிக்கும் காலத்தில் பள்ளியில் கேட்டார்கள்.

“நீ அந்த குடிகாரனுக்க மொவன் தானே, நீ அவனைப்போலவே இருப்ப..”

பலரும் இப்படி தான் இன்றளவும் ஒதுக்கி கொண்டிருக்கிறார்கள்.

தன் சகோதரியை அன்னளித்து சம்மந்தங்கள் வரும் போது...

தவப்பன் ஒரு குடிகாரன்....குடிகாரனுக்க மொவா எப்படி இருப்பாண்ணு யோசிச்சி பாருங்க... இப்படியே அக்கம் பக்கம் உள்ளவர்கள் சொல்லி கொடுத்து கூடி வரும் சம்மந்தங்கள் விலகி போகின்றன.

குடிகாரனின் மக்களை இந்த சமூகம் எவ்வளவு வெறுக்கிறது.. இந்த அப்பன்களுக்கு இதெல்லாம் தெரியேலியே கடலம்மா.. குடும்பக்காரங்க வீட்டுக்கு போனால் அங்கும் குடிகாரனுக்க மக்காண்ணு சொல்லி ஒதுக்கியே விடுறாங்க, பெருமூச்சு எகிறியது...

‘எனக்க அம்மைக்கும் ஒரு மவுசு இல்ல..அப்பன் குடிச்சா மவனும் குடிகாரனா வருவானென குறி எழுதிவிட்டுருறாங்க.. எனக்கு படிக்கணும், படிக்கணும். வேலைப்பாக்கணும், கலாளை கல்யாணம் கட்டிக்கொடுக்கணும், எனக்க அம்மையிக்க குட்டை தொழிலை விட வைக்கணும். எல்லாத்துக்கும் பணம் வேணும்..வெறுங்கையோட இருக்கிற எங்க வாழ்க்கையை எப்படி எதிர்கொள்வது?

கண் முன் தெரியும் இருளை விட அவன் வாழ்வின் இருள்

இன்னும் கருமையாக பயம் காட்டியது..

...

அதிகாலையிலே மழைச்சாரலும், காற்றுமாக வீட்டுக்கூரை பொத்து வழிய, அந்த பொத்தலில் பிளாஸ்டிக் பேப்பரை துருத்தி வைத்தாள் சிசிலியா..ஒழுகி விழும் இடத்தில் கிடந்த மகள் கலாவையும், மகனையும் தட்டி எழுப்பினாள்..

"ஒழுவுது மக்களே எழும்பியிருங்கா.."

மழை வெள்ளம் விழுந்தாலும் உறக்கம் தொலைக்க விரும்பாதவர்கள் போல் விரித்து உறங்கிய ரேசன் சேலைகளை இழுத்தெடுத்து உடலில் போர்த்திக்கொண்டு கிடந்தார்கள்..

காற்று சூவென, ஓவென வீசும் சத்தத்தில் ஒரு வித கோபம் மூண்டு நிற்பது போல் தெரிந்தது சிசிலியாவுக்கு. பின் மண்டையில் பட்ட பலகை காயத்தில் ஒன்றிரண்டாக மழைத்துளிகள் விழ..சீலைத்தும்பையெடுத்து தலையில் மூடிக்கொண்டு மண்ணெண்ணெய் விளக்கை கொளுத்தினாள். காற்றோ அணைத்து கொண்டு போனது ஒளியை...

"காத்துக்கு இண்ணு என்ன நீக்கம்போ?"

கடலை பார்த்தாள்.. குத்திருட்டில் பேய் பிடித்து ஆடுவது போல் அலைகள் எழும்பி எழும்பி ஆடின. இந்த காற்றிலும், மழையிலும் அந்தோணியார் குருசடிக்குள்ளிருந்து வெளியேறும் மாப்பிளை சிலுவையைக் கவனித்தாள்..

"சிசிலியே நான் தொழிலுக்கு போறேன்..இன்னா"

மாப்பிளை சிலுவை இவளோடு சொல்லுகையில் விங்கென அவனை பார்த்தாள். இது போல தொழிலுக்கு போய் எம்புடோ நாளாயிட்டு?

'ஓய் மனுசா.. சத்தமாக அழைத்தாள்..அவனுக்கோ கேட்கவில்லை.

‘ஓய் பயங்கர காத்தும் மழையுமா இருக்கே..இப்ப போய் ஏது தொழிலுக்கு போவுது..’ இவளின் பேச்சை காற்று கலைத்ததே தவிர, சிலுவையிடம் போய் சேரவில்லை. எவ்வளவோ வசை மொழிகள், அடிகள் என கேட்டாலும் மாப்பிளை என்கிற அடிநாதம் மனசில் இருக்கவே செய்கிறது. இந்தா பெரும் மழையில போறானே..

‘அந்தோனியாரே காப்பாத்து..’ மாப்பிளை போன திசையில் நின்று பிரார்த்தித்தாள்.

நேரம் போக போக காற்றின் வேகம் அதிகரித்தது, சிசிலியாவின் வீட்டு ஓலைகளெல்லாம் பறந்து பறந்து போயின. பின் பக்கம் நின்ற முருங்கை மரம் பொத்தென விழுந்து கக்கூஸ் சீற் இரண்டாக உடைந்தது. கடல் அலை எழும்பிய வேகத்தில் அடித்த வெள்ளம் வீட்டு முற்றம் வரைக்கும் வந்தது..

கடப்புறமெல்லாம் உயிர் பிடிக்க காலன் வந்து நின்று கறங்குவது போல் மணலிருந்து புகை எழும்பிக்கொண்டது..

“நம்மளெக்க செத்தோம்..” எங்குமே இப்படியான குரல்கள் ஒப்பாரிகளாக கேட்டன..

தொழிலுக்கு போன ஆண்களை அந்நளிச்சி கடற்கரைக்கு பெண்களெல்லாம் ஓடினார்கள் ஓட்டம்..கண் தெரியும் தூரம் வரைக்கும் வெளிச்சம் தெரியவில்லை. கடற்கரையில் கூட்டம்போடாதீங்க கோயில் ரேடியோ வழி அறிவிப்பு ஒலிக்க துவங்கியது...

“கேட்டியளா சேதியை..இது ஓகி புயலாம். கடலுக்குள்ள பெரிய அழிவாம்.. நம்ம ஆணுங்களுக்கு அறிவிப்பு கிடைக்காம போயிட்டே..”

கடற்புரமெல்லாம் காற்றையும் மீறி ஒப்பாரிக்கோலம் எழும்பியது..

அந்தோணியார் குருசடியில் ஒதுங்கிய சிசிலியாவின் மனம் கனத்துக்கொண்டது..என்ன தான் குடிகாரனாலும்,

செத்தொழிஞ்சி போக மாட்டானா என பிரார்த்திச்சாலும்.. வீட்டுக்க வெளியில ஒரு பட்டி போல் கிடப்பானே சிலுவை அவனையும் காணவில்லை என்கிற சேதி ஒரு வித வெறுமையை மனதில் வாரி வீசிக்கொண்டேயிருந்தது.

ஆங்காங்கே ஒதுங்கும் பிணங்களை பிணவறைகளில் கொண்டு கிடத்தியிருக்க, அடையாளம் காட்ட வீட்டுக்காரர்களை அழைத்து சென்று கொண்டிருந்தார்கள்..சிசிலியாவும் பிணவறைக்கு கூட்டிக் கொண்டு போகப்பட்டாள்.

வரிசையாக அடுக்கி போட்ட பிணங்களை பார்க்குமளவுக்கு இவளுக்கு தைரியமில்லை. எனினும் அடையாளம் காட்டும் கட்டாய நிலை. மனம் துடித்தது. வெறுத்து வெறுத்தே வந்துக்கிடக்குமே பாசம். அது போல் சிலுவை மீது இயல்பிலே கிடக்கும் அன்பு பொங்கியது.

'குட்டே அவளே இவளே' என அழைக்கும் குரல் இன்னும் அவனிடமிருந்து கேட்க தோன்றியது.

கல்யாணம் முடிந்த புதிதுகளில் ..

'ஒனக்கும் எனக்கும் ஒரே கல்லறைதான்; எனக்கு முன்ன நீ செத்துட்டா ஒன்னாண ஒன் கூட நானும் வந்துருவேன்..'

சொல்லுவானே..அந்த வாக்குகளெல்லாம் இப்போது வந்து நிற்கிறது இவளுக்கு.

'இந்த உலகத்துல எத்தனைக் கோடி பெட்டச்சியிருந்தாலும் எனக்க சிசிலியாளை போல வருமா?' என சொல்வானே..இந்த காதல் குரலும் கேட்குது இப்போது.

கல்யாணம் கழிஞ்ச புதுசுல வேளாங்கண்ணிக்கி கூட்டியிட்டு போனப்ப நடுவிரலுல ஒரு வெள்ளி மோதிரம் வாங்கிக்கொடுத்திருந்தாள் சிசிலியா.. அதை எப்பவுமே அந்த விரலுல போட்டுருப்பான். நல்லா சண்டை நடந்தால் "ஒனக்க மோதிரம் எனக்கெதுக்குண்ண.."கழட்டியது போல காட்டியிட்டாலும் கழட்டவே மாட்டான்.

அந்தோணியாரே நாலு நாளு கழிச்சங்கிலும் அவன் வீடு வந்து சேர வை; அவன் நல்லவன் தான். இந்த குடி தான் அவனை இப்படி ஆக்குச்சி... நினைத்து நின்றவளை அடையாளம் காட்ட கூட்டி வந்தவர் கலைத்தார்..

"இது அடையாளம் தெரியுதா?" தெரியவில்லை..மூடு துணியை உருவிக்காட்டினார்கள்.. தெரியவில்லை. முழுக்க முழுக்க நிர்வாணப் பிணங்கள். ஒரு கணம் அவளுக்குள் வெறுமை என்னும் இருள் சூழ்ந்து கொண்டது..ஆசைகளும், கனவுகளும், காமமும், காதலும், களியும், சிரியும், என திரியும் உடல்களா இது! ஒவ்வொரு பிணங்களையும் கடக்கும் போது இல்லை இல்லை என சொல்லும் போது..

'நான் இருக்கேண்டி சிசிலி.."

சிலுவை எங்கிருந்து கொண்டோ சொல்வது போல் மனம் சின்ன நிம்மதி துளியை அனுபவித்தது. கடைசியாக காட்டிய பிணத்தையும் இல்லை என்று சொல்லி கடக்க முயன்ற போது முழு நிர்வாணியாகி வெள்ளம் குடித்து அழுகி பெருமின உடலின் வலது கையின் நடுவிரலில் வெட்டிய வெள்ளி மோதிரம் சிலுவை சாஞ்சிட்டான்.." என சொல்ல.. விம்மினாள் .. எனக்க பொன்னே.. பொட்டி அழுதாள் சிசிலியா.

...

ஊரெல்லாம் ஒரே பேச்சு. பிணம் அடையாளம் காட்டப்பட்டவங்களுக்கு இருபது லெட்சம் கையில கிடைக்கப்போகுதாமே..

"ஒன்னால பத்து பைசாயிக்கி பிரயோசனமிருக்கா? இருக்கிறதை விட செத்துப்போ, நாட்டுல இருக்கிறவனுக்கெல்லாம் சாவு வருது ஒனக்கு ஒண்ணு வருதா?"

சாவு சாவு என புறந்தள்ளிய சிலுவையின் இறப்புக்கு ஓகி நிவாரணமென இருபது இலட்சம் ரூபாய் கையில் வந்த போது சிசிலியாவின் குடும்பத்தில் ஒருவருக்குமே இந்த அதிசயத்தை

நம்பவே முடியவில்லை.

'காலமெல்லாம் சீவிச்சி இருந்தா கூட இருபது பைசாயிக்கி உதவாத சிலுவைக்க சாவு அடங்கேப்பா இருபது இலட்சத்தைக் கொடுத்துருக்கு..' இப்படியெல்லாம் ஊரில் பேசி கொண்டார்கள்.

சிசிலியாவுக்கு இப்போது குட்டையில் மீன் விற்பு இல்லை..கலாளுக்கு கல்யாணம் முழுத்து விட்டது.. அருணுக்கும் மேல் படிப்பு கிடைத்து விட்டது.. பட்டி போல் பந்தாடப்பட்ட குடிகார சிலுவை இங்கே இவர்களுக்கு குலசாமியாகிப் போனான் இந்த ஓகியால்..சிசிலியா கட்டிய புதிய வீட்டில் பெரிய புகைப்படத்தில் சிலுவை சிரித்து கொண்டிருந்தான்...சிசிலியா நாள் தோறும் அவனை கும்பிட்டு தொழுகிறாள் இந்த ஓகியால்.

○

3. நல்ல சாமியும் ஒரு கெட்டு கொளையும்

சாயங்காலம் மூன்று மணி. வீட்டின் முன் பக்கம் சாய்த்து வைத்த கொல்லிமட்டை சைக்கிளை நிமிர்த்தி சந்தைக்கு கிளம்ப தயரானார் நல்லசாமி.

"லீமா சஞ்சியை எடு.."

கையில் சில்லறைக் காசுகளை எண்ணியபடியே, அழுக்கு பிடித்த பையை உதறி எடுத்தாள் லீமா.

"இதுல பதினேழு ருவாயிருக்கு. பேரப் பயலுவா உண்ணியப்பம் வேண்டி கேட்டுட்டு கிடக்கியானுவா. ஒரு பண்டம் அஞ்சி ருவா விக்கிய கடையாப்பாத்து ஆளுக்கு ரெண்டு பண்டம் வேண்டியிட்டு வாரும்"

'இப்ப எந்த கடையில பண்டம் அஞ்சி ருபாயிக்கி விக்குது சொல்லு. குறஞ்சது பத்து ரூபா...

'ஓய் சந்தை முக்குல ஒரு கடையில அஞ்சு ருபாண்ணு எழுதி போட்டிருக்குமே...

'அதெல்லாம் பண்டு...'

'எதோ இருக்கிய கணக்குல வேண்டியிட்டு வாரும்...

மனைவி கொடுத்த பைசாயை கைநீட்டி வாங்கி சட்டைப் பைக்குள் போட்டுக்கொண்ட நல்லசாமி தனது சட்டைப்பையில் கிடக்கும் ரூபாயை எடுத்து எண்ணிப்பார்த்தார்.

பிரான்சியின் வீட்டு பின்பக்கத்தில் குலைந்து விழுந்த காம்ப்பவுண்ட் சுவரை கெட்டி கொடுத்தற்கு கிடைத்த கூலி

சக்கறத்தில், செலவு போக மீதி எவ்வளவு கிடக்கோ...

நினைத்துக் கொண்டே சட்டை சாப்பை தடவினார். கசங்கி சுருண்டுக்கிடந்த இரண்டு பத்து ரூபாய்களும், இரண்டு ஐந்து ரூபாய் துட்டுகளும், மூன்று இரண்டு ரூபாய் துட்டுகளும் கையில் கிடைக்க மனம் கணக்கு பார்க்கத்துவங்கியது..

ஆடுக்கு ஒரு கெட்டு கொளை இருபத்தியஞ்சி ருவா, அரக்கிலோ கிழங்கு இருபது ருவா, மீதிக்கு ஒரு சாய.. லீமா தந்த பைசாயில செறுதுகளுக்கு உண்ணியப்பம்..ம், இண்ணத்த பாடு இவ்வளவு பைசாயிலேயும் கழியும். நினைத்துக்கொண்டே சைக்கிளை உருட்டதுவங்கினார். வலிந்துக்கிடக்கும் கிழவனின் உயிர் போல் இழுத்து கொண்ட சைக்கிளின் அரவம் கேட்டதும் ஆடுகள் கனைத்து கொண்டன..கூடவே அவரின் பேரன்களும் வீட்டிற்குள்ளிருந்து ஓடி வந்தார்கள்..

“தாத்தா உண்ணியப்பம்..”

இருவரும் கேட்கும் அழகை மனதார ரசித்தார். வீட்டில் பண்டத்தோடு வரும் போது இவர்கள் ஓடி வரும் அழகே தனிதான். எதுவும் இல்லாத நிலையில் ஒரு முட்டாயாவது வாங்கி இடுப்பு கட்டில் வைத்து கொண்டு கொடுக்கும் போது குண்டிகளை ஆட்டி ஆட்டி பேரன்கள் சாப்பிடும் கொள்ளை அழகுகளை நல்லசாமி கண்ணீரோடு பார்த்துக்கொண்ட நாட்கள் நிறைய உண்டு. இவ்வளவுக்கு ஆசையோடு பண்ட வகைகளுக்கு ஏங்கும் தன் பேரன்களுக்கு சஞ்சி நிறைய பழங்கள், பெட்டி நிறைய பண்டங்கள் வாங்கி கொடுக்க மனம் பரானப்படும்.. என்ன செய்வது? தன் காலத்தில் வயிராற தின்னு மகிழ சக்க, மாங்கா,அயனி பழம்,ஏன் காரக்காய்களாவது கிடைத்தது.. இப்ப உள்ள பிள்ளைங்களுக்கு அப்படி இயற்கையிலிருந்து எடுத்து தின்ன என்ன கிடைக்குது? பெருமூச்சோடு கிளம்பினார்.. இவர் வெளியே போகிறாரென்றால் ஆடுகளும் மகிழ்ச்சியால் கனைத்துக்கொள்ளும்.. ஏனெனில் திருப்பி வரும் போது அதுகளுக்கும் உரிய ஏதாவது உணவு இவரிடம் இருக்கும் என்பதால்..

நல்லசாமி;பெயருக்கேற்றவாறே நல்லவர் என்பதே உண்மை. மனுசனுக்கு மண்வெட்டுதான் தொழிலாக இருந்தது.. இப்போது ஏழெட்டு வருடங்களாக மண்ணை நம்பிய அவரது வாழ்வு நாசமாகிப்போனது போல் ஆகிவிட்டது. இயந்திரத்தனமான வாழ்க்கை முறை வந்த பிறகு மண்ணில் வேலை செய்த பலருக்கும் கை,கால், ஒடிந்தது போல் ஆகிவிட்டது. தென்னை மரங்கள், பனைமரங்கள், ஏன் வயல் வெளிகளும் கட்டிடங்களாக மாறத்துவங்கிய பின் மண்ணில் என்ன வேலை செய்து பிழைக்க முடியும்? ஒரு காலத்தில் கையில் ஒரு நம்மாட்டியும், தோளில் ஒரு வெட்டோத்தியும் போட்டு, தூக்குவாளியில் பழையதையும், கிழங்குத்துண்டுகளையும் இளங்குடியாக கொண்டு மண்ணில் வேலை செய்யகிளம்பி விட்டால், சாயங்காலம் வாக்கில் கையில் காசும் கிடைத்துவிடும். வீட்டில் காத்திருக்கும் மனைவி மக்களுக்கு ஏதோ பண்டங்களும், அரி, கறியும், மீனும்,கிழங்கும் என வாங்கிக்கொண்டு போவார். மனைவி லீமாவும் வீட்டில் ஆடு வளர்த்து அதிலிருந்து கிடைக்கும் பால், ஆடுகள் பெறும் குட்டிகள் விற்று வருமானம் ஈட்டிக்கொள்வதுண்டு. வாயைக்கட்டி வயிறைக்கட்டி என்றாலும் பெரும்பாடு இல்லாமல் சீவிதமும் ஓடிக்கொண்டிருந்தது. இவர்களது நேரிய உழைப்பில் மகளை ஒரு கொத்தனாருக்கு கல்யாணம் செய்துக்கொடுத்தார். அவளும் ஒருமாதிரியாக வாழ்ந்துக்கொண்டிருந்த வேளையில் மாப்பிளைக்கு முடக்கு வாதம் வந்து விட அப்பா என மூக்கிழுத்துக்கொண்டு இங்கே வந்து அப்பாவிடமிருந்து ஏதாவது வாங்கிக்கொண்டு போகத்துடங்கினாள்.

மகளுக்கு இரண்டு ஆண்குழந்தைகள் இருக்கின்றன.. மூத்த பயலுக்கு ஒன்பது வயசு. இளைய பயலுக்கு ஏழு வயசு.. மகள் ராணியும் இப்போது துணிக்கடையில் வேலைக்கு போய் வருவதால் இரண்டு மகன்களையும் நல்லசாமியிடம் கொண்டு விட்டிருக்கிறாள்.

முன்பு போல் வயல்வெளிகளில் வரப்பு வெட்டவோ, கிழங்கு வகைகள் வைக்க மண்ணை கூட்டமைக்கவோ, தென்னம் பரம்புகளை கிளைத்து உரம் போடவோ, விளைகளில் மண் வேலிகள் அமைக்கவோ தேவையில்லாத நிலை வந்து விட்ட பிறகு

இவரது மண்வெட்டி ஓய்ந்து விட்டது. நல்லசாமிக்கு இப்போது வேலையே இல்லை எனலாம்..அவருக்கு நிரந்தர வருமானமும் இல்லாமல் மகளின் செலவையும் கவனித்து கொள்ள மிகவே சிரமப்படுகிறார். வீட்டில் வளர்க்கும் இரண்டு ஆடுகளுக்கு முன்பு போல் பச்சைப்புற்கள் பறித்து போடமுடியாத படி பூமி தரிசுபோல் ஆகி விட, அவைகளுக்கு உண்ண கொடுக்கும் பலா இலைகளை விலை கொடுத்து வாங்கும் நிலை வந்துவிட்டது. ஒரு கட்டு பலாங்கொளை இருபது, இருபத்தியைந்து ரூபாய் என்றாகி விட்டது.

இங்கிருந்து சாமியார்மடம் சந்தைக்கு மாலை மூன்று மணிக்கு சைக்கிளில் கிளம்பினாரென்றால் மூன்றரைக்கு போல் சந்தைக்குள் போய் விடுவார். சந்தையில் விலைக்கு இறக்கப்பட்டிருக்கும் கட்டு கட்டான கொளைகளை பார்க்கும் போதெல்லாம் அவருக்கு வருத்தம் வந்து விடும்.

இடுப்பில் ஒரு அறுப்பத்தியை சொருகிக்கொண்டு சும்மா ஒரு சுற்று சுற்றி வந்தாலே தொட்டாளியும் காரக்காய் கொளையும், பிலாங்கொளைகளும் அலாக்காக அறுத்து இரண்டு மூன்று கட்டு கொண்டு வந்து திண்ணையில் போட்டால் சில நாட்களுக்கு ஆடுகளுக்கு வயிராற, நிறைவாக உணவாகி விடும். பச்சையான இலை தளைகளை தின்று வளரும் ஆடுகளும் கொழுப்பான சதை மினுப்போடும், மடி கனக்கும் பாலோடு நிற்பதை பார்க்கவே சந்தமாகயிருக்கும். இப்போது வீட்டில் உள்ளவர்களின் வயிறைச்சுருக்கி, ரூபாய் கொடுத்து வாங்கி போடும் கொளைகளில் ஒரு சத்தும் இருப்பதில்லை. எப்போதே வெட்டிப்போட்ட கொளைகளில் வெள்ளம் தெளித்து அதை கூட்டி கட்டி, சந்தைக்கு விற்பனைக்கு கொண்டு வரும் போது இலை தொளிந்து கம்பு காயந்து எதோ சில இலைகள் மட்டும் ஒட்டியிருக்கும்..இவற்றை வாங்கிப்போடும் ஆடுகளும் இப்போதெல்லாம் பழைய கொழுப்போடு இல்லை என்பதே உண்மை. எனினும் ஆடுகளை பட்டினிப்போட முடியாது என்பதற்காக, தினம் பத்திருபது ரூபாய் ஆடுகளுக்கான கொளைகளுக்காக தள்ள வேண்டியிருக்கிறது. இப்போதெல்லாம், லீமாவும்

‘ஆடுகளை இந்த நிலையில நம்மளால வளக்க முடியாது ஓய்.. இதுகளை வித்து தள்ளியிட்டு சீவனை வச்சிட்டு இருக்கலாமுண்ணு தோணுது’ புலம்பிக்கொள்வாள் மனைவி.

ஒரு கிலோ நயம் கடலை புண்ணாக்கு அறுபத்திரெண்டு ரூபாய் விற்கும் நிலையில் இரண்டு ஆடுகளுக்கும் ஒரு கிலோ வாங்கி நக்கி நக்கிப்போட்டாலும் இரண்டு நாளைக்கு மேல் போதவில்லை. தினம் அதுகளுக்கும் நான்கு வேளை தண்ணிக்காட்ட வேண்டியிருக்கிறது. ஒரு காலத்தில் ஆடுமாடுகளை வளர்க்க பணம் போட வேண்டிய தேவையிருந்திருக்க வில்லை. சுற்றிலும் அந்த அளவுக்கு புற்பூண்டுகள் கிடந்தன.. ஊறபானைகளில் ஊற்றும் அரிசி கழுவும் வெள்ளத்தில் பழதொலிகளைப்போட்டுக்கொடுத்தாலே போதுமென்று இருந்த நிலை இப்போது இல்லை. பணம் போட்டு பராமரித்தாலும் இதுகளுக்கும் நோய் நோக்காடுகள் வந்து தொலைகிறது.

மருத்துவ டாக்டருக்கும் சில சில்லறைகள் எறிய வேண்டியிருக்கிறது.. ஆயினும் ஒரு காலத்திலிருந்தே வீட்டில் ஆடுகளை வளர்த்தவருக்கு கைமாறி தள்ள மனதில்லை. வாயில் போடுவதை அதுகளுக்கு நீட்டிக்கொடுத்து பழகிய பாசத்தை அறுத்தெறிய முடியவில்லை. ஏதேதோ சிந்தனைகளுடன் சந்தையை நோக்கி சைக்கிளில் போன நல்லசாமி, முதலில் பேரன்களுக்கான உண்ணியப்பத்தை வாங்கிகொண்டார்.

சந்தையில் இன்று மீன்பாடு அதிகமாக இருப்பது போல் விற்பனையாளர்களின் குரல் ஓங்கி ஒலித்துக்கொண்டிருந்தது..

‘வா வா சாளை முப்பது..சாளை முப்பது..’ ‘நெத்திலி கூறு அம்பது’ என்று சத்தங்கள் கேட்க நல்லசாமிக்கு மீன் வாங்க வேண்டும் போல் தோன்றியது. முன் கூட்டி போட்ட கணக்கில் மீன் வாங்கல் இல்லையென்றாலும் ஆசை உந்தி தள்ளியது.

மீன் கடைக்குள் நுழைந்தார். எல்லாம் விலையேறி போன நிலையை நினைத்துக்கொண்டார்.

'எங்காலத்துல ஒரு பலகை நெத்திலி ஒரு ருவாயிக்கி வேங்கியிருக்கேன். கூறுப்போட்ட கீரிச்சாளை ஒரு பலகை ரெண்டு ருவாயிக்கி வேங்கியிருக்கேன். தெரச்சி மீனு மூணு ருவாயிக்கி வேங்கியிருக்கேன்..ஒரு கிலோ மருச்சினி கிழங்கு மூணு ருவாயிக்கி வாங்கி சட்டி மயக்க தின்னுருக்கோம்..ஹோ அதெல்லாம் என்ன ஒரு காலம்...'

அருகே நின்ற கல்தேங்காய் மரத்தின் வீதியான இலைகளில் இரண்டு மூன்றைப்பறித்து அதை விரித்துப்பிடித்தப்படி நெத்திலி மீன் விற்பவரிடம் நீட்டினார்.

"ஓய் அரக்கூறு நெத்திலி வாரும்.."

வாங்கிக்கொண்டவர் இலையோடு மீனை மடக்கி, தனது பைக்குள் போட்டுக்கொண்டவர், கிழங்கு வியாபாரியின் பக்கம் பார்வையை திருப்ப மறுத்தார். இனி கணக்குப்படி கிழங்கு வாங்க முடியாது என்று தீர்மானித்துக்கொண்டு, பலா இலைக்கட்டுகள் கிடந்த இடத்திற்கு நடந்தார். வழக்கம் போல் கொளை வாங்கும் வியாபாரியிடமிருந்து பார்த்து பார்த்து ஒரு கெட்டு கொளையை விலை பேசினார்.

"ஓய் ஒமக்குப்பிடித்த ஒரு கெட்டு கொளையை எடும்"

தினமும் வாங்கிக்கொள்ளும் உரிமையில் வியாபாரி இவரிடம் சொல்ல, நல்லசாமியும் ஒரு கெட்டுக்கான ரூபாயை கொடுத்து விட்டு கட்டி வைத்திருக்கும் ஒவ்வொரு கெட்டு கொளைகளையும் திருப்பி திருப்பி பார்த்தார். இரண்டு அல்லது மூன்று கொப்புகளை கட்டி வைத்திருப்பதில் பாதியும் கம்பும் களிக்கலுமாகவே தெரிந்தன. இனி என்ன செய்வதென்று சுண்டை பிதுக்கிக்கொண்டு ஒரு கெட்டு கொளையை தூக்கிய போது அதன் அடிப்பாகத்தோடு பிணையப்பட்ட இன்னொரு கெட்டு கொளையும் தொற்றிக்கொண்டது. தொற்றிக்கொண்ட கொளை கட்டை உதறிப்போட எத்தனித்த நல்லசாமி ஒரு நிமிடம் தடுமாறினார்..வியாபாரியைப்பார்த்தார்.. வேறு ஒருவரோடு விலை தர்க்கம் நடத்திக்கொண்டிருந்தார். ஒட்டிக்கொண்ட கொளைக்கட்டை இப்போது இவரால் உதறமனமில்லை..

இப்படியே தூக்கிக்கொண்டு சைக்கிளில் வைத்து போய் விட்டால் அவனுக்கொன்றும் தெரியப்போவதில்லை. நாளைக்கும் கொளை வாங்க பைசாயில்லை. இந்த ஒரு கெட்டு கொளை கிடைத்தால் நாளைக்கும் சமாளிக்கலாம். இதெல்லாம் ஒரு தப்பேயில்லை.

இவனே காய்ந்த கொளைகளை தானே கொள்ளை லாபத்தில் விற்கிறான். இதெல்லாம் தப்பில்ல.. நானா கேட்டு மறு கெட்டு கொளையும் ஒட்டியிட்டு வந்து. அது தானாக வருது.. எதோ ஆண்டவனா தாறது போல வாற கொளையை எதுக்கு உதறித்தள்ளணம்.? ஒலகத்துல அவனவன் எனென்ன கொள்ளை அடிக்கிறான். பணம் காசுக்காக கொலை வரைக்கும் செய்றான். நான் அப்படி என்ன செய்துட்டேன்.. ஒரு கெட்டுகொளை ஆக இருபது ருவாயிக்க வக..

மனதை வலுப்படுத்தி கொண்டு தான் வாங்கிய கொளையோடு ஒட்டிக்கொண்டு வந்த மற்ற கெட்டு கொளையையும் சேர்த்து எடுத்து சைக்கிளில் வைத்து கட்டிய போது அவர் முகம் வியர்த்து விட்டது.. சந்தையை கடக்கும் வரை மனம் படக்படக்கென்று அடித்துக்கொண்டது.. பின்னாலிருந்து வியாபாரி..

ஓய் நல்லசாமி, எத்ன கெட்டு கொளை கொண்டு போகுதுண்ணு கேட்டா என்ன செய்வேன்.. சந்தை தாண்டும் வரை அவரது மனசிடிப்பு குறையவில்லை.. காட்டாத்துறை அருகே வந்த போது கொஞ்சம் பயம் விட்டிருந்தது.. வழியில் மாதா குருசடி வந்ததும் சைக்கிளை நிறுத்தினார். வியர்த்த முகத்தை தலையில் கட்டியிருந்த துண்டை கழட்டி துடைத்தவரின் பார்வையில் தென்பட்ட காணிக்கைப்பெட்டி கண்ணை உறுத்த குற்ற உணர்வில் மனம் குடைந்துக்கொண்டது.. சட்டை பையை தடவி இரண்டு ரூபாய் துட்டை எடுத்து காணிக்கைப்பெட்டியில் போட்ட போது அவர் கண்கள் கலங்கியே விட்டன..

யப்பா இந்த உலகத்துல என்னென்ன அநீயாயங்களை நடத்துகிறவனும் எப்படித்தான் நிம்மதியா உறங்கியானோ! இதெல்லாம் ஒரு தப்பா? தப்பே இல்லை.. நானென்ன

பெரிய பணக்காரனா?அத்தப்பாடி ஒரு கெட்டு கொளையை எடுத்துட்டேன். அதுவும் நான் வாங்குன கொளைக்க கூட வந்ததுனால தானே எடுத்தேன். மீண்டும் மனதை சமாதானப்படுத்தி விட்டு சைக்கிளில் வீட்டுக்கு வந்துக்கொண்டிருந்த போது சைக்கிளின் பின் பகுதியில் கட்டி வைத்திருந்த கொளைக்கட்டின் மேல் சொருகி முடிந்து வைத்திருந்த பையிலிருந்து எதுவோ விழுவது போலிருக்க, திகிலோடு திரும்பி பார்த்தார்.

மீன் சஞ்சிக்கு மேல் பொதிந்து வைத்திருந்த உண்ணியப்ப பொதியல் அற்று அதிலிருந்த இரண்டு உண்ணியப்பங்கள் சாலையில் உருண்டுப்போக ஆவேறிப்போனார் நல்லசாமி..

வேகவேகமாக சைக்கிளின் ஸ்டேண்டை போட்டு நிறுத்தி தரையில் விழுந்த பண்டத்தை எடுக்க ஓடினார்.

மனதிற்குள் பேரன்கள்.. என் உண்ணியப்பம்,என் உண்ணியப்பம் என்று அலறிக்கொள்வது போலிருக்க.. அதிவிரைவாக உண்ணியப்பங்களை கையில் எடுக்க ஓடினார், ஆனால் இவரை முந்திக்கொண்டு, பிள்ளைப்பெற்று தெருவில் கிடக்கும் பசியுற்ற பெட்டை நாயொன்று தன் குஞ்சுகுறுமான குழந்தைகளோடு அந்த உண்ணியப்பங்களை வாயில் கவ்வி கொண்டு ஓடியது.. கலங்கிப்போனார் நல்லசாமி.

ஆக என்ன தப்பு செய்துட்டேன்..கோடி கோடி தப்புசெய்றவங்களை தண்டிக்காம என்னைப்போல உள்ள அத்தப்பாடிகள் வாழ்க்கை தேவைக்காக இரப்பதை குற்றமா பார்க்கிற கடவுள் மேல் வருத்தம் வந்து முட்ட, சைக்கிளில் கட்டி வைக்கப்பட்ட அந்த கொளைக்கட்டை வெறுப்பாக பார்த்தார் நல்லசாமி.

○

4. சிமி

நவம்பர் மாதத்தின் இரண்டாம் தேதி.

கருமை படர்ந்து வரும் மாலை நேரம், அதோடு இதமான குளிர் பரவும் வேளையுமாக இருக்க, கல்லறை தோட்டம் முழுவதும் ஆட்கள் நிரம்பி நின்றார்கள்..அங்கு நின்றவர்களின் முகங்கள் சோகமாக தொங்கின.

நவம்பர் 2-தேதி என்றாலே இறந்தோர்களின் நினைவு நாள் என்கிற வகையில் செத்து போன சொந்த பந்தங்களின் நினைவுகள் சூழ, உயிரோடு இருப்பவர்கள் கல்லறை தோட்டத்தில் கூடி வந்து தங்கள் உறவினர்களின் கல்லறைகளில் பூக்களாலும், பூ மாலைகளாலும் அலங்கரிக்க துவங்கினார்கள். மெழுகுவர்த்திரிகள், சாம்பிராணிகளென கொளுத்தி வைக்கவும் துவங்கினார்கள்.

கல்லறைத் தோட்டம் வானுலகம் போல் வெளிச்சத்தாலும், நறுமணத்தாலும் மிதக்க துவங்கியது. கல்லறைகளின் அணி வகுப்புகளில் கொளுத்தி வைத்த மெழுகுவர்த்திகளின் ஒளி முனைகள் காற்றின் அசைவுக்கு ஏற்றப்படி இங்கும் அங்கும் வளைந்து அலைந்து நின்றன.

காலையிலிருந்தே ஆட்கள் கல்லறைத் தோட்டத்திற்கு போவதும் வருவதுமாக இருந்தார்கள்.

எல்சி தன் தகப்பனின் அருகே நின்றாள்.

எல்சியின் தகப்பன் தாசப்பன் தன் அம்மா, அப்பா, சகோதரியின் கல்லறை மேட்டில் கண்ணீரோடு பூக்களை வைத்தான். கையிலிருந்த மெழுகுவர்த்திகளை கொளுத்தி

வைக்கையில் மனுசனின் கண்களிலிருந்து கண்ணீர் வழிந்ததை கவனித்தாள் எல்சி. சங்கடத்தால் வீங்கிய முகம் விம்மி விம்மி அழுவதைக் கண்ட எல்சியால் அழுகையை கட்டுப்படுத்த முடியவில்லை.

'ப்பா.. கரையாதேயுமுப்பா.. தகப்பனின் தோளோடு சாய்ந்து சொன்னாள்..

தாசப்பனுக்கு தன் தாய் தந்தையின் பிரிவை விட, தன் சகோதரி சரோசா சாவு தான் அதிக கலக்கத்தைக் கொடுத்துக்கொண்டிருக்கிறது இப்போது வரைக்கும்...

தாசப்பனுக்கு ஒரே ஒரு தங்கச்சி மட்டுமே உண்டு. கல்யாணம் பேசி ஒழுங்காகி வந்த சமயத்தில் காய்ச்சலென்று படுத்தவள் தான், அந்த காய்ச்சலுக்குள் வேறு என்ன விசித்திர வியாதி இருந்ததோ தெரியவில்லை மூன்றாவது நாள் செத்து போனாள். பதிநான்கு வருடங்களாகி விட்டது சகோதரி செத்து, ஆனாலும் இப்போதும் தாசப்பனால் தாங்கவே முடியல. வீட்டுச்சுவரில் வைத்திருக்கும் சரோசாளின் படத்தின் முன் போய் நின்று தினம் ஒரு சொட்டு கண்ணீராவது வடிப்பான். கல்லறைத்திருவிழா வந்து விட்டால் சொல்ல வேண்டாம் மனுசன் உடைந்தே போய் விடுவார்.

கல்லறைத் திருவிழாவில் கல்லறைத் தோட்டம் போய் நிற்க மனசுக்கு தைரியம் வேண்டும். இவ்வுலகை கடந்து போகும் ஊக்கம் வேண்டும்..அந்த அளவுக்கு, கல்லறை மேடுகளில் அந்தந்த சொந்த பந்தங்கள் கூடி நின்று அழுவார்கள் அழுகை. விசும்பலும், விம்மலும் பொட்டித்தெறிக்க அய்யோ என அலறி அழுவார்கள் சிலர். சொந்தங்களின் கல்லறை மேடுகளை கட்டிப்பிடித்து, வந்துரு வந்துரு என அழுவாங்க பலர். கல்லறைகளுக்கு மட்டும் வாய் இருந்திருந்திருந்தால் அது வழியே உள்ளே நுழைந்து அங்கு கிடக்கிறவர்களின் எலும்பையேனும் எடுத்து முத்தம் செய்ய பாசமோடு பலரும் நிற்பதை காண முடியும்.

எல்சி கல்லறைத்தோட்டம் முழுவதும் பார்வையை

அலையவிட்டாள். தன்னோடு படிக்கும் சுபாளின் அம்மா போன மாசம் இறந்து போயிருந்தாள். அந்த சுபாளும் அப்பாவுமாக அழுத படியே நிற்பது தெரிந்தது.. இது போலவே இவளுக்கு கதை சொல்லி கொடுத்த அல்போன்சா ஆன்ட்டியின் கல்லறை மேடு தெரிந்தது.. அய்யோ பாவம், அவள் கல்லறையருகே யாருமே தெரியவில்லை. அவள் கல்யாணமாகமல் வாழ்ந்தவள். அவளுக்கென அழ மாப்பிளையோ, மக்களோ என்று யாரும் இல்லாத காரணத்தால் ஒரு பூ கூட வைப்பாரு இல்லாமல் அனாதையாக கிடந்தது அவள் கல்லறை மேடு.

எல்சி என்ன நினைத்தாளோ என்னவோ, தகப்பன் வாங்கி வைத்த உதிரிப்பூக்களிலிருந்து ஒரு பிடி பூவை வாரி அல்போன்சாளின் கல்லறை மேட்டில் தூவினாள்.

‘பரிசுத்தமான உள்ளதோர் பேறு பெற்றோர்; ஏனெனில் அவர்களை கடவுளை காணுவர்' என்று அல்போன்சா ஆன்ட்டி சொல்லி கொடுத்த ஏழை லாசரின் கதை ஓர்மையில் வந்தது. எத்தனை எத்தனை கதைகளால் கோயில் முற்றம் கூடிய அல்போன்சாளின் வாய் இப்போது எப்படி இருக்குமோ? அவள் நாக்கு என்ன நிலையில் இருக்குமோ..நினைத்தவள் தன்னை உதறினாள்.

நல்லவர்களின் ஆன்மா கடவுளின் கையில் இளைப்பாறும் பிள்ளே – என்று சொல்லி சொல்லியே வாழ்க்கையை ஓட்டியவளின் கல்லறை மேடுகளில் தெரிந்த அமைதி என்னவோ செய்தது எல்சியை. அல்போன்சாளின் கல்லறை மேடை போலவே ஆங்காங்கே சில கல்லறை குழிகள் அனாதைகளாகத் தெரிந்ததை கவனித்த எல்சியின் மனதில் அவள் சிமி வந்து நின்றான்..

அவனுக்கு யாரு மெழுவுத்திரி கொளுத்துவது? அவன் கல்லறை மேட்டில் யாரு பூக்கள் வைப்பது? நான் இல்லியா வைக்கணும். பாழ் இருளும்,பயங்கரமான நாற்றமும் அழுகையும் கொண்ட நரகத்தில் சிமி போய் சேர்ந்திருந்தால் அவன் ஆன்மாவை யார் மீட்பது? அவனுக்கான

பூசை காரியங்களை நான் தானே செய்ய முடியும்?

சிமி கனமான பாவம் செய்கிறவன் இல்லை..

'ப்பா, சிமிக்கும் ஒரு மெழுவுத்திரி. அவனும் ஒரு ஆன்..மா ஆயிட்டான் இல்லாப்பா..பூசை வச்சணும், மொழுவுத்திரி கொளுத்தணும்..

சிமி என்று சொன்னால் அம்மாவுக்கோ, அப்பாவுக்கோ பிடிக்கவே இல்லை.

சிமுந்தேரி ஆயிட்டு, இல்லண்ணா இப்ப ரெண்டு அடி பட்டிருப்ப..

எல்சியை கடிந்தார். அவள் பார்வை தாயிடம் போயின.. கல்லறைத்தோட்டத்தின் மேல் பக்க வரிசையில் மூன்றாவது கிடக்கும் கல்லறை மேட்டில் சாய்ந்து குமுறி குமுறி அழுதுக்கொண்டிருந்தாள் தாய் ஆஞ்சில்.

ஆஞ்சிலின் பத்து வயது பிராயத்தில் அவள் அண்ணன் பிரவின் செத்துப்போனான். அண்ணனும் தங்கச்சியுமாக குளத்தில் குளிக்க போயிருக்கிறார்கள். குளம் முழுக்க தாமரைப் பூக்கள் பூத்து நின்றதைக் கண்டவள் அண்ணோ தாமரை தாமரையிண்ணு கை நீட்டியிருக்கிறாள் ஆஞ்சிலு. வழக்கமாக தங்கச்சியாருக்கு பூ பறிச்சிக் கொடுக்க குளத்தில் சாடுகிறவனுக்கு அன்னிக்கு என்ன விதி இருந்தோ என்னவோ? சாடி முக்குளிச்ச வேகத்தில குளத்துக்குள் நின்ற கலுங்கில் போய் தலை முட்டியது..

தாமரைப் பூவோடு தமையன் முக்குளிச்சி எழும்புவான் என்று கரையில் நின்ற ஆஞ்சிலுக்கு மட்டுமில்ல, பலருக்குமே அன்னிக்கு பேரதிர்ச்சியே கிடைத்தது. அவன் சாடிய இடத்தில் இரத்தம் மிதந்து வர, ஆஞ்சிலு அய்யோ அண்ணோண்ணு அலற, கூடி நின்றவர்கள் குளத்தில் சாடி தலை பொட்டி செத்துப்போனவனை கரையில் தூக்கி கிடத்துன காட்சி இருபது வருசம் ஆன பிறகும் ஆஞ்சிலை விட்டு போகவே இல்ல. அன்னிக்கு பதிநாலு வயசு சிறுவனாக செத்தவன் அதே ரூபத்துல

வந்துர மாட்டானாண்ணு தமையனின் குழி மேட்டில் தலையை உருட்டி அழுதவளை கண்டாள் எல்சி.

எப்பவோ செத்த தமையனுக்க சோகம் அம்மையிக்கி போகல, இது போல அப்பனுக்க தங்கச்சி செத்த வருத்தம் அவருக்கும் போகல..ஆனா என் சிமி செத்து வெறுமனே இன்னிக்கு ஏழு நாள் தான் ஆகுது.

சிமியின் கறுப்பும், உருளும் கண்களையும் நினைத்ததும் உடனே பார்க்க வேண்டும் போல் வலி பிணைந்தது..

'விசம் தின்னு சாகிறவங்களுக்கு மோட்சத்துல இடமே இல்ல..' அல்போன்சா ஆண்ட்டி சொல்லி கொடுக்கும் கதை ஓர்மையில் சாட, எல்சிக்கு வியர்த்தது.

'இயல்புக்கு மீறிய படி விசம் தின்றாலோ, எதேனும் விபத்தில் இறந்தாலோ, தற்கொலை செய்தாலோ அந்த ஆன்மா அமைதியில்லாமல் அலைந்து கொண்டே கிடக்கும். அதுனால யாருக்குமே இப்படியொரு சாவு வராம இருக்க நாம பிரார்த்திக்கணும்..'

அல்பொன்சா ஆண்ட்டி சொன்னது ஞாபகத்தில் வந்தது. அப்படியானால் சிமியின் ஆன்மாவுக்கு இளைப்பாற்றி இல்லையோ?

சுற்றி வீசிய குளிர் காற்றின் ஓசையை உன்னிப்பாக கேட்டவள்.. அலையும் காற்றிற்குள் சிமியின் குரல் கேட்கிறதா என காதை கூர்மையாக்கினாள்.

சிமியொன்றும் விசம் தின்னு சாகும் கோழையல்ல..ஆனால் அவன் விதி அப்படி தான் ஆனது.

ஆன்மாக்கள் நிற்கதி பெற்று மோட்சம் போக வேண்டுமென்றால் ஆன்ம இளைப்பாற்றிக்கான பூசை வைக்கணும். அடிக்கடி கல்லறை மந்திரிக்கணும். என்று வீட்டில் அம்மாக்காரி, அப்பங்காரனெல்லாம் தங்கள் சகோதரங்களுக்கு பூசை வைப்பார்கள். என் சிமிக்கும் ஆன்ம இளைப்பாற்றி பூசை

வைக்கணும்...அவன் கல்லறையும் மந்திரிக்கணும்.

சிமியின் நினைவிலே நின்றவள் தள்ளையை பார்த்தாள். அவளை பிடிக்க பத்து பேர் உண்டெனில் போதாது என்பது போல் தமையனின் குழி மேட்டில் கிடந்து அழுதாள். எல்சி அவளருகில் போனாள்..

'தாமரப்பூ கேட்டேண்ணு அய்யோ அய்யோ..எஞ்செல்ல அண்ணன் சாடுனானே எல்சி மோளே..அவனுக்க சிரிப்பழகும் போச்சே செல்ல எல்சி மோளே. தங்கச்சி தங்கச்சியிண்ணு என்னே ஒரு சினேகம் காட்டுனான் எனக்க அண்ணன்..ரெண்டு பேருக்கும் ஒரு கிடப்பிடம்..ஒரே பாத்திர சோறு, ஒரே மூடுதுணி அய்யோ அண்ணோ..'

அம்மாக்காரி அவள் தமையனை சொல்லி சொல்லி ஒப்பாரி வைப்பது போலவே கல்லறை தோட்டம் முழுவதும் அழுகையும், விசும்பலுமாக காட்சியளித்தது. எல்சி விரக்தி கொண்டவளாக சிமுந்தேரி காம்பவுண்ட் சுவரில் சாய்ந்தாள். காம்ப்பவுண்ட் சுவரில் பூத்துக்கிடந்த தாளு பூக்களில் கூட சோகம் தெரிவது போலிருக்க அவள் மனம் சிமியிடமே கறங்கியது..

'சிமி இங்க வா..'

மனசு உருகி அழைத்தாள்.

சிமியின் கனமான நினைவில் ஆழப்பட்டவள், தன் வலியை கொஞ்சமும் புரியாத தாய் தந்தையை விரக்தியாக பார்த்தாள்.

சிமி என்னை விட்டு போன பிறகு, என் உலகம் எவ்வளவு இருட்டாக மாறி விட்டது. அப்பாவுக்கும் அம்மாவுக்கும் அவங்க ஆசைபடியே வாழ்ந்தா மட்டும் தான் இந்த எல்சியை பிடிச்சும்.

பக்கத்தில் உள்ள கனகம் மாமியின் பயலுவா, என் தோலின் நிறத்தை வைத்து 'கறுத்தா' என அழைப்பாங்க. அப்போதெல்லாம் மனசு பெருமி அழுகையில் ஆறுதலாக இருந்த சிமி கையில் கிடைத்தால் எப்படியிருக்கும்? கற்பனை செய்தாள்..

'செத்துப்போன லாசருக்கெல்லாம் இயேசு உயிரு கொடுத்ததா கோயிலுல சாமி சொன்னாரே, அது போல என் சிமியையும் உயிர்ப்பிச்சி வர வச்ச மாட்டாரா இயேசுகெஞ்சினாள்.

அடக்க இயலா கண்ணீர் வழிந்தோடியது. சிமி இல்லாமல் ஆன பிறகு ஒழுங்காக சாப்பிடாத உடல் கூடு கிடுங்கியது.

'அம்மோ ஓ..'

தாயை அழைத்தாள்..தமையனின் குழி மேட்டில் கிடந்தவள் தலையை உயர்த்தினாள். கண்ணீர் அவள் கன்னங்கில் கோடிழுத்துக் கொண்டிருந்தது..

'வா வந்து ஒன் மாமனுக்கு மொழுவுத்திரிக் கொளுத்து. அவன் மட்டும் இப்ப இருந்திருந்தா உன்னை ராசகுமாரி போல பாத்துருப்பான்.. ஒனக்கும் யோகமில்ல, அவனுக்கும் யோகமில்ல..'

தாயின் அருகே சென்று மெழுகுவர்த்தி கூடுகளை பிரித்து கொளுத்த துவங்கினாள். மெழுகு விளக்குகள் எரிய எரிய விசம் தின்னு மரத்து போய் கை கால்களை தூக்கி கொண்டு, கண்கள் வெளித்தள்ளி கிடந்த சிமியின் தேகம் மன ஓர்மையில் வந்தது. கைகள் நடுங்கி போய் மெழுகுவிளக்குகள் ஆடின..

'ம்மா கல்லறைக்க மேல கொளுத்தி வச்சா இந்த வெட்டம் கல்லறைக்குள்ளால எப்பிடியம்மா போகும். அங்க கிடக்கிய மாமாயிக்கி இந்த வெட்டம் தெரியுமா? கேட்டவளை உறுமினாள் ஆஞ்சில்.

ஒரு சின்ன வெளிச்சம் கூட இல்லா நிலையில் மூடி போட்ட மண்ணுக்குள் தனியே கிடக்கும் ஆள்காரங்களுக்கு இம்மெழுவுத்திரி வெட்டம் உதவினால் என் சிமிக்கும் உதவுமே.. இருட்டு என்றாலே அவனுக்கு அவ்வளவு பயம் அல்லவா? அவனுக்கும் வெளிச்சம் கொடுக்க வேண்டுமே..

'அம்மோ சிமிக்கு கல்லறை மந்திரிப்பும், ஆன்ம ஈடேற்றத்துக்கான பூசையும் வைக்கணும்..' படாரென சொல்லி

விட்டாள்.

'அவன் என்ன ஒனக்க மாப்பிளையா?' கோபத்தை இடுக்கி வைத்து கேட்டாள்.

சிமிக்கோ தன் சிமியும் நாலு பேரை போல மோட்சம் போகணும்..அங்கு கிடக்கும் பேரின்ப ஒளியில் அவன் ஆன்மா கிடக்கணும். மோட்சத்தில் பூத்து குலுங்கும் பூக்களின் நறுமணத்தை சுவாசிக்கணும். அருவியும், ஓடையும் பாயும் இன்பவனத்தில் பிதாவாகிய சர்வேசுரன் உலவும் மோட்ச வீட்டில் எனக்காக அவன் இடம் போட்டு வச்சிருக்கணும்..அதுக்கான ஒரே வழி அவன் ஆன்மாவுக்கு ஒப்பு கொடுக்கும் பூசையே..

எல்சி சிமியின் சிந்தனையில் உறைந்து நிற்கையில் சாமி கல்லறைத் தோட்டத்தில் நுழைந்தார். கூடி கூடி அழுதவர்களெல்லாம் கல்லறை மந்திரிப்பு செபங்களுக்கு எழும்பி நின்றார்கள். ஆஞ்சில் தன் கையில் இருந்த பர்சை, எல்சியின் கையில் கொடுத்து விட்டு தலையை சுற்றி முக்காடு போட்டாள். சாவே உன் வெற்றி எங்கே? சாவே உன் கொடுக்கு எங்கே? சாவுக்கு சாவு மணி அடித்தவர் இயேசு என்கிற பவுலடியாரின் வாசகங்களை வாசித்த சாமியார் கல்லறை மேடுகளை மந்திரிக்க துவங்கினார்.

சாமியின் பின்னே வந்த பாட்டுக்காரிகள், மரித்த விசுவாசிகளின் ஆன்மாக்கள் மீது மனமிரங்கி ஆண்டவரே இன்பசாந்தி தாரும்.. உருக்கமாக பாடியதை கேட்டு தங்களுக்குரியவர்களை நினைத்து உருகினார்கள் உறவினர்கள். எல்சியின் மனதில் சிமியின் ஆன்ம மீட்பே முன் நின்றது..

சாமி மந்திரித்து பிரார்த்தித்து முடிந்ததும், ஆன்மாக்கள் பூசைகள் வைக்க வேண்டியவர்களின் பெயர் குறிப்பை எழுத உபதேசியார் பூசை நோட்டோடு நின்றார். வரிசையாக சிலர் போய் நின்று தங்கள் உறவினர்களின் பெயர்களைச் சொல்லி கல்லறை மந்திரிப்பு பூசைக்கான ரூபாயை கொடுக்க துவங்கினார்கள். அந்த வரிசையின் கடைசியில் போய் நின்றாள் எல்சி..

மகள் யாருக்காக இப்படி போய் வரிசையில் நிற்கிறாளென்று தகப்பனும், தள்ளையும் பார்த்தார்கள். உபதேசியின் அருகில் போன எல்சி, தன் கையில் இருந்த தாயின் பர்சைத் திறந்து அதிலிருந்து நூறு ரூபாயை எடுத்துக்கொடுத்தாள்..

'இறந்த ஆளு பேரு என்னம்மா?'

'சிமி..' இவள் சொல்ல இதைக்கேட்டு நின்ற தாயும், தந்தையும் திகைத்துப் போனார்கள்.

'கல்லறை மந்திரிப்பு உண்டாம்மா?'

'ஆமா..'

'கல்லறை வெளிக்கல்லறையிண்ணா சாமியை வந்து கூட்டியிட்டு போணும். சரியாம்மா..'

'சரி..' என்றவளின் மனம் குறுகுறுத்தது..

'சாமி எப்ப பூசை வைப்பாரு?'

'நாளைக்கு காலையில..'

'அவருக்க பூசையில எஞ்சிமி மோச்சம் போவான் இல்லியா? அவனுக்க ஆன்மா விண்ணகம் போகுமில்லியா'

கேட்கும் முன் குரல் உடைந்த மகளால் கலங்கினார்கள் பெற்றோர்கள்.

கல்லறை மந்திரிப்பு முடிந்து வீட்டில் வந்தார்கள்.

வீட்டின் பின் பக்கம் கூடி நின்ற செம்பருத்திச் செடிகளின் மூட்டில் சிமியை புதைத்த இடத்தின் மேல் இரண்டு மூன்று மெழுகுவர்த்திரிகளை கொளுத்தி கண்ணீரோடு நின்ற மகளை அதிர்ச்சியாக பார்த்தார்கள் பெற்றோர்கள்.

'எனக்கு கிடச்சிய பண்டமெல்லாம் உனக்கு தந்தும் ஏன் கனக மாமியிட்ட போய் பண்டம் களவாண்ட?. அதுனால தானே அவா ஒனக்கு விசம் வச்சா. எனக்கு காச்சல் வருகிறப்ப

எல்லாம் கிடச்ச பண்டமெல்லாம் உனக்கு தானே கொடுத்தேன். ஆனாலும் நீ அவளுக்க வீட்டுல ஏறி சாடி பண்டத்துல வச்ச விசம் தெரியாம தின்ன?. எனக்கினி யாருண்டுல சிமி..கறுப்பியிண்ணு எங்கம்ம அழைக்கிறப்ப நீ நாக்கால வருடி குணுஞ்சி ஆறுதல் தருவியே எனக்கினி யாரு சிமி. நீ மோச்சம் போக வேண்டி ஒனக்கு பூசை வச்ச பேரு கொடுத்திருக்கேன் இன்னா. மோச்சம் கிட்டினதும் எனக்கும் உன் பக்கத்துல இடம் போட்டுருப்பியா.

கண்களை மூடி சிமியோடு பேசும் ஒன்பது வயசு மகளின் கண்ணீர் கோலம் காண சகியாமல் பெற்றவர்கள் மிரண்டனர்.

வெறும் ஒரு பூனை தானே சிமி, அதன் சாவில் அப்படியென்ன ஒரு வலி இருக்க முடியும்? என்கிற தங்களின் நிசார சிந்தனைகள் அப்படியே தவிடு பொடியாக குலைந்து போயின...

சிமியை புதைந்த இடத்தில் கொளுத்தி வைத்த மெழுகுவர்த்திகளின் ஒளியில் மகளின் முகத்தில் தெரிந்த பரிசுத்தம் கண்டு விங்கினார்கள்.

'சின்ன ஜீவன்களின் சினேகத்தில் பெரிய உலகம் கட்டி வாழுறா நமக்க மொவா.. அவா நம்பிக்கை படியே சிமியின் ஆன்மா அவளை தேற்றும்..'

மனைவியோடு மெதுவாக சொன்ன தாசப்பனின் மனம் கனத்தது.

5.வெற்றுப்பக்கங்கள்

இரவு மணி பத்தரை தாண்டியிருந்தது...

அபிக்கு தூக்கம் வரவேயில்லை.. புரண்டு புரண்டு படுத்துப்பார்த்தாள். ம்கூம் அவள் மீது உறக்க நாதன் இரக்கம் காட்டவேயில்லை.. பசியுற்ற பெண்ணுக்கு ஏது தூக்கம்? பெரு மூச்சு விட்டப்படியே காலை நீட்டினாள்..தொடை வாக்கில் அவள் வீட்டு பூனையும் சுகமாக உறங்கிக்கொண்டிருந்தது. இவள் கால் நீட்டியதால் அதன் உறக்கமும் கலைந்து போனது. நட்டு நடு ராத்திரி என்றுமில்லாமல், மியாவ் மியாவ்.. பெருங்குரலெடுத்து அழ துவங்கியது பூனை. இராத்திரிக்கு பொருந்தாத அதன் கரச்சல் கேட்டவள்..காலால் உதச்சி தள்ளினா பூச்சையை..

'என் அவுட்டுக்கு இடையில தான் ஒனக்கு ஒறக்கம் வருமோ.. போ அந்தாக்குல ஒளிஞ்சி..'

பூச்சை சுவரோடு போய் சள்ளென மறிந்து விழ, அதன் கண்கள் அபியையே பாவம் போல் பார்த்தன.. இவளுக்கு அடுத்த கணமே பூனையின் மேல் பரிதாபம் பொங்கியது.

'ஆக கூடி எங் கூட்டாக உள்ள ஒரே ஜீவன் இந்த பூச்சை மாத்திரமே இதைப் போய் ஏன் இப்பிடி சவுட்டினேன்.. தூரத்துலண்டு வரும் போதே, வாலையும் ஒயத்தியிட்டு மியாவ்.. மியாவுண்ணு காலுலோட்டு குழஞ்சி விழுற பூச்சையிக்க சினேகம் கூட கெட்டுன மாப்பிளையிட்டண்டு கிட்டேலியே.. '

நினைத்தவள் தன் சினேக பூனையை கை நீட்டி எடுத்தாள். இவள் எடுப்புக்கு காத்திருந்தது போல பூனையும் குணைந்து கரைந்தது.

'ஒனக்கு என்ன அறியணும்? தின்னணும்.. உறங்கணும்.

இது போக உனக்குண்ணு ஒரு ஆசா பாசம் வந்தா அதுக்கொரு கட்டுப்பாடும் உங்க ஒலகத்துல எழுதி வச்சேல. நல்ல வேளை நீ மனுசனாப் பிறக்காம போன. அதிலும் பெண்ணா பிறக்காம போன..'

இவள் புலம்பல் பூச்சைக்கு கேட்டோ, இல்ல புரிந்ததோ தெரியல.. அப்பிடியே உர் உர்ண்ணு அபியின் மடியிலே கண்கள் ரெண்டையும் மூடிய படியே இருந்தது..

பூச்சையின் உறக்கத்தை இனியும் குமைக்க வேண்டாமென்று தன் பிதப்பின் மேல் படுக்க வைத்தாள். கீழே படுக்க வைக்க பூனையோ பலவந்தமாக மடியில் ஏறியது.. மெது மெதுவா கால் ஊணி மடியில் ஏறுகையில் அதன் விரல்கள் தொடும் இடத்திலிருந்து ஏறியது ஒரு வித கூசல்.. மாப்பிளை அசோக்கின் கை விரல்கள் ஓர்மையில் வந்தன..

பத்து விரல்களும் பக்குவமா நீண்டு நிற்க, அவைகளின் மேல் பரப்பில் கூடு போல் குமுறி நிற்கும் முடிகளை சோறு வாரி தின்னுகையில் பாத்துட்டு இருப்பாள். அந்த விரல்களால் தன்னுடலை உயிர்பிக்க போகும் ஒரு நாள் வருமாமென்று ஏங்கி போவாள்.

தூண்கள் ரெண்டு பொருத்தி விட்டது போல் அவன் சரீரக் கட்டிடத்திலாடும் கனத்த கைகளும், விரிந்த தோப்பியமும் கண்ட முதல் நாளே, நாங்கொடுத்து வச்சவா தான்.. மனசுக்குள் நினைத்தது வெறும் நினைவாகவே போனது.

முதல் இராத்திரியை நினைக்கையில், நெஞ்சங்கூட்டிலிருந்து நிராசையின் புகை மேலெழுபியது. கல்யாணத்தின் முன் எல்லா பெண்களையும் போல் முதல் ராத்திரியின் சொப்பனங்கள் அபிக்கும் இருக்கவே செய்தது. அக்கம் பக்கமுள்ள கூட்டுக்காரிகள் தங்கள் கலியாணங்களையும், முதல் ராத்திரி அனுபவங்களையும் சொல்லுகையில் ஒரு பக்கம் சிரிப்பு பொங்கும்; இன்னொரு பக்கம் ஒரு வித அச்சமும், திகிலும் பரவும். இப்படி தான், சுமிதா தன் கலியாணம் முடிந்து நடந்த முதல் ராத்திரி கதையை ரொம்ப பச்சை பச்சையா சொல்லி மாப்பிளைக்காரனை

ஒருவிதமாக சிரித்தாள்.

'ஆளரவம் ஒதுங்குன அடுத்த செக்கெண்ட் றூமுல வந்தான். நானும் என்னங்கிலும் பேசுவான், சிரிப்பாண்ணு நினச்சி காத்திருந்தா, ஓடி வந்தான் லையிட்டை அணச்சான்.. என்ன ஏதுண்ணு ஒண்ணுமே கேக்காம அமுக்கியிட்டாமுட்டி. நீக்கம்பு பிடிச்சவன் மாப்பிளை போலயா நின்னான். பலாசங்கம் செய்யுறது போல இல்லா நின்னான்.'

சுமிதா சொல்வதை கேட்டுட்டு நின்று சிரித்ததில் அபியும் ஒருத்தி..

'நல்லா சிரி அபி. ஒனக்கு வரம்ப தான் தெரியும் இதெல்லாம்..' அப்போதும் சிரிக்கவே செய்தாள் அபி.

...

வீட்டினருகில் உள்ள பிரவினோடு அபிக்கு காதல் இருந்தது. ஏதோதோ காரணங்களால் அந்த காதல் கை கூடாமல் போனது. பிரவின் வெளிநாட்டில் வேலைக்கி போகிறது வரைக்கும், அவன் குடும்பமும் அபியின் காதலை ஏத்துக்கிட்டாங்க. வெளி நாட்டில் நல்ல கம்பெனி, வேலை, சம்பளம் வசதியென ஆகி போன பிறகு பிரிவினின் வீட்டுக்காரர்கள் அவனுக்கு தெரியாமல் அபியை மறுத்து விட்டார்கள். பிரவினின் தொடர்பு எண்களும் இல்லாத நிலையில் அவனோடு தன் நிலையை சொல்ல முடியாமல் ஆனாள் அபி. இந்த புறக்கணிப்பால் அபியின் அப்பா மிகவும் அவமானம் அடைந்தது போல் ஆகி விட்டார்.

'பெரிய பேர்சியாக்காரன் ஆயிட்டாண்ணு எனக்க மொவளை வேண்டாமுண்ணு சொன்னவங்க முன்னால எனக்க பெண்ணை பெரிய சோலிக்காரனுக்கு கெட்டிக்கொடுப்பேன்'

என்ன நெனப்புல அப்படியொரு வீராப்பு காட்டினாரோ தெரியல, நல்ல யோகம் அமைந்தது போல் அபிக்கும் மாப்பிளையாக வந்து சேர்ந்தான் அசோக். தகப்பங்காரன் ஆசைப்பட்டது போலவே அசோக்குக்கு பேங்க்குல சோலி,

கணுசமான வீடு, எல்லாமே இருந்தது. ஆளும் நல்ல வளத்தி, அழகெல்லாம் உண்டு.

பழையக்காதலை மனசுக்குள் எங்கோ ஒரு மூலையில கெட்டிப்பொதிஞ்சி வச்சிட்டு, அசோக்கை கல்யாணம் செய்து முதல் இராத்திரியில் போனாள் அபி. கட்டிலில் இருந்தாள்.. அசோக் ஏதேனும் பேசுவான்..ஏதேனும் ஆரம்பிப்பானென பாத்துட்டேயிருந்தாள். நிச்சயம் முடிஞ்ச பிறகு ஒண்ணு ரெண்டு நாளு போணுல பேசுனதோடு அசோக்கைப் பற்றி ஒண்ணுமே அறியல அபி. முதல் ராத்திரி அறையில மாப்பிளைக்காரன் வந்ததும் அடி வயித்திலிருந்து எழும்பிய ஒரு வித உணர்வை நினைத்தால் இப்போது அவமானமாக இருக்கிறது. கொது கொதுவென தேகத்தில் ஏறிய சூடை இப்போது நினைத்தாலும் அழுகையே வருகிறது. . மாருகளின் முனைகள் குடசலெடுத்து குமுறியதை நினைக்கையில் அவமானம் பிடுங்குகிறது,..அவனோ எதுவுமே தெரியாதவனை போல, புரியாதவனை போல ஏதோ ரொம்ப பழக்கப்பட்டவன் போல, பரிச்சியம் ஆனது போல ஒரு இளிப்பு மட்டுமே இளித்தான் அன்றைக்கு...

'ரொம்ப அலுப்பிருக்கும் இல்லியா.. கெடந்து உறங்கு..'

படக்குன்னு சொன்னவன் தலோணியை தூக்கி கீழே போட்டுட்டு கிடந்தான்..தன் பெண்மை மொத்தமுமே தோத்துப் போனது போல் துடித்தாள். ஒரு பார்வை கூட பார்க்காம, ஒரு சிரிப்பு கூட சிரிச்சாம ஏன் இப்பிடி? கொதித்த தேகம் அப்பிடியே உருகி களைந்தது. கீழே இறங்கி கிடந்த கொஞ்ச நேரத்தில் குறட்டை சத்தமும் அசோக்கிடமிருந்து வரத்துவங்கியது. .விளக்கெல்லாம் அணைக்கப்பட்ட அறையில அன்னிக்கு குத்துண்ணு எழும்பி இருந்த இருப்பு இன்னுமே போகல..

மாப்பிளையின் விசயத்தை கூட்டுக்காரி சுமிதாளிடம் சொல்லி ஒப்பாரி வைக்க துவங்கினாள்.

'சிலவுனுவா இப்படி தான் போலிருக்கு. ஒனக்க மாப்பிளையை நீ தான் உன் வசத்துக்கு கொண்டு வரணும்.

சுமிதாளின் அறிவுரைப்படி குளிக்க போகுகையில் மாற்று துணி கொண்டு போகாமல் போவாள். குளியலறைக்குள் நின்னுட்டு..

'அந்த உள் பாவாடையை எடுத்து தாங்க; அந்த பாடி துணியை எடுத்து தாங்கண்ணு கேட்பாள். அவனும் வெளிப்பக்கமாக நின்று எட்டி கொடுப்பான். அப்ப பாத்து படக்குண்ணு கதவைத்திறந்து முகம் நாணி, அரைகுறையா வெளிப்படுத்துறப்ப, எதுவுமே ஆகாதவன் போல..

'சீக்கிரம் மாத்தியிட்டு வா..'

சொல்லியிட்டு போவான். சீலை மாத்துறப்பவும், உள்ளாடையின் பின் பக்க கொக்கியை மாட்டி விட சொல்லுவாள். சேலை சுத்தும் முன் பாவாடையோடு நின்று தலை சீவுவா. ம்கூம் அவன் கிறுங்குனது போலவே தெரியல.. ஏன் அவனால முடியல? ஒரு வேளை அப்பறம், இப்பறம் சொல்லியது போல இவன் அந்த ஆளோ..?

எதற்கும் நானே முயற்சி செய்தால் என்னா என நினைத்தவள், அவன் அருகில் போய் படுத்தாள். வெடுக்கென அவன் எழும்பி போய் விட்டான். மிகவும் கேவலம் போலானது அபிக்கு. இயாலையில் அவனைக் கட்டிப்பிடித்து ஓவென அழுதாள்...அன்னிக்கு தான் அவன் ஒரு வார்த்தை சொன்னான்..

'வெரி சா..ரி..'

'ஏன் திகைத்துப் போனாள்.

'கலியாண வாழ்கைக்கு நான் த..கு..தி..யில்ல..'

இடி விழுந்தது.

'எல்லாம் தெரிஞ்சி வச்சி...ட்டு..ஏன் என்..வாழ்க்கையை இப்பிடி..'

அவனோ மேசை டிராயரை இழுத்து அங்கு கூடி கிடந்த மருந்து மாத்திரைகளை காட்டினான்.

'மெடிசன் எடுத்துட்டு இருக்கேன்..சீக்கிரம் சரியாவுமென நம்புறேன்..'

தலையை குனிந்தப்படியே சொன்னான்.

சே, வாழாமலே கரிந்த தன் வாழ்க்கையை யாரோடு போய் சொல்ல முடியும்? கலியாணம் நடந்த அன்னிக்கே ஊரும், உலகமும் அபிக்கு இப்படியொரு மாப்பிளையா? என்று வாய் பிளந்தார்கள்.

மாப்பிளை பெண்ணின் மனப்பொருத்தத்தை விட வெளிப்பொருத்தங்களை பார்த்து தானே யோகக்காரங்க என சொல்லுறாங்க. கார் இருந்தா போதும், பங்களா இருந்தா போதும், பணமும் பவுசும் இருந்தா போதும் அந்த ஆண் கல்யாணம் செய்கிற பெண்ணு கொடுத்து வைத்தவளென வாய் கிழிய சொல்லும் உலகத்தில் அபியும் யோகக்காரி என அடையாளம் பெற்றாள். ஏனெனில் வெளிப்பக்கம் தானே எல்லோருக்கும் தெரியும்.

கல்யாணம் முடிந்து நாலரை மாசமாகுது.. இப்ப வரைக்கும் ஒரு எழவும் நடக்கேல. ஒரு பெட்டச்சிக்கான ஆசாபாசம் அனுபவிக்கேல..நாலு சுவத்துக்குள்ள தேக பட்டினியாலும், மன ஏக்கத்தாலும் உருகும் அபியை யாருக்குமே தெரியவில்லை.

இவள் துன்பத்துயரங்களை அறிந்து என்னா, ஏதுவென விசாரிக்க அம்மயில்ல அபிக்கு. அப்பா முரட்டு பிடிவாதம் கொண்டவர். மகளை பெரிய இடத்தில் கலியாணம் செய்து கொடுத்த மப்பில் மிதந்து கொண்டிருப்பவரிடம் இதெல்லாம் பேச மனசு வரவில்லை. இவளுக்கான நல்லதும் கெட்டதும் சொல்ல சொந்த ஊருல ஞானம்மா கிழவி லூர்துவே உண்டு. ஊருக்கு போகுகையில் இவளின் சோர்ந்த கண்களையும், தேக மெலிவையும் கண்டு ஞானம்ம அழைத்து கேட்கவும் செய்தாள்.

'அபி, ஒங்கூறைப் பாத்தா நல்லது போலொண்ணும் தெரியலியே.. பூத்து குலுங்குற பூ போல கலியாணம் முடிஞ்ச பெண்ணுக்க தேக வனப்பு மினுங்கி போகும். ஆனா ஒனக்கு

மட்டும் ஏதோ தீ விழுந்தது போல பொசுங்கி கிடக்கு..'

ஞானம்மக்காரி கேட்டது தான் தாமதம், எல்லாம் சொல்லி சொல்லி ஒண்ணு கரஞ்சா. ஓர்த்து ஆடி போயிட்டா..

'இன்பத்திலும் துன்பத்திலும் உடல் நலத்திலும் நோயிலும், வாழ்விலும் சாவிலும் ஒருத்தருக்கொருத்தர் பிரமாணிக்கமாயிருப்போமுண்ணு கல்யாணத்தண்ணு ஆண்டவன் முன்னிலையில எடுத்து வச்ச சத்தியத்தை மீறவும் முடியாது. எப்பிடிப்பட்டன் ஆனாலும் இனி இவன் தான் உனக்கு எல்லாமுமே. வாழ்வோ தாழ்வோ உனக்கு இவன் தான் எல்லாமும்..'

'அதுக்கு சாவியது வரைக்கும் நான் அவன் கூடவா வாழணும். கடைசி வரைக்கும் அவனுக்கது வேலை செய்யாமலே இருந்தா..நான் இப்பிடியே பட்டு அழிஞ்சி தான் போகணுமா?' கேட்டாள் கோபமாக..

'வேற பின்ன என்ன வழி..நீ ஆண்டவருக்க முன்னிலையில சத்தியம் செய்து உறுதி பிரமாணம் கொடுத்து ஏத்துக்கிட்ட மாப்பிளையை தூக்கியெறிஞ்சா அது தெய்வக்குத்தம் மக்கா.. கொன்னக்கம்புல சீலைச் சுத்துனாலே அவனவன் போட்டு பறண்டியெடுக்கிறப்ப, சோரையும், தேகமுமா ஒரு பெண்ணு கூடாலே கிடக்கிறப்ப அவனுக்கது வேலை செய்யலண்ணா ஏதோ ஒரு முக்கியமான பிரச்சனைதாமுட்டி .. எதுக்கும் நீ ஒரு காரியம் செய்.. நம்ம கோயிலுல நல்ல ஒரு நேர்ச்சையை போட்டு நவநாளுக்கு போ. இதெல்லாம் பிசாசுக்க வேலை. பிரவின் பயலுக்க குடும்பத்துல யாரங்கிலும் செய்வினை செஞ்சி வச்சிருப்பாங்க. அவனை விட நல்லதா மாப்பிளை அமஞ்சிட்ட வெப்புராளத்துல ஓதி என்னங்கிலும் விட்டுருப்பாங்க.'

அபிக்கு இதிலெல்லாம் நம்பிக்கையில்ல. கல்யாணம் முடிந்த ரெண்டாவது மாசம் ஊரில் போன போது வெளிநாட்டிலிருந்து வந்திருந்த முன்னாள் காதலன் பிரவின் இவளை கண்டு அப்படி அழுதான்.

'வீட்டுல உள்ளவங்க ஏதேனும் சொன்னா, அதை நீ ஏன் நம்புன? நம்ம காதலுல ஒனக்கு ஏன் நம்பிக்கையில்லாம போச்சி. ஒன்னப்போல என் மனசை மாத்தியிட்டு இன்னொரு கலியாணத்துக்கெல்லாம் போக முடியாது. சாகிற வரைக்கும் நீ தான் என் மனசுல இருப்ப..'

குமுறி அழுதான் பிரவின். ஞானம்மா சொல்லுவது போல் அவன் குடும்பம் மந்திரமெல்லாம் செஞ்சிருக்க மாட்டாங்க இனி ஞானம்மாவோடு சொல்லி எந்த பிரயோசனமும் இல்லையென ஆனவள் பின் அவளிடம் இதையெல்லாம் பேசுவதில்லை.

தன் தோழி சுமிதாளோடு சொல்லி சொல்லி புலம்புகிறாள் இப்போதெல்லாம்..

நேரம் பார்த்தாள். இரவு பத்து என கடிகாரம் காட்டியது. இந்நேரம் சுமிதாளுக்கு போன் பண்ணினால் எடுப்பாளா? மாப்பிளை வீட்டில் இருப்பானோ என்னவோ? நினைத்தவள் போனை கையில் எடுத்தாள் சுமிதாளின் போனுக்கு அழைத்தாள்.

தனிமையும் இரவுமான வேளையில் போனில் கேட்கும் ரிங் சத்தம் கூட தன்னை குத்தி பிடுங்குவது போலிருந்தது.. எதிர்முனையில் சுமிதா எடுத்து விட்டாள் என்பது தெரிய.. விசும்பினாள் அபி.

'சுமிதா என்னால முடியேல இந்த வாழ்க்கையை வாழ.. எத்தனை நாளுட்டி இது போல ஒரு தனிமையை அனுபவிச்சிட்டு நான் வாழுவேன்..எனக்கு பயமா இருக்கு சுமிதா..இப்ப எல்லாம் அவன் வேற ரூமிலே ஆயிட்டான்..என் பூச்சை கூட அப்பப்ப என்னை விட்டுட்டு போயிருது..அதுக்கான இணையை தேடி..'

'அபி நீ இப்பிடி அழுதெல்லாம் மாஞ்சி எதுவும் ஆகாது. அவன் வீட்டுக்காரங்க எல்லாமே தெரிஞ்சி வச்சிட்டு ஒன் தலையில சப்பி வச்சிருக்காங்க.. அவனைக்கவனிச்சிட்டு இருந்தா நீ வாழாண்டாமா? இதெல்லாம் செரிப்பட்டு வராது. ரெண்டு குடும்பத்தையும் கூட்டி பேசியிட்டு நீ விலகிப்போகிற வழியைப் பாரு. ஒனக்குண்ணு ஒரு மனசும், சரீரமும் இருக்கு இல்லியா..

அதை நீ ஏன் நினைக்கல.நீ ஒங்கப்பாயிட்ட இதைப்பத்தி பேசி சீக்கிரமா ஒரு முடிவுக்கு வா.. ஒன் மாமியாக்காரியிட்டேயும் பேசு.

'ஞானம்ம சொல்லியா நான் செபிச்சணுமாம்..நேர்ச்சை போடணுமாம்..அப்ப சரியாகுமாம்..'

'அவளே ஒரு அரவெட்டு..அவளுக்க வேளத்தையெல்லாம் அடுப்புல கொண்டு போடு.. என்ன தான் ஜெபங்கள் செய்தாலும், உடம்புக்குண்ணு ஒரு தேவை வரம்ப அதெல்லாம் ஒனக்கு உதவுமா? நீ என்ன மனுசி இல்லியா?..'

சுமிதா சொல்வது போல் இவள் எதிர்கொள்ளும் தனிமை இவளை சுட்டுப்பொசுக்கி போடுகிறதே தவிர, செய்யும் செபங்களெல்லாம் பல்லிளிச்சி பரிகாசம் செய்கின்றன இவளை..

ஏதோதோ பேசிய நிலையில் இரவு நகர்ந்து போனது..

இரவு பதினொன்றரை ஆன நிலையில்.. விறுவிறுப்போடு எழும்பினாள். ஞானம்ம சொன்னாளே என உறக்க தலத்தில் எடுத்து வைத்த ஜெப புத்தகங்கள் கழுத்து குத்தற கிடந்தன.. திகில் கொண்டவளாக இருள் மூடிய அறையை பார்த்தாள். வெற்றுப்பக்கங்களாகவே கழியும் கட்டிலை ஏக்கமாக பார்த்தாள். இந்த இருட்டும், இந்த அபியின் சரீரமும் படும் அவஸ்தையிருக்கே..

இருளின் கட்டியான கருமையை கிழித்தப்படி ஆங்காங்கே தெருவிளக்கு வெளிச்சங்கள் தெரிந்தன. வீட்டுச்சுவரோடு நின்ற வேப்பமரத்தின் கிளைகளிலிருந்து கொச் கொச் என்கிற பறவையின் குரல்களில் காமம் களைவது கேட்டது..

சின்னப்பிராயத்தில் ஊத்தாம்பெட்டிக்கு கரஞ்சப்ப தோளுல தூக்கியிருத்தி வேண்டி தந்த அப்பனுட்ட போய் இந்த வேதனையை சொல்லி கரையக்கு ஒக்காது. கணக்குப்பாடம் மனசுலாகேண்ணு மாங்கு மாங்குண்ணு போய் விளக்கம் கேட்ட கமலம் டீச்சருட்ட போய் இந்த குழப்பத்துக்கான விளக்கம்

கேக்க ஒக்காது. மரக்கறி கூட்டு தான் எனக்கு பிடிச்ச கூட்டுண்ணு சித்தியிட்ட போய் கிண்ணத்துல வேண்டியிட்டு வந்து தின்னது போல தேக ருசிக்கும் பசிக்கும் அவளூட்ட போய் வேண்ட ஒக்காது. காச்சலடிச்சி கிடப்பாயுல கிடக்கிறப்ப ஞானம்ம குப்பி குப்பியா புதுமை எண்ணெய்யை ஊத்தி தடவி தடவி ஜெபிச்சாளே அது போல எல்லாம் ஜெபிச்சி அடக்கிற விசயமில்ல இது. இது சீவித எதார்த்தம்.. நிமுந்தாள் அபி பெண்ணு. அறையின் மூலையில் வைத்திருந்த பானையிலிருந்து வெள்ளம் கோரி குடித்தாள். திகைத்த தொண்டைக்குள்ளிருந்து வெள்ளம் இறங்க மறுக்க, செமை வந்து இறுக்கியது. தனக்குத் தானே தலையைத் தட்டினாள். நிராசையில நின்றவள் அறையிலிருந்து வெளியில வந்தாள்.

வீடு முழுக்க காரிருள் விரவி கிடக்க, இண்ட்டிகேட்டர் விளக்கின் சிவப்பு வெளிச்சம் மட்டும் அவ்விருளுக்கு பொட்டு வச்சி விட்டது போல ஆங்காங்கே மினுங்கின. சில நாளுகள் அபியோடு ஒரே முறியில் உறங்கியவன்,பின்னெல்லாம் அதையும் விடுத்து பக்கத்திலிருக்கும் தனியறையிலேப் போய் படுக்க துவங்கினான்..விரக்தியாக மாப்பிளையின் அறையை நோக்கினாள்.

‘பயலுக்கு நல்ல வசதியுண்டு; காரு உண்டு. பெரிய வீடு உண்டு.. தள்ளையும், தகப்பனும் மூத்த ரெண்டு பெம்மக்களுமாக வெளிநாட்டுல வாழுறாங்க. குடும்பச்சொத்தே பல ஏக்கருல வரும். இவன் ஒரே பயலா இருக்கிறதுனால அவங்களுக்கு பணமெல்லாம் ஒரு பிரச்சனையில்ல, கொஞ்சம் படிச்ச பாவப்பட்ட பெண்ணாயிருந்தா போதுமுண்ணு சொல்லியிருக்காங்க. இருக்கிற நகை நட்டை போட்டு பெண்ணை கெட்டி கொடுத்தாலோ போரும்..’

ஒட்டடன் அப்பங்காரனிடம் சொன்ன போது ஏதோ பெரும் அதிர்ஷ்டம் வீடு தேடி வந்தது போலவேயிருந்தது. தகப்பன் உடனே சம்மதம் சொன்னதும், அசோக்கின் பெற்றோர்கள் வெளிநாட்டிலிருந்து வந்ததும், மூத்த ரெண்டு அக்காமாருகளும் பெண்ணு பார்க்க வந்ததும் ரொம்ப நல்லா தான் இருந்து.

கல்யாணம் முடிந்த அன்று, அசோக்கின் அம்மாக்காரி பேசுனதெல்லாம் அபியின் மனத்திரையில் ஆடியது.

'அவனுக்குள்ள ஆயிரம் கூடுதல் குறவு இருந்தாலும் நீ தான் அவனை மாத்தணும். ஒரு குழந்தைக் குட்டி பிறக்க வைக்க நீ தான் உதவணும். கல்யாணமே வேண்டாமுண்ணு பிடிவாதமா இருந்தவனை சம்மதிக்க வச்சதே பெரிய விசயமா போச்சி. ஏதோ வசதியில கூடியவளை கலியாணஞ் செஞ்சா அவளால என் மகனுக்க கூட ஒத்துப்போக முடியாது. ஏழையா இருக்கிற உனக்கு தான் உன்னை தியாகம் செய்து அவனை அனுசரிச்சி போக முடியும். பணத்தைப் பத்தி நீ கவலையே படாமயிருக்கணும். இன்னும் ஒரு பெரிய வீடு போட யோசிச்சிருக்கோம். எல்லாத்துக்குமே நீ மகராணி போல இருக்கணும்.. அது தான் என் ஆசை..'

கண்ணீர் முகமாக கலியாணம் முடிந்த அன்னிக்கு கையை பிடிச்சி கசிந்து கொண்டே பேசினாளே அது இதுக்காகவா? அப்படியிண்ணா அவளுக்கும் இதெல்லாம் தெரியுமா? தன் மகனுக்கு கலியாணம் முடிஞ்சி என நாலு பேருட்ட சொல்லி, அவங்க குடும்ப மானத்தை தீத்துக்கிட்டாங்க. நாளும் காலமும் போக போக..என் சீவிதம் என்ன ஆகும்? திகைத்தாள் அபி பெண்ணு.

அபியின் ஏழ்மையை பார்த்து வச்சிட்டு, அவங்க வீட்டு கௌரவத்தை இறக்கி வச்ச என் பெண்மையா கிடைத்தது இவங்களுக்கெல்லாம்.. நினைக்க நினைக்க நெஞ்சு குமுறியது..

மீண்டும் தன் கிடப்பிட முறிக்குள் வந்தாள்.. தனிமையும் வெறுமையும் சங்கை அமுக்கியது போலிருக்க வாழ்வே தகர்ந்து போவது போல் நிராசை பொங்கியது. இப்படியே ஒவ்வொரு ராத்திரியையும் கடத்தி, தேகத்தையும் உலர்த்தி சீவிக்க முடியுமா? அதெப்புடி முடியும்..? அப்பாயிட்ட எல்லாமே சொல்லணும். இந்த இடத்துலண்டு ஒரு விடுதலையை வாங்கணும்.நட்ட நடு இராத்திரி என்றும் பார்க்காமல் தகப்பனுக்கு போண் அடித்தாள். இரவின் அமைதியில் ரிங் ரிங் என போணுக்குள் கேட்கும் சத்தம் ஊருக்கே கேட்டது போலிருந்தது. போதாக்குறைக்கு நாய்களின்

ஊளை வெளியே எதிரொலித்தது..

ஏதோ ஒரு புண்ணியத்தில் அப்பங்காரன் போணை எடுத்தான்.

'ப்..பா..எனக்கு இஞ்ச பிடிச்சேல..நீங்க எல்லாம் நினைக்கிறது மாதிரியில்ல அந்த ஆளு..' அபி சொன்னதே உண்டு. அப்பங்காரன் வெடித்து கீறினான்.

'கலியாணமுண்ணா ஏதோ கஞ்சியும், கறியும் வச்சி விளையாடுற விளையாட்டுண்ணா நினைக்கிற. இது போல வசதியும், வாய்ப்புமா ஒரு மாப்பிளை ஒனக்கு வேற எங்கண்டு கிட்டும்.? சம்மந்திக்காரி தினம் தினம் பேர்சியாவுல இருந்துட்டு எனக்கு போணு விளிச்சியா. பணம் கிணம் ஆவ்சியப்பட்டா கேக்க சொல்லியா.'

தகப்பனின் குரலுக்குள் கிடந்த சுயம் அபியை ஓங்கி அறைந்தது. அப்பன் சொகுசு வாழ்க்கைக்கு அடி பணிஞ்சிட்டான்..

' கல்யாணத்துக்குள்ள ஆயிரம் குத்தம் குறையிருந்தாலும் அதுக்குள்ள சீவிச்சி தொலைக்கணும். அதை விட்டு வெளியில வர நினச்சா, என் வீட்டுல ஒன்ன ஏத்தமாட்டேன். ஒருத்தங் கையில ஏப்புச்ச பிறகு வாழ்வோ, சாவோ அதுல தான் எல்லாம் நடக்கணும்.. போணை வச்சிட்டு போ அந்தாக்குல..'

தனக்க எந்த சூழலையும், வாழ்வு உணர்வையும் புரியாத அப்பனின் பேச்சால் தளர்ந்தாள்..

வெறுப்பாகி போனவள்..கையிலிருந்த போணை பிதுக்கினாள்.

'என்னிக்குமே உனக்கு நானிருக்கேன் அபி.. எப்ப நீ என்னை தேடி வந்தாலும் உன்னை ஏத்துக்க என் காதல் காத்திட்டே இருக்கும்..'

காதலன் பிரவின் போன மாசம் அனுப்பி வைத்த குறுந்தகவல் கண்ணில் பட நிமிர்ந்தாள். வாழ்விலும் தாழ்விலும், இன்பத்திலும் துன்பத்திலும் என கொடுத்த சத்திய கோட்டையாகிய கல்யாண

சுவரை உடைக்க நினைத்தாள். இதுவரையிலும் எழுதப்படாத தன் வெற்றுப்பக்கங்களை காதலன் இனி எழுதுவான்...என்கிற நம்பிக்கையில் அவன் போனுக்கு அழைத்தாள்..

6.கிறுக்கி தங்கோடு

சானலில் வெள்ளம் ஓடுறதைப் பாத்து சிரித்தேன் சின்ன ஒரு குட்டியை போல..

கரையில் நிற்கும் தென்னை மரங்களின் நிழலுகள் ஆற்று வெள்ளத்திற்குள் வளஞ்சி ஆடுவதைக் பார்க்கையில் எங்க அப்பாவை நினைத்தேன். அவரோடு குளிக்க வரும் சிறுமிக்காலங்களில் இந்த வளைவுகளைப் பார்த்து...

'அய்யோ..ஓ அப்போ..ஓ பாம்பு பாம்பு ' கால்களை கீழே வைக்காமல் அலறும் என்னை பார்த்து அப்பா அப்பா சிரிப்பாரு சிரி. அன்றெல்லாம் கரையில் நிற்கும் மரங்களின் அசைவுகளை பாம்பு என்று தான் நினைப்பேன். இதனாலே ஆற்றுக்குள் காலை வைக்காம அழுவேன்.

அப்பா அவரின் இடுப்பில் என்னை இடுக்கி வச்சிட்டு முங்குறதும், அடுத்தக்கரைக்கு நீந்தி போகிறதுமா இருப்பாரு. இதே ஆற்றுல மழைக்காலத்தில் மலைப்பாம்பு, முதலையெல்லாம் வரும். பல நாட்களில் மனுச பிணங்களும் போகும். அப்படி பிணம் போகுகையில் ஊரே பீதியடைந்து போகும். பசு, மாடுகள், பூச்சைப்பட்டிகள், கோழிகளெல்லாம் செத்து மிதந்து போவதை கண்டு வளர்ந்த எனக்கு ஆற்றில் இறங்கவே பயம். அப்பா எவ்வளவோச் சொல்லியும் சுவரில் கிடக்கும் வங்குகளில் பிடிச்சிட்டு நாலு முங்கு முங்கி பழகினேனே தவிர, நீந்தி படிக்காமல் ஆனேன்..

இப்போது போல் என் சானலாறு அன்னிக்கி அனாதையா கிடந்ததேயில்ல. இரவும் பகலும் கூட்டம் கூட்டமாக ஆளுகள் குளுச்ச வந்துட்டே இருப்பாங்க. சின்ன செறுதுவா எல்லாம் கரையிலும், வெள்ளத்திலுமா கிடந்து மறிவாங்க. இராத்திரிக்கு

கூட வாலிப பயலுகள் சாடி நீந்தும் சத்தம் கேட்டுட்டேயிருக்கும். புதுசா ஒருத்தன் கலியாணம் பண்ணினா அவனுக்க ஹனிமூனா இதே சானாலாற்றுல தான் புது பெண்டாட்டியை கூட்டியிட்டு வருவான். அதை வாய் பாக்க என்னைப் போல பல பொடிசுகள் இருந்தோம்..ஆனா இன்னிக்கு என்னைப் போலவே என் சானலாறும் ஆளனக்கம் இல்லாம அனாதையாகவே ஆகியிட்டே இருக்கு..

பழைய ஓர்மையில் வலியேறி. சத்தமிட்டு சிரித்தேன் ..ஏனெனில் என் உலகம் எனக்கு கிறுக்கி வேசம் கொடுத்திருக்கிற படியால் இப்படி சத்தமாக சிரிக்க முடியுது; கரைய முடியுது.

உண்மையிலே நான் கிறுக்கியா ஆறே? ஆறோடு கேட்டேன்..அதுவோ இல்லை என்பது போல தன் வெள்ளத்தை கரையில அலம்பியது.

எங்கம்ம என் நாலாவது வயசுக் செத்துப்போயிட்டா. அம்மாவுக்க சாடை உள்ள என்னிடம் எங்கப்பாவுக்கு மிகவும் பாசம். அப்பாவுக்கு நான் ஒரே பிள்ளை என்கிற செல்லம் வேற.. கண்ணுக்க இமை போல என்னை பாதுகாத்து வளத்த அப்பாவும், என் பதினாறு வயதில் டிம்போ இடிச்சி செத்துப்போயிட்டாரு. எனக்க சகலமுமா நினச்சிருந்த அப்பா செத்துப்போனதும் நான் ஸ்தம்பித்து போயிட்டேன்.

எங்கப்பா தான் குடும்பத்தில் மூத்தவரு. அவருக்கும் கீழே மூன்று தம்பிகள் ஒரு தங்கச்சி உண்டு.

எங்கப்பா இறந்த நேரம் சித்தப்பனுகளும், மாமியுமென உறவுக்காரர்கள் சத்தம் போட்டு, கண்ணீரு வருமளவுக்கு ஏங்கி. அழுதாங்க.. நானோ கல் போல இருந்தேன்.

அப்பா சாகிறது வரைக்கும் வீட்டுல நான் தான் ராணி. எனக்க சித்திகள் கூட அடங்கி தான் பேசுனாங்க..ராசகுமாரி போல சீவிச்ச என் வாழ்க்கையில அப்பா செத்து போனதும் அப்படியே மூளை கலங்கி போயிட்டேன். பேச்சு சிரிப்பு இல்லாம, உறக்கமும் இல்லாம மரத்து போய் எங்கோ வெறிச்சிட்டு

இருக்கத்துடங்கினேன். அப்பா உயிரோடு இருக்கிறது போல அவருக்க முறியில நின்னு தன்னாக்கிலே பேசவும், சிரிச்சவும் துடங்கினேன். இதுனால நான் கிறுக்கி என என் உறவினர்கள் தீர்மானித்து என்னை மனநோய் ஆஸ்பத்திரியில கொண்டு சேர்த்தாங்க..

ஆறு மாசத்தில் நான் சரியாயிட்டேன். மனநோய் ஆஸ்பத்திரியில இருந்த பெர்லி சிஸ்ற்றர் எனக்கு என்ன ரோகமென கண்டுப்பிடிச்சாங்க..அழ வச்சாங்க. மெல்ல மெல்ல நான் பழைய நிலைக்கு வந்ததும், அவங்களே வீட்டுல கொண்டு விட்டாங்க. நான் வீட்டுல வருகிறப்ப குடும்ப வீடு முழுக்க முழுக்க சின்ன சித்தப்பனின் அதிகாரத்தில் இருந்தது. அவன் மனைவியும் மக்களும் வீட்டோடு இருந்தாங்க. நான் திரும்பி வரவே மாட்டேண்ணு முடிவு பண்ணி, ஆளாளுக்கு விகிதம் எடுத்துட்டாங்க..

'எனக்குப்படிச்சணும்..' மனசு தெளிந்து வந்த பிறகு நான் சொன்னதை கேட்டு, எல்லாரும் சிரிச்சாங்க..

'கிறுக்கியிக்கி என்ன படிப்பு வேண்டி கிடக்கு..நீ கிறுக்கு ஆஸூத்தியிரில இருந்தது எல்லாருக்குமே தெரியும். பேசாம வீட்டோடு கிட...அப்பறம் இப்பறம் போனா கல்லு பறக்கி எறிவாங்க..' என் சித்தப்பனுகள் பேசுகையில் கிடுங்கிப்போனேன்.

'தங்கத்துக்கு ஒண்ணும் பாக்கேலியா?'

என் கலியாணத்தை பற்றி யாரங்கிலும் கேட்டா..

'அதே ஒரு கிறுக்கு..அதுக்கு எப்பிடி ஒரு மாப்பிளை குடும்பம்..நாங்க ஆனதுனால அவளை போட்டு பாக்கியோம். ஒருக்கா இருக்கிய புத்தி ஒருக்கா இல்லாத பெண்ணை எவன் கெட்டுவான்..'

வாய் சூசாம மனம் குழையாம கல்யாணப்பருவத்தில் சொல்லத்துடங்குனாங்க. தங்கம் என அப்பா போட்ட பெயரை கிறுக்கி தங்கோடு என்கிற புது ஞானஸ்நானம் கொடுத்தாங்க.

இப்ப இந்த பேரு தான் ஊரு முழுக்க கிடக்கு.. கிறுக்கி தங்கோடு.. ஊருல உள்ள சின்ன செறுதுவா வரைக்கும் நிசாரமா விளிச்சுதுவா.. கல்லுப்பறக்கி எறியிதுவா..

பத்து பேரு ஒரு ஆளைப்பத்தி ஒரே விதமாச் சொன்னா பின்ன அந்த ஆளு நிஜமாலே அப்பிடி தான் ஆக வேண்டியிருக்கு.. இந்த கிறுக்கி வேசம் தரிச்சத்துடங்கி பதினொண்ணு வருசமாச்சி. இப்ப எல்லாம், ஒரு வகையில பழகியும் போச்சி. ஆமா மனுச வேசம் போட்டுக்க தானே நடிச்ச வேண்டியிருக்கு. கிறுக்கியிக்கி கூவுலாம், சிரிச்சுலாம்..தானகடு அறுக்குலாம்..சத்தமா பாடுலாம்.. இதுவும் ஒரு வித சௌரியம் தானே..

இந்த பைத்தியாற ஒலகத்துல.. சானலை பாத்துட்டே என் வாழ்க்கையை நினைத்து பெருமூச்சு விட்டேன். என் மூச்சின் வெப்புராளச் சூட்டை கண்டு ஆற்றின் வெள்ளம் கரையோடு அலம்பியது.

'தங்கோடு இதுல என்னத்த பாத்துட்டு இருக்கிய? தாசனின் குரல் கலைத்தது.

சானல் கிடங்கில் அவன் வீட்டு மாடை கழுவியவன் கரையேறினான். அவனின் கேள்விக்கு பதில் சொல்ல பிடிக்காமல் உம்மென இருந்தேன்.

'கிறுக்காயிருந்தாலும் எல்லாம் கனமா வச்சிருக்கியே. எப்பிடியாக்கும் எல்லாத்தையும் வச்சிட்டு பலன் கொடுக்காம கிடக்கிய.'

தாசனுக்கு என் மீது ஆசை இருப்பதை இதற்கு முன்னே கவனித்திருக்கிறேன். அவனின் இம்மாதிரியான கேள்விகளும் இளிப்பும் எனக்கு கோபத்தை வரவழைக்காமல் இல்லை...

போல மண்டா மோனேஎன பச்சைக்கு தானகடு விளிச்சத்தோணினாலும் அதை வெளியில் சொல்லாமல்

'போலப்பட்டிப்பயலே சுண்டுல வச்சி மினவினேன். அவனை வகையில் எடுக்காமல், கரையோரம் குமுறி நின்ற

புல்லுகளின் முனையைத் தடவி இதமாக சிரித்தேன்.. மனம் கெட்ட மனுசங்களை விட, இந்த புல்லுக்கென இருக்கும் சினேகம் எவ்வளவு மகிமை உள்ளது...

'எனட்ட மட்டும் தான் நீ ஒனக்க ஒடுக்கத்த திமிர காட்டுற. ஆனா நீ காரிய கிறுக்கி. போஸ்ற் மேனுட்ட, தேங்கா வெட்டுக்காரன் அப்பு பயலுட்ட எல்லாம் ஏறி மேய போயிருக்கிளயே... அப்ப ஒனக்கு ஆசையில்லாமலா.'

தாசன் பரிகாச சிரிப்போடு சொன்னான்.

கிறுக்கி வேசம் போட்டு அடக்கி வைத்திருக்கும் வெப்புராளம் தாங்க ஒக்காம, ஊருல வாற போஸ்ற் மேன் அப்பப்ப வீட்டுல கடுதாசி காரியங்கள் கொடுக்க வரும் போது என் நிலையைச்சொல்லி அவனுக்கொரு கடுதாசி எழுதி கொடுத்ததெல்லாம் உண்மை தான். அந்த கிறுக்குப்பயலோ பெரிய மத்தவனைப் போல வீட்டுல காட்டியிட்டான். விடுவாங்களா என்னை..இது போல அடிக்கடி வீட்டுல வாற தேங்கா வெட்டுக்கார அப்புவுட்ட எங்கதையைச்சொல்லி கரஞ்சேன். என் மேல அவனுக்கு நல்ல சினேகம் வந்துட்டு..இராவோடு இராவாக என்னைக் கூட்டியிட்டு போக எத்தனிச்ச விசயம் வீட்டுல தெரிய, பாவம் அப்புவை அடிச்சி இடிச்சி ஊருலண்டே விரட்டியிட்டாங்க.. அதை தான் இவன் சொல்லியான்..

'ஒனக்கும் ஆசையிருக்குண்ணு ஒத்துக்கண.. கண்ட கண்ட ஆணுங்களுட்ட இசக்கம் தேடுற நீ, ஏன் எனட்ட மட்டும் இஷ்டம் இல்லாம இருக்கிய..'

பல்லை இழிச்சிட்டு கேட்டவனைப் பார்க்கையில் ஓங்காளமா வந்தது எனக்கு.. ஊருல இவனை போல கெதிச்சி வலிஞ்சி என் பின்னால சுத்திய பல கிறுக்குப்பயலுகள் இருக்கவே செய்யுறாங்க..

'வீட்டுல கமலாக்கா அதான் ஒன் பெண்டாட்டி இருக்கியதை மறந்துட்டியா?

‘அவளை இப்ப என்னத்துக்கு ஓர்மப்படுத்திய?அவளைப் போச்சொல்லு..’

அவன் கண்களில் காமம் ஒழுகி வழிவதை கண்டேன். அக்கம் பக்கம் பார்த்தவன், மாடு கழுவி ஈரமேறிய இடுப்புத் துண்டை இறுக்கிப்பிழிந்தான். அவன் ஈர டவ்வலுக்குள் கொப்பும் கொளையுமா என்னென்னெல்லாமோ தெரிந்தது.. மோகம் முட்டுனவனாக என்னருகில் வந்தவன், என் தோளுல கை போட்டு வன்மையாக அணைக்க முயற்சித்தான்...வெடுக்கென அவன் கையைத் தட்டினேன்.

‘இஞ்ச நில்லுட்டி..’

திமிறும் என்னைப் பிடித்தவனிடம் கோழிகளை உயிரோடு கொல்லும் வெறிப்பட்டிகளின் கண்களில் தெரியும் சதை மோகம் கண்டேன்.

‘என்னை விடுல..விடுல..’

அவன் கையை இறுக்கி கடித்தேன். அந்த நேரத்தில் சானலின் மேல் பக்க பாதையில் தாசனின் மனைவியின் குரல் கேட்டது.

‘ஓய் மனுசா..’

கழுவி விட்ட மாடு வீடு போய் சேர்ந்தும், போய் சேராத கணவனைத்தேடி சானல் கரைக்கே வந்து விட்டாள் கமலாக்கா.. பெண்டாட்டியைக் கண்டதும் காரியமாக ஒதுங்கினான். கள்ளன் தாசன்.

‘இவளா கிறுக்கி.. பிடிச்சி விலங்குல இட்டா தான் இவா திருந்துவா.. இவளை இப்படியே விட்டுட்டா இதுல ஒரு பயலும் நல்லது போல சீவிச்ச முடியாது..’

ஏதோ அவனை நான் பிடிச்சி இழுத்தது போல, பெண்டாட்டியைக் கண்டதும் உத்தம வேசம் போடும் தாசனைக் கண்டு சிதறிப்போனேன்.. கணவன் சொன்னதை

அப்படியே நம்பிய கமலாக்கா என்னை சீறிப் பார்த்தாள். இல்லையென கெஞ்சுற என் முகத்தை பொருட்டாக எடுக்காமல், என் செள்ளையில ஓங்கி அடிக்கிறா அடி..

'அப்படி அலப்பு பிடிச்சா நடக்கிய? எதுக்கு இப்பிடி கிறுக்கு வேசம் போட்டுட்டு நல்லோரு ஆணுகளைக் கெடுக்கிற. ஒனக்கெல்லாம் காமக் கிறுக்குட்டி..'

வார்த்தை என்கிற அமிலத்தை ஊற்றியவள் எங்கையை பிடித்து தர தரண்ணு இழுத்துட்டு போனாள் எங்க வீட்டுக்கு.. வீட்டில் போனால் என்ன நடக்கும்? வழக்கமா என் மேல வைக்கிற அழுக்கான ஒரு குற்றச்சாட்டை வைப்பாங்க.. ஒனக்கு காமக்கிறுக்கு.. என்பாங்க..மூத்த சித்தப்பா கம்பெடுத்து அடிப்பாரு..சின்ன சித்தப்பா பெல்ட் எடுத்து அடிப்பாரு..கூடி நின்னு சித்திகளும், மக்களும் பரிகாசமா சிரிப்பாங்க..ஆக கூடி எனக்குரிய விகிதம் தரக்கு முடியாம, என்னை கலியாணம் செய்து கொடுக்கிற பொறுப்பை ஏற்றுக்க மனசில்லாமல் என்னை கிறுக்கி ஒலகத்துல அடச்சிட்டாங்களே..

நான் நினைத்தது போலவே அப்பு, போஸ்ற்மேன் விசயத்தில் எப்படியெல்லாம் விசாரிச்சாங்களோ அதே விசாரணைக்கூடமா தாசனின் மனைவியால் வீட்டில் நடந்தது. நான் குற்றவாளியாகவே நிற்கிறேன்.. இவளுக்கு காமக்கிறுக்கு.. சின்ன சித்தி சொல்ல.. நான் கண்ணீரோடு நிமிர்ந்தேன்

'ஏன் எனக்கு அது இருக்கப்பாதோ. உங்க எல்லாருக்கும் இருக்கிய சரீரம் தான் எனக்கும் இருக்கும்..அதுக்கும் எல்லா ஆசாபாசங்களும் இருக்கும். எனக்கு அப்பன் தந்த இந்த வீட்டடியையும், சொத்தையும் அபகரிக்க வேண்டி என்னைக் கிறுக்கியிண்ணு சொல்லிய நீங்க எல்லாரும் தான் கிறுக்கு..நீங்க தான் கிறுக்கு கூட்டங்கா'

என் சத்தம் கூடி போனது. மூத்த சித்தப்பா பிரம்பை எடுக்க,. சின்னவரு பெல்ட்டை எடுக்க. என்னை நோக்கி வீசினார்கள்..

'இன்னிக்கு ரொம்ப முத்திப்போச்சி..' சொல்லி சொல்லி

அடித்தார்கள்.

...

உச்ச வெயில் வெட்கையை கிளப்ப, குளிக்க கிளம்பினேன். அப்பா காலத்திலே உள்ள வெளிப்பக்க குளியலறையை தான் எனக்கு ஒதுக்கி தந்திருக்காங்க.

கிறுக்கி என்கிற அடையாளம் பொருத்திய சரீரத்தை குளியல் அறைக்குள் பார்க்கையில் கரச்சி தாங்கல. மண்ணுக்கு போகிறதெல்லாம் என்னே ஒரு மகத்துவமாக செழிப்பாக இருக்கு. ஒவ்வொரு தடவையும் வெறுமனே கழியும் என் சரீரத்தின் மீது இரக்கம் பொங்கி மறிய வெள்ளத்தை கோரி உச்சியில் ஊற்றினேன். குளியலறையில் பரத்தியிருக்கும் ஓடுகளுக்கு மேல் படந்து கிடக்கும் மாங்கிளையில் யாரோ இருக்கியது போல தெரிந்தது, எங்கைகளை மாருக்கும் குறுக்கே கொடுத்துட்டு சுவரோடு ஒதுங்கி நின்றேன்.

'யாரு? அது யாரு?' என் குரலுக்கு பதில் இல்ல. இந்த காம்ப்பவுண்ட்டிற்குள் எங்க வீட்டாளுகளை தவிர வேறு யாருமே வர முடியாதே.. மனசிடிக்க.. அரைகுறையுமா வெளியில சாடினேன்..

இரவு நேரம். நான் படுத்துருக்கும் கட்டிலு எங்க அப்பாயிக்க கட்டிலு..

'பூவும் புல்லும் போல் புவியில் வாழ்கிறோம். பூவும் உதிர்ந்திடும்..புல்லும் உலர்ந்திரும்..மனிதனே நீ மண்ணாயிருக்கிறாய்; மண்ணுக்கு திரும்புவாய்..மறவாதே என்றும் மறவாதே.. எங்கப்பா வழக்கமா சுலோகம் போல பாடுற பாட்டை பாடியிட்டே கிடந்தேன். உட்பக்க கொண்டி கழன்று கிடந்தது கதவில். அதை சரி பண்ணி கேட்டேன். கிறுக்கிக்கு எதுக்கு உட்கொண்டி என நினைத்திருப்பார்கள் போலும்...ஏதோதோ யோசனையில் கண்கள் அயர்ந்து வந்தன...

என் கன்னத்தில் ஏதோதோ குச்சிரு முட்கள் குத்தினது

போலிருக்க ஆவேறி முழித்தேன். கொள்ளை இருட்டில் கனத்த முகம், என்னருகே குனிஞ்சி வந்ததை பார்த்து அதிர்ந்தேன்.

'யாரு?'

குரல் மேல வரவேயில்ல..

'ஆசா பாசத்துக்கு ஏன் வெளியில அலையிற..வீட்டுலேயும் அது இருக்கு..'

கிசுகிசுத்த குரல் என்னை எங்கோ ஒரு இருள் தேசத்தில் இழுத்துட்டுப் போனது..

'அப்போ..ஓ. க..ள்..ளன்..' அலறி விட்டேன்.

இருட்டில் ஏதோதோ தட்டியிட்டு ஓடியது அந்த உருவம்.. சிந்தை அழிஞ்சி போன நிலையில எழும்ப கூட செய்யாமல் கிடந்தேன். நான் இருக்கேன் ஆசாபாசத்துக்கு சொன்ன மொச்சையால் சுருண்டேன். நான் மிகவும் சுவாச்சி பழகிய ஒரு மொச்சை.. அப்பிடிண்ணா.. இருட்டுல வந்தது யாரு? மூத்த சித்தப்பனா.. .. இளைய சித்தப்பனா.. இல்ல அவனுகளுக்க மக்களா.. இல்ல மூத்த மயினிக்க தமையனா..அய்யோ யாரு? யாரு?

விடியற்காலை நான்கு மணி இருட்டில் சானலின் கரையிலே இருந்தேன். இரவு என்னை கலைத்த அந்த குரலும் உருவமும் என் உறக்கத்தையும் நிம்மதியையும் மொத்தமாக பறத்தி விட்டிருந்தது. அடர் குளிரை இழுத்து கொண்டு ஓடிய ஆற்று வெள்ளத்திலே என் கண்கள் நிலைப்பெற்று நின்றன. பேரன்போடு அது என்னை அழைப்பது போலவே இருந்தது.

ஆசா பாசத்துக்கு வெளியில அலையாத..வீட்டுலே இருக்கு.. அந்த குரல் என்னை ஓங்கியடிச்சிட்டே இருக்க.. எனக்கான பாதுகாப்பு வீட்டிலும் இல்லியா? நான் அப்ப எங்க போவேன்? கண்ணீரு பொல பொலா பாய கன்னங்களை தடவினேன்..என் தலையை நானே வருடி கொடுத்தேன்..எனக்கொரு ஒத்தடம் வேண்டும் போல தோன்றியது.. சானலை நோக்கி நடந்தேன்...

எனக்க அப்போ? மனசார அப்பனை நினைத்தேன். .எங்கோ ஆந்தையொன்று அழுதது. குனிந்து சானல் வெள்ளதை முகத்தில் அப்பினேன். பாசி பிடித்த படியில் கால்கள் வழுவி போக சானலில் விழுந்தேன்.

அதி காலை பிறை நிலா என்னை பார்த்தது..

'ஆருமத்தவளுக்கு ஆண்டவனே துணை..' இக்குரல் எனக்கு ஆசுவாசமாக இருந்தது...

7.திறப்பு விழா

செல்லப்பனின் வீட்டில் மகளின் கலியாணதுக்கான ஆகோசம் நிரம்பி வழிந்தது. செல்லப்பனுக்கு இரண்டு பெண் பிள்ளைகள்..மூத்தவளுக்கு இருபத்தியேழு வயசு ஆன நிலையில் இப்போது தான் கலியாணம் ஒழுங்காகி வந்திருக்கிறது.

செல்லப்பன் நல்ல ஒரு உழைப்பாளி. பெண்டாட்டி சகாயமேரி நித்தம் ஒரு ரோகி போலவே உள்ளவள்..சுகர், பிரஷர்.. கொலோஸ்ட்ராண்ணு தேகம் முழுக்க நோய்கள் கூடு கட்டி வாழுகின்றன.. நாளெல்லாம் கெவர்மெண்ட் ஆஸ்பத்திரியில் உள்ள மருந்து மாத்திரைகளில் சீவிதம் ஓடுது.. கெவர்மெண்ட் ஆஸ்பத்திரியில் பிரசர், கூடினாலும் குறஞ்சாலும் இது போலவே சுகர் அளவு ஏறினாலும் இறங்கினாலும் ஒரே மாத்திரை தான் என்பதில் செல்லப்பனுக்கு மிகவும் வருத்தம் உண்டு. ஆனால் என்ன செய்வது பிரைவெட்டில் போய் சிகிட்சை புரிய வசதி இல்லை.

'பிள்ளைகளெல்லாம் ஒரு கரை சேரட்டு. அதுக்க பிறகு ஒன்ன நல்ல ஒரு ஆஸ்பத்திரிக்கு கூட்டியிட்டு போவேன்' பெண்டாடியிடம் அடிக்கடி சொல்வார் ..

'ஆயுசு அறம்ப அந்தாக்கில போவும் ஓய்..' சலிப்பாள் சகாயமேரி.

ரெண்டு பெண் மக்களை பிரசவிச்சி, படிக்க வைத்து அதுகளுக்க பாடுசூடுகளை பாத்து கெட்டிக்கொடுத்து பேறு பாத்து, பிள்ளைபணிகள் போட்டு ஓயும் முன்னே மனுசன் சரிஞ்சுருவாண்ணு சகாயமேரிக்கு தெரியாதா என்ன? ஒருத்தரின் வருமானத்தில் பிள்ளைகளை படிக்க .கொஞ்சம் கொஞ்சம் சேமிச்சிருக்கு. இனி கெட்டி கொடுத்தப்பிறகு என்னெல்லாம்

கடன் சுமைகள் கூடும்.. அதுக்கும் அடுத்து சின்ன மகளை பாக்கணும்..இந்த நிலையில தனக்கு பெரிய மருந்தெல்லாம் எப்படி முடியும்? பெரு மூச்சு விட்டாள்.

'ஓய் யாரையும் மறக்காம கலியாணச்சீட்டு போட்டுருக்கு இல்லா..' மாப்பிளையோடு கேட்டாள்..

'ஓ..ஓ..ஊரடக்கி சீட்டு போட்டிருக்கு..அன்னிக்கு ஊருல வேற எந்த அவசரமும் இல்ல மேரியே..எல்லாரும் நம்ம வீட்டு கலியாணத்துக்கு வருவுனம்..'

'எல்லாரும் வரணும் ஓய்.. பகலில விழுற பிரிவுபைசாயை வைத்து தான் தான். அந்தியிக்கி வீடுகாண போகிற பண்டப்பாத்திரங்க வேண்டணும், மாப்பிளை வீட்டுக்கான வண்டிப்பிடிச்சணும்..எல்லா செலவும் அதை நம்பி தான் இருக்கு..'

'ஓ..ஓ..நானும் அதை நம்பி தான் இருக்கியேன். எல்லாம் நல்ல படியா முடிஞ்சா கூட்டுப்பூசை வைப்பேண்ணு அந்தோனியாருட்ட நேர்ந்துருக்கேன் நேச்சை..'

'ஓ,எல்லாம் அவரு தான் பாக்கணும்..அந்தோனியாரே எங்களை கை விட்டுராதேயும்..'

வீட்டுச்சுவரில் மாட்டி வைத்திருந்த புனித அந்தோனியார் படத்தை நோக்கி கும்பிட்டாள் சகாயமேரி..

'குட்டியளுக்க அனக்கம் இல்ல..'

'அதுவா அப்பறத்துல பெரியப்பனாருக்க வீட்டுல இருக்குதுவா..அங்க தான் பேச்சு சத்தம் கேட்கு.'

செல்லப்பன் காதுகளை அங்கோட்டு ஒதுக்கினார்.. மகள்களின் சிரிப்பு சத்தம் கேட்குது..

'ம்....' நீளமா பெருமூச்சு வந்து விழுந்தது செல்லப்பனுக்கு..

'ஏன் ஓய்...இப்பிடி பெருமூச்சு விடுது..'

நம்ம மொவா இனி வேற ஒரு வீட்டுல..வேற ஒருத்தனுக்க பெண்டாட்டியா.. இருப்பா இல்லியா.. நேத்திக்கி பிறந்தது போல இருக்கியா..அதுக்குள்ள எண்ணு வளந்துச்சுனுமோ..எண்ணு காலு கை குருத்தோ..?

'கொள்ளாமே ஒமக்க கதை..பத்து இருபத்தியேழு வருசம் இதுல வாழ்ந்தவளுக்கு இனி மாப்பிளை வீட்டுக்கு போவாண்டாமா.. இம்புடு நாள் பிந்தினதுக்கே ஊரும் ஒலகும் என்னெல்லாம் பங்கபாடு படுத்திச்சி..பெண்ணு மூத்தாச்சி.. பெண்ணு நரச்சாச்சி.. அது இதுண்ணு..'

'ஓ..ஓ..நான் ஒரு கிறுக்கன்.. மகளுகளெல்லாம் இப்பவும் எனக்கு பச்சப்பிள்ளைகளைப் போல தான் இருக்குனம்.. '

'தவப்பனுக்கு அப்பிடித்தான் இருக்கும்..போவும் போய் நடக்க வேண்டிய வேலையளை பாரும்..அடுத்த வருசம் இம்புடு நேரம் நமக்கு ஒரு பேரப்பிள்ளையை கொஞ்சும் யோகம் கிட்டும் ஓய்..'

சிரிச்சிட்டே சொல்ல.. கலங்குன கண்ணுகளை தோளில் கிடந்த தோர்த்தால துடச்சிட்டு போனாரு செல்லப்பன்..

...

கோயிலில் நடக்கும் கூட்டுப்பூசையில் கைகளை கும்பிட்டுட்டு இருந்தாரு செல்லப்பன்..மகளுக்க கலியாண காரியங்களை குறித்த சிந்தனையில் பூசையில் கவனமும் போக வில்லை..

ஜவுளிக்கடையில் விற்பனையாளாராக வேலை பார்க்கும் செல்லப்பனுக்கு இப்போது ஆறுமாசமாக தான் பதினேழாயிரம் ரூபாய் கிடைக்கிறது. மனைவியின் வீட்டிலிருந்து கொடுத்த பதினைந்து செண்ட் சொத்தை இதுவரைக்கும் போட்டு பாதுகாத்தவர் அதை வித்து மகளின் கலியாணத்திற்கு போடும் பதினைந்து பவுன் உருப்படி பாட்டை பார்த்தார். இது போக. இரண்டு இலட்சம் கையில்.. பேளைப்பெட்டிக்காரிக்கு

ஒன்றரை பவுனுக்கு வளையல், மச்சினங்காரனுக்கென ஒரு பவுனுக்கு செங்கல் கட்டி மோதிரம், கட்டிலு பீரோ குந்தம் குடச்சக்கறமென லெட்சங்கள் பல விழுங்கி மகளின் கலியாணத்தை ஒருக்கி வைத்திருக்கிறார். இதில் வரும் கடன்களை மீட்டுவது எப்போதோ? சின்ன மகளின் வாழ்க்கைக்கு இனி எப்போது சம்பாதிப்பதோ?

ஆக்கு சாதனங்கள் வாங்கிய கடையின் பாக்கி கிடக்கிறது. இது போக பந்தல்காரனுக்கு, மண்டபத்துக்கு, மொய் பிரிவு பைசாயை நம்பியிருக்காரு.. எப்பிடி பிடிச்சி பிடிச்சி செலவு செஞ்சாலும் கலியாணம் முடிகிறப்ப ரெண்டு லெட்சம் கடன் வரும்.. இது போக மறுவீடு காணுறது, முத விருந்துக்கு அழைக்கிறது யப்போ செலவோ பெருஞ்செலவு..இதெல்லாம் மனத்திரைகளில் ஓட மனுசனுக்கு பூசையில மனம் ஒன்றவேயில்ல.. வல்லப்பளம் அந்தோனியார் சுருபத்தில் போய் நிற்கும் கண்கள்..

'அப்பனே ஒன்ன தான் நம்பியிருக்கியேன்..'

'நாளை காலையில பத்துமணிக்கு நம்ம கோயில் சார்பா கட்டியிருக்கிற குருசடி திறக்கப்படுது. கலந்து கொள்கிற எல்லாருக்கும் அன்னதானம் ஏற்பாடு செய்யப்பட்டிருக்கு.. எல்லாரும் கலந்து கொண்டு அந்தோனியாரின் ஆசிரை பெற்றுச்செல்ல அன்பாய் அழைக்கிறேன்..'

பூசை செய்த சாமி இப்படியொரு அறிவிப்பைச் சொன்னதும், சகலமும் ஆடி போன நிலையில் எழும்பியே விட்டார் செல்லப்பன்..

'ஓய் கீழ இரும்..பூசை மறையுது..'

பின்னும் முன்னும் இருந்தவர்கள் சொல்ல, கோயிலுக்குள் இருக்க மனசில்லாமல் வெளியே ஓடினார். கோயிலின் முன் பக்கம் எழும்பி நிற்கும் கொடி மரத்தின் படிகளில் கோயில் மிடுதங்கள் உட்கார்ந்து இருப்பது தெரிய அவர்களிடம் போனார். முகமெல்லாம் விசர்ப்பு கொட்டத்துடங்கியிருந்து.. வெள்ளைச்சட்டையும், வெள்ளை வேட்டியும் உடுத்தியிட்டு

நின்ற மிடுதம் லாசரை பாத்தான்..

'ஓய் மிடுதமே..'

'பூசை முடியட்டு..'

என்பது போல் சைகை காட்டிய மிடுதம் பலி பீடம் நோக்கி கும்பிட்ட படியே நிற்க..செல்லப்பனுக்கு இரத்த கொதிப்பு எகிறி விடும் போலிருந்தது..ஒரு வழியாக பூசை முடிந்தது. இறைமக்களெல்லாம் சிரிப்பும் களிப்புமாக கோயிலுக்குள்ளிருந்து இறங்கினார்கள்... அனைவரின் பேச்சும் புதுசாக வைத்திருக்கும் அந்தோனியாரின் குருசடி திறப்பு விழாவை பற்றியதாகவே இருந்தது..

'நாளைக்கி பிசப் வந்து இல்லா திறக்கியாராம்..'

'அன்ன தான செலவு நம்ம கண்ட்ராக்கு அருளப்பனாமே.. ஆடு வெட்டி இல்லா சாப்பாடாம்..'

இதெல்லாம் கேட்க கேட்க செல்லப்பனுக்கு மயக்கமே வந்தது.. இதுக்கும் மேலும் பொறுக்க முடியவில்லை...

'ஓய் மிடுதமே..கோயில் மண்டபத்துல தான் எனக்க மொவுளுக்கு கலியாணம் நடக்கு.. இதெல்லாம் ஒங்களுக்கு முன் கூட்டியே தெரியும். தெரிஞ்சி வச்சிட்டு அந்தோனியாரு குருசடியை எனக்க மொவுளுக்க கலியாண கெட்டு நாளுல தொறப்பு விழா வச்சிருக்கிதியளே..இது உங்களுக்கெல்லாம் அடுக்குமா? ஓமக்க வீட்டுல ஒரு அவசரம் நடந்தா நீரு தொறக்க விட்டுருக்குமா? கல்யாணத்தின் பிரிவு பணத்தை வச்சி ஒருவாடு காரியம் நடத்தயிருக்கு..இதெல்லாம் ஒங்க யாருக்குமே மனசுல ஆவாதா?

செல்லப்பனின் சத்தம் கொஞ்சம் கூடி தான் போகுது.. மிடுதம் லாசரின் முகம் மாறியது..

'ஓமக்க வீட்டு கலியாணத்துக்கு வேண்டி, கோயில் காரியத்தை நிறுத்தி வச்ச முடியாது. பிசப்புக்கு அன்னிக்கு

தான் சௌரியம்..இதுக்கும் மேல பேசணுமங்கி சாமியிட்ட போ.. எடுத்தெறிந்தான் லாசர்.

‘அய்யோ அந்தோனியாரே..இந்த ஆளுவா எல்லாம் வருவுனுமேண்ணு அரி கறியெல்லாம் வேண்டி போட்டாச்சி.. இனி..’

விறுவிறுண்ணு சாமியின் மேடைக்கு போனாரு.. சாமியைச்சுற்றி கோயில் பிரதானிகள் தெரிந்தார்கள்..

‘அந்தோனியாருக்க பின் பக்கம் பிங்க் நிற பெயிண்ட் கொடுக்கணும்..அப்ப தான் ரோட்டுல போறவங்களுக்கு நல்ல எடுப்பா தெரியும்.. முகத்துல இன்னும் கொஞ்ச சைனிங் பூசணும்..அப்ப அதுலோட்டு போறவங்களுக்கு ஒரு ஈர்ப்பு வரும்..நாலு ஆளுகள் போனா தான் காணிக்கை பைசா விழும். மாசம் ஒரு பத்தாயிரம் ருபா வச்சி விழுந்தாலும் வருசத்துக்கு அதுவே ஒண்ணு ஒண்ணே கால் லெட்சம் வந்துராது..அதை வச்சி அந்தோனியாருக்குண்ணு ஒரு சப்பறை பெரை வச்சுலாம்.. அந்தோணியாருக்குண்ணு ஒரு மாலை செய்யுலாம்..

வீறு பல்லுகள் வெளித்தள்ள பெருமையாக பேசும் பொருளரை ஓங்கி அடிக்கணும் போல ஆவேசம் வந்தது செல்லப்பனுக்கு..

‘ஓய் கணக்கரே அந்தோனியாருக்கு இதெல்லாம் தேவையிண்ணு ஓமட்ட கேட்டாராக்கும்? ஓமட்ட தானே எனக்க மொவுளுக்க கலியாண நாளைச்சொல்லி மண்டபம் புக்கு செஞ்சேன்..அந்த நாளுல போய் எதுக்கு ஓய் திறப்பு விழாவை வச்சியா?’

‘இது கொள்ளாமே ஒனக்க கதை..ஒன் வீட்டு கலியாணத்தைப் பாத்துட்டு திறப்பு விழாவை எப்படி மாத்தி வச்ச முடியும்? திறப்பு விழா வச்சாலும் வச்சாட்டாலும் ஓம்ம வீட்டுக்கு வரணுமுண்ணு நினைக்கிறவன் வரத்தான் செய்வான்..’

‘நானும் ஒரு வரிக்காரன் தானே..எனக்கும் அவகாசம் இல்லியா?’

‘எல்லா அவகாசமும் இருக்கு..போவம் போய் கலியாணத்தை நல்ல படியா நடத்தும்..நாங்க எல்லாம் வருவம்.. கணக்கர் சமாதானம் செய்ய பங்குசாமி சிரித்தப் படியே கடந்து போனார்..

விடிந்தால் கலியாணம்..திறப்பு விழா.. என்ன செய்ய? நாடியில் கை கொடுத்து விட்டார் செல்லப்பன்.

‘ஓய் ஒரு நல்ல காரியம் நடக்கம்ப என்னத்துக்கு இப்பிடி இருக்குது? நம்ம வீட்டுக்கு வரணுமுண்ணு உள்ளவங்க வரத்தான் செய்வாங்க..நாம எல்லாருக்க வீட்டுக்க அவசரங்களுக்கும் போய் குறஞ்சது நூறு ருபாயங்கிலும் கொடுத்துட்டு தான் வந்தோம். அதை திருப்பி தர வரத்தான் செய்வாங்க.. அங்க பத்துமணிக்கு தானே..நமக்கு உச்ச ஆகும் இல்லியா..

மனைவி ஆறுதல் சொன்னாள்.. செல்லப்பனும் இந்த மக்களை நம்பினார்.

..

காலையில் முகூர்த்தம் முடிந்தாயிட்டு.

ஆக்குப்பெரையில் விளம்புக்காரகள் வெறுதே நிற்கிறாங்க. பெண்ணு மாப்பிளையும் மணவறையில் இருக்கிறாங்க.. ஊருக்காரங்களை காணவே இல்ல. நெருங்குன உறவுகளும், மாப்பிளையின் வீட்டாளுகளுமா கலியாணம் களை இழந்து போச்சி. பிரிவு பைசா வாங்கி போட செல்லப்பன் மண்டப வாசலில் இழுத்துப்போட்ட மேசை வெறுமனே கிடந்தது..

கரச்சி கரச்சியா வந்தது செல்லப்பனுக்கு..அவரருகே இருந்த சகாயமேரி சுற்றி முற்றி பார்த்தாள்..அந்திக்கி மாப்பிளை வீட்டுக்கு வீடுகாண போகும் போது வாங்குற பண்டப்பாத்திரங்களுக்கான பணத்துக்கு எங்க போறது? அய்யோ..சுளுக்கென அவள் நெஞ்சில் வலி பரவியது.. அய்யோ அம்மோ.. நெஞ்சை பிடிச்சிட்டு கீழே சரிந்தாள்..

‘அம்மோ..ஒ.. மணவறையிலிருந்து புதுப்பெண் அலற..கூடி வந்தவர்கள் அவளைத் தூக்கியிட்டு ஆஸ்பத்திரிக்கி ஓடினார்கள்..

'பிரசர் ஏறியிட்டு..'

கூட்டத்தில் சலசலப்பு..

மனைவியை அவசர பிரிவில் சேர்த்து விட்டு மண்டபத்தில் வந்த செல்லப்பன் வெறுமனே கிடந்த மேசையை பெருமூச்சோடு பார்த்தார்.

குருசடி திறப்பு விழாவுக்கு போயிட்டு வயிறு கனக்க வரும் தன் சொந்த சித்தப்பானாரின் மகனைக் கண்டதும் ஆவேசம் மூண்டது.. இவன் கலியாணத்துக்கு இரவும் பகலும் உழச்சி காய்ச்சல் வந்து, கடைக்கு லீவு விட்டு..அதுல சம்பளம் குறச்சி என்னெல்லாம் அவஸ்தைப்பட்டேன்..நினைத்தவர்..

'லே அலசி..எங்கல போன..இது ஒன் வீட்டு அவசரமுண்ணு தெரியுமல..'

'போல அண்ணா.. அங்க நல்ல ஆட்டு இறச்சி வச்சி சோறு போட்டாங்க.. பத்து பைசா கொடுக்காம ஆட்டுக்கறி போட்ட சோறுக்கு போவுனுமா. ஒன் வீட்டு கலியாணத்துல வந்து சாம்பாறு சோறு தின்னுவுனுமா..ஓசுல போடுற இடத்துக்கு தானே போக முடியும்..'

'லே லே.. மனசு கெட்டு பேசாதல.. குமுறினாரு செல்லப்பன்..

'இன்னும் ஒமக்கு ஒரு மொவா இருக்கியா இல்லியா.. எல்லாரும் அப்ப வருவுனம் கவலப்படாதடே..'

வெகு இயல்பில் சொல்லிப்போனவனை தெறிக்க பார்த்தார். புது குருசடி திறப்பு விழாவிலிருந்து ஆட்டு இறைச்சியும், சோறும் பாயசமும் தின்னுட்டு வந்தவங்க யாரும் செல்லப்பன் வீட்டு கலியாணத்தை பெரிய விசயமா பார்க்க வில்லை. இலவசம் தானே பெரிசு.

விறுவிறுவென புது குருசடிக்கு போனார் செல்லப்பன். புத்தம் புதிய மினுப்பில் இருந்த அதோனியாரை இயலாமையில் பார்த்தார்.

'நான் என்னத்தடே செய்ய ஒக்கும்..செல்லப்பனே..'

இரக்கம் பொங்க பார்த்த அந்தோனியாரின் கண்களில் சாய்ந்து அழுதார் செல்லப்பன்..

○

8.இசுக்கனின் செம்மண்

சவரிமுத்துவின தலைமுடிகளிலிருந்து விசர்ப்பு ஒழுகி அவன் வெட்டிக்கொண்டிருந்த செம்மண்ணில் விழுந்து கொண்டிருந்தது.. மிச்சம் மீதியாக இன்னும் பல சொட்டு விசர்ப்பு துளிகளோ வாயுக்குள் ஊர்ந்து இறங்கி உப்பாக கரித்தது..வேறு வழியில்லாம அதை விழுங்கியிட்டே மண்ணை வெட்டி கோரி தானே தலையில் வைத்தான்.

மலை போல் கிடக்கும் செம்மண்ணை ஏக்கமாக பார்த்தான். குறுக்கு குத்தி குடைந்து வலித்தது..தோப்பியம் கடுத்து உழைந்தது.. தேக வலிமை இல்லை என்பதால் ஓய்வில் இருக்க முடியாது. தனக்கென மனைவியும் மகளும் இருக்கிறார்கள். மகள் வயசுக்கு வரும் பருவம் வந்து விட்டாள்.

‘நம்ம பெண்ணு எப்பண்ணு இல்லாம முக்குல இருப்பா. அதுக்கும் முன்ன கழுத்துல ஒரு பவுனுக்கங்கிலும் வாங்கி போடாட்டா எப்பிடி ஓய்?அக்கம் பக்கமெல்லாம் நம்மளை சிரிச்ச தான் செய்வாங்க...’

மனைவியின் குரல் மனதில் ஒலித்து கொண்டிருந்தது. வியர்த்த உள்ளங்கையிலிருந்து வழுவும் நம்மாட்டியை அமுக்கி பிடித்தான். பக்கத்தில் நின்ற தென்னை ஓலைகளில் குருவிகள் இங்கும் அங்குமா பறந்த பறப்பில் சுதந்திரம் என்கிற சுகம் தெரிவதை ஏக்கமாக பார்த்தான்.. இது போலவே பக்கத்தில் நிற்கும் மஞ்ஞாணத்தியில் கருங்குருவிகளும், அணில்களும் இங்கும் அங்குமாக தாவிய தாவியலில் அவைகளின் சீவித கொண்டாட்டங்களை கவனித்தான்.

‘பேசாம இந்த ஜீவிகளைப் போல பிறக்க வச்சிருக்க மாட்டானா இந்த ஆண்டவன்.. அதுகளுக்குண்ணு வீடு கூடு

பெரிசா வேண்டாம்.. உடுக்க துணி மணிகள் வேண்டாம்..நகை நட்டு வேண்டாம்..பழங்களையும், பூக்களையும் தின்னுட்டு தோணியவசம் துள்ளியிட்டு திரிஞ்சா போரும்.. இந்த மனுச பிறப்புக்கு தான் என்னெல்லாம் பாக்க வேண்டியிருக்கு..'

நினைத்தப்படியே தலைச்சுடோடு சானல் பாலம் வழியே நடந்து மேல் கரைக்கு ஏறினான். சானலில் வெள்ளம் நிமுந்து ஓடி கொண்டிருந்தது..

கரைகளில் பூத்துக்கிடக்கும் முள்ளுச்செடிகளின் பூக்கள் ஆற்று வெள்ளத்தில் அலம்பி அலம்பி கிடந்தன... சுட்டெரிக்கும் வெயிலின் வெம்மையில் இப்படியொரு கிடப்பு எப்படியொரு சுகம் கொடுக்கும் இல்லியா? மஞ்ச, நீலம், இள ரோஸ் நிறங்களில் முள்ளு பூக்கள் சானல் நீரின் மேல்பரப்பில் கிடப்பது போல, தன்னுடலையும் சுமையில்லாமல் மிதக்க விட தோன்றியது.

'லே.. இது என்னல நடை நடக்கிய..? இப்ப மூணு மணிக்குள்ள இதை தீத்துட்டு வீட்டுப்பக்கம் வரணும்..அங்க அடுக்கி வச்சிருக்கிய மட்டைக்கூட்டத்துல செதுலு மேயுது.. வல்ல பாம்போ கீம்போ தாவாளம் வச்சிருக்கோ என்னவோ?"

இசுக்கன் என்கிற அல்போன்ஸ் சொல்ல தளர்ந்த காலுகள் கிடுங்கின..

அல்போன்சுண்ணு சொன்னா ஊருல பலருக்கும் தெரியாது.. ஆனா இசுக்கன் என சொன்னால் சின்னப்பிள்ளைகளுக்கும் தெரியும். இசுக்கன் ஒரு காலத்திலிருந்தே நல்ல வசதி வாய்ப்பாக உள்ளவன். தோப்புகளும், வயலுகளும், பயறுவகைகளும் நிறைய உண்டு. அப்போதெல்லாம், இவனுக்க தோப்புல தேங்கா வெட்டுற நாளில ஊருல உள்ள பிள்ளைகளெல்லாம் தேங்காய் பறக்கி கொடுக்க போவாங்க. அந்தி வரைக்கும் நின்று பறக்கினால் பாவி பய, அந்திக்கு ஆளாளுக்கு ஒரு ஆரஞ் முட்டாய் வேண்டி கொடுத்து கூலியை கழித்து விடுவான்.

இது போலவே சக்க, மாங்காய் பறிக்கும் நாள்களிலும் யாருக்கும் பறக்கு கூலி கொடுக்க மாட்டான். இதுனாலே போக

போக யாரும் அவனுக்க விளையிலோ, அவனுட்டயோ ஒரு சகவாசமும் வைக்கிறதில்ல. தொட்டு தின்ன உப்பு வரைக்கும் கொடுக்காம இருக்கிற இவனுக்க சுபாவத்துக்காகவே ஊரில் பலரும் சேர்ந்து இசுக்கன் என்கிற ஞானஸ்நானத்தை கொடுத்தார்கள்...

இவன் தோப்பில் உலர்ந்த ஓலையோ, சில்லாட்டையோ, மட்டையோ விழுந்து கிடந்து அதை எதாவது பாவப்பட்டதுவா பறக்கியிட்டு போயிட்டதை அறிந்தா வீடுகளில் போய் கேட்பான். ஈக்கு நஞ்சி போன ஓலையளை கூட திருப்பி எடுத்துட்டு போயிருவான். மகா கஞ்சன்.. போக போக இவனிடம் வேலைக்கி யாருமே போகாம ஆனாங்க. ஆனால் சவரிமுத்துவின் விதியால் வசமா மாட்டினான்.

இசுக்கனின் இளைய மகன் பவுலும், சவரிமுத்துவும் ஒண்ணாக படிச்சவங்க. அதுல ரெண்டு பேரும் நெருக்கம் ஆனாங்க. இரண்டு பேரின் நட்பினால் இசுக்கனின் வீட்டிற்கு சவரிமுத்து வந்தும் போயுமாக இருந்தான். பவுலுக்கு பள்ளி விட்டதும் பசு மாடுகளுக்கு புல்லறுக்க போகணும்.. கிணத்துலண்டு வெள்ளம் கோரணும். மாட்டுக்கான புண்ணாக்குகளை கலக்கி வெள்ளம் வைக்கணும். வீடு வீடாக பால் கொண்டு கொடுக்கணும். பவுலின் இந்த வேலை நெருக்கடிகளிலும் கூட்டுக்காரனோடு நின்று வேலை செய்வான் சவரிமுத்து.

‘லே இசுக்கனைப் போல தான் அவனுக்க மொவுனும் இருப்பான்..போவதல..’

குடும்பத்தில் சித்தப்பன் பெரியப்பன் மக்களெல்லாம் சொன்ன பிறகும் நட்பு இல்லியா..விட மனசில்ல. பவுலும் சவரிமுத்துவை மிகவும் நல்லவிதமாகவே வைத்திருந்தான்.

பத்தாம் வகுப்பு பெரிய பரிட்சையில் சவரிமுத்து நாலு பாடத்தில் தோத்தான். பவுலோ எல்லா பாடத்திலும் பாசானான். இசுக்கன் அவனை வெளியூரில் படிக்க அனுப்பினான்.

‘லே ஒனக்கெல்லாம் படிப்பு ஆகாதுல..அதெல்லாம்

வராதுல..அதுக்குண்ணு ஒரு மூளை வேணும். ஒங்கொப்பனுக்கு படிப்பறிவு இல்ல..ஒங்கொம்மையிக்கி இல்ல..ஆனா எனக்கு மொவுனுக்கு கண்டியா எல்லாம் பாசாயிருக்கியது..நானும் என் பெண்டாட்டியும் அப்பளத்த பத்தாம் கிளாசுக்காரங்க. நீயெல்லாம் என் வீட்டுல எடு பிடிக்கு நில்லுல.. வீட்டுல கொக்காளை கெட்டிக்கொடுக்க வேண்டியிருக்கு..கொம்ம தீனம் பிடிச்சவா.. கொப்பனோ குடிகாரன். நீ தான் இனி ஒங் குடும்பத்தை பாக்கணும்..' இப்படி சொல்லியே சவரிமுத்துவை பொதி கழுதையாக்கியிட்டான்.

'டூட்டோரியல பாசாகி கிடைக்கிறது வரை..அப்பாயிக்கி ஒரு ஒத்தாசையா எங்க வீட்டுல வந்தும் போயும் இருடே..' கூட்டுக்காரனும் சொல்ல... நட்புக்காக இசுக்கனிடம் வேலைக்கு ஆனான்.

சவரிமுத்துவுக்கு அப்போது ஒரு இருபது வயசு இருக்கும்.. இவன் பெரியப்பாவின் மகன் வெளிநாட்டிலிருந்து வந்திருந்தான்... சவரிமுத்துவின் கோலம் கண்டான்..

'லே பேர்சியாவுல ஒட்டகம் மேச்சங்கலும் பணம் சம்பாரிச்சுலாமுல..இதுல கிடந்து அந்த இசுக்கனுட்ட அண்டிப்பிழச்சியதுக்கு வால எனக்க கூட

அவன் இவனை வெளிநாட்டுக்கு கொண்டு போனான். போயிட்டு வந்த முதல் வேளையில், அக்காளாரை கெட்டி கொடுத்தான். இரண்டாம் தடவை வந்து வீட்டுக்கு பவுண்ட்டேசனும் போட்டான்..அவ்வளவு தான் என்ன கொடு விதி நடந்தோ.. சவரிமுத்துவை ஒரு மோட்டருக்காரன் இடிச்சி போட்டுட்டான். இடிச்சது மோட்டாரா இருந்தாலும் காரியமான அடி தலையில்..அப்படியே புத்தி பேதலிச்சி மாசக்கணக்கில கோட்டாத்து ஆஸ்பத்திரியில கிடந்தான்..

தமைக்காரு தான் இவனை மேக்கோடு வைத்தியச்சாலைக்கு கொண்டு போய் தேத்தினா. நாலஞ்சி வருசம் இப்படியே ஆனவனின் சம்பாத்தியம் எல்லாமே போச்சி. கொஞ்சம் தேக சுகம் ஆகி வரும் போது வயசும் முப்பது முடிந்து போயிருந்து.

வயசு ஆகி போயிருந்தவனுக்கு வெகுசீக்கிரத்தில் வரன்கள் அமையவில்லை. அக்காக்காரியின் முயற்சியில் விதவை பெண்ணை கலியாணம் செய்து வைத்தாள். இவன் மனைவிக்கு முதல் மாப்பிளைக்கு பிறந்த மகள் ஒன்றரை வயதில் இருந்தாள். அக்குழந்தை தான் இவனுக்கும் மகள். இவனுக்கென்று இன்னும் ஒரு குழந்தை பிறக்கவில்லை.

வேலை என எதுவும் இல்லாமல் குடும்பாகி கிடந்தவனை இசுக்கன் மறுபடியும் அழைத்தான்.

முன் போல இசுக்கனிடம் தோப்புகளெல்லாம் இல்லை. வயலுகளையும் அழித்து இரப்பர் தோட்டங்களை உருவாக்கியிருக்கிறான் இசுக்கன். எத்தனையோ பசுக்கள் நின்ற வீட்டில் இப்போது ரெண்டு பசுக்களே நிற்கின்றன்..

காலையில் இசுக்கனின் வீட்டுல போனால் பசுவுக்களுக்கு புல்லு போடணும், வெள்ளம் வைக்கணும். பாலு கறக்கணும்.. சுசெயிட்டிக்காரனுக்கு கொடுக்கணும்.. அது முடிஞ்சதும் இசுக்கன் எங்க போக சொல்லியானோ அங்க போகணும்.

இசுக்கனின் புத்தி என்னாண்ணா அவனுக்க பின்னால வாலு போல சுழல் ஒரு அடிமை வேண்டும்.. லே இதைக் கொத்து..லே இதை மூடு.. இப்பிடி சொல்லி சொல்லியே மப்பு அடிப்பான். நாலு பேரு பாக்கிறப்ப அவன் பின்னாலே சுழல இந்த சவரிமுத்து எப்போதும் இருந்தான். தன் இயலாமையும், இசுக்கனின் அதிகாரமும் சவரிமுத்துவுக்கு பிடிக்கவே இல்ல..

‘என்ன செய்யுறது? பொறுத்து தான் போகணும். நம்ம விதி கேடு இப்படி ஆக்கியிட்டு..’

சவரிமுத்துவின் மனைவி ஆறுதல் சொல்லுகையில் பொட்டி தெறித்து கலங்குவான்.

‘ஒருக்கா வெட்டிய குண்டை இன்னொருக்கா மூட வைப்பான். மூடினதை திறக்க வைப்பான்..ஒருக்கா நட்டதை பிடுங்கச் சொல்லுவான்..அதையே மறுநாள் எடுத்து

நட சொல்லுவான். ஒரு நாளு இடிப்பான்..அடுத்த நாளு கெட்டச்சொல்லுவான். இவன் புத்தி கொடும்புத்தி ராணியே. எப்பவும் அவன் ஒரு முதலாளி கணக்குல இருக்கணம்..அவன் காலைப்பிடிச்சிட்டு நடக்க ஒரு அடிமை வேணும். இந்த ஊருல என்னை விட்டா அவன் பின்னால போகிறதுக்கு வேற எந்த பய வருவான்..? நானும் நினச்சுது தான் வச்சிருக்கியேன்..சும்மா ஒரு பெட்டிக்கடையங்கிலும் போட்டு, அதுல நான் ஒரு முதலாளியா இருந்து.. இவன் அந்த கடையில வந்து சாமானு வேண்டியதை பாக்க காத்துட்டு தான் இருக்கியேன் பாத்துக்க..

அடிமைத்தன வலியின் சுமை தாளாமல் இப்படி அடிக்கடி புலம்புவான்.

மனைவியும் கயல் குழு, மலர் குழு, ரோசா குழு அது இதுண்ணு பல மகளிர் குழுக்களில் இருக்கிறாள். எடுத்து முடித்த கடன்களெல்லாம் தீர்ந்து விட்டால், மாப்பிளை ஆசைபடுவது போல் ஒரு பெட்டிக்கடையாவது ஆரம்பிக்கலாமென நினைத்திருக்கிறாள். ஒவ்வொரு தடவையும் இந்த எண்ணம் நடக்காமல் போயிட்டே இருக்குது.

...

வாழ்க்கையின் பல கோலங்களை நினைத்தப் படியே சுமட்டு மண்ணோடு சானல் நடுவே போடப்பட்ட பாலத்தின் வழியே கடந்து, இசுக்கனின் மேல் பக்க விளையில் ஏறுகையில் காலு ரெண்டும் மடுத்து போனது. கழுத்து வாக்கில் ஏறுன தரிப்பு தலை முழுக்க பிடித்தது.

'லே மண்ண களையாம கொண்டு வா..'

மேல் பக்கம் நின்ற இசுக்கன் குடைப்பிடித்து நின்றான். சவரிமுத்துவுக்கு அவனையும், குடையையும் கண்டதும் மனசுக்குள் சிரிப்பு பீறிட்டது..

'நாலு நாளு வாழுற ஒலகத்துல நல்லது போல ஒரு உடை உடுக்க மாட்டானா? இது எப்ப வேண்டின குடையோ

பிஞ்சி வலிஞ்சி அதுவும் வெள்ளை நூலு வச்சி பீத்தையளை தச்சி வச்சிட்டு நிக்கிய நிப்பைக் காணேலியா..தாயழி பய இவனெல்லாம் செத்தா எப்பிடி தான் கல்லறைக் குழிக்குள்ள கிடக்கியானோ..'

'என்னத்தல நினச்சிட்டு இந்த அன்னநடை நடக்கிய.. இண்ணு அந்தியிக்குள்ள இது எல்லாத்தையும் முடிச்சிடணும்..'

'ஒ.ஒ..' சுரத்தையினிறி பதில் சொன்னான்.

'என்னத்த ஓயோ..'

கையிருந்த குடையை சுருக்கினான் இசுக்கன். அருகில் தெரிந்த பாறையின் மேல் பக்கம் படர்ந்து நின்ற கொன்னையின் நிழலில் போய் இருந்தான். இசுக்கன் இருக்கிறதை கண்டதுமே சவரிமுத்துவுக்கு சகலமும் வலித்தது..

ஒரு நடைக்கு இவ்வளவு தான் நேரமுண்ணு இசுக்கன் வைத்திருப்பான். அதுக்குள்ள சவரிமுத்து வந்து சேரலண்ணா அறுத்து உரிப்பான்..

போன திங்களன்று இங்கிருந்து வெட்டி கீழ் பக்க விளையில் தட்டச்சொன்ன மண்ணை, இப்ப மேல் பக்க விளையில் வெட்டின அதே இடத்துல தட்ட வைக்கிறான் என்பதில் சவரிமுத்துவுக்கு சின்ன வலியில்ல..

'இதுலண்டு பின்ன என்னத்துக்கு ஓய் வெட்டி மாத்திச்சி..' கேட்டதுக்கு..

'அதையும் இதையும் நீ என்னத்துக்கு அறியணும்..ஒனக்கு சம்பளம் வருதாண்ணு மட்டும் பாரு..இது என் விளை.. என் மண்ணு எங்க தட்டணும், வெட்டணமுண்ணு தோணுதோ அங்க தோண்டுவேன்..தட்டச்சொல்லுவேன்..' கடுப்பாக பேசினான்.

இடிவிழுந்தயவன் எங்க தட்டினா எனக்கென்ன? என்கிற மனநிலைக்கு சவரிமுத்துவும் வந்து காலங்கள் ஆச்சி.

பாறையில் விழுந்த நிழலில் இருந்த இசுக்கனின் கண்கள்

சவரிமுத்துவின் கால் வேகத்தையே அளவீடு செய்துட்டு இருந்தன..

'ம்..செணம் ஆவட்டு..செணம்..'

மகன் வாங்கி கொடுத்த போணில் பழைய பாட்டுகளை கேட்டு சுதிச்சப்படியே சொன்னவனின் தலையில் பெருங்கல்லு ஒன்றை போடணும் போல தோணுது..ஆனா அது தன் வாழ்க்கையில ஒரு நாளுமே நடக்கப்போவதில்லையென்பதும் புரிந்தது.

தலையிலிருந்த மண்ணை, சள்ளென தட்டினான் சவரிமுத்து.. செம்மண் படிந்த தேகத்தில் விசர்ப்போடு பிசைந்த செம்மண்ணின் வாசனை பரலோக வாசனையாகவே கறங்கியது.

'அப்போ நான் மட்டும் பெரிசா வளரட்டும் ..அதுக்க பிறகு நான் பெரிய சோலிக்கி போவேன்..நிறச்சி சம்பளம் வேண்டுவேன்.. பிறவு நீரு வேலைக்கே போவாண்டாம்.'

வேலையின் அலுப்பில் வீட்டில் போய் விழுகையில், மனைவி ராணி சூடு வெள்ளம் வச்சி தேகம் ஒப்புகையில், தன் மிருது கைகளை தகப்பனின் தேகத்தில் தடவி சொல்லும் மகளை உடனே பார்த்து ஆறுதல் பெற வேண்டும் போல் தோன்றியது.

'அடுத்தவனுக்க சாமானத்தை தனக்கது போல பீத்துக்காட்டியான்..பெண்ணன் பய..'

குடும்பக்காரங்க வரைக்கும் இப்படி பரிகாசம் அடிக்கிறாங்க..

'ஆண்டவன் எனக்குண்ணு தந்த என் மொவாதாம்ப்புல அவா. எவன் உண்டாக்குனா என்ன..? பூமியில பிறந்தா எல்லாம் எல்லாருக்கும் தான்..போங்கல அப்பறம்.'

தூக்கி எறிந்தான் வசவுகளை. தன் வழியாக இப்படியொரு மகள் மனைவிக்கு பிறந்தால் கூட இப்படி பாசம் வைப்பானே என்னவோ அந்த அளவுக்கு பாசம்..

'ம்,எங்கண்ணு எங்கப்பனை போலே இருக்கு

கண்டியாம்மா..ம், அப்பாயிக்க கடைக்குட்டி விரலை பாரு என்னைப் போலவே இருக்கு கண்டியாம்மா..நானும் அப்பாயும் ஒண்ணு போல..'

கண்ணாடியை எடுத்து தகப்பனின் மூஞ்சோடு தன் மூஞ்சியையும் ஒட்டி வச்சிட்டு செல்லம் காட்டும் மகளை ஒரு நிமிசம் கூடமனசிலிருந்து சவரிமுத்து விலக்கவே இல்ல.. இந்த கடும் வேலைகளையும், அடிமைத்தன சுமைகளையும் வருங்கால வாழ்வில் தன் மகள் வளம் பெற வேண்டுமென்று தான் செய்கிறான்..

மகளின் நினைவில் நின்றவனை...

'போ போ பெய் அடுத்த நடையை கொண்டு வா' இசுக்கன் துரிசப்படுத்தினான்.

கீழிறங்கி குட்டையோடு நடந்தான் சவரிமுத்து..

வெயிலின் உக்ரம் உழைக்கும் உடலை பிசைந்து வடிக்க வைத்தது.. தலையில் கட்டியிருக்கும் தோர்த்து முழுக்க விசர்ப்பு வெள்ளம் ஊறி நிற்க..தலைப்பாயை உருவினான். பிழிந்தான்.. விசர்ப்பு வெள்ளம் களைந்தது..தோர்த்தை சுருட்டிய படியே ஆற்றுப்படிக்கட்டில் இறங்கினான். துண்டை வெள்ளத்தில் முக்கினான். செம்மண்ணும், விசர்ப்புமாக ஆற்றில் கலங்கியது.

செறங்கையில் வெள்ளம் கோரி தேகம் மேலிலோட்டு ஊத்தினான். சுட்டு கரிஞ்ச தேகத்தில் படும் வெள்ளமும் சூடாக கீழிறங்கியது..ஆற்றோரம் பூத்துக்கிடந்த காட்டுப்பூக்கள் இவனின் இளைப்பாறுதல் கண்டு காற்றோடு ஆடி பாடின.. தாகிச்ச வாயுக்குள் ஆத்து வெள்ளத்தைக் கோரி நிரப்பினான்.. வாய் முழுக்க சுகம் பரவியது..

கரையேறினான்..சுகமா இருந்தது..சானலின் கரையோரம் அடர்ந்து நின்ற ஈரோலி மரத்தில் கண்கள் போயின. ஈரோலி மரத்தில் பழுத்து தொங்கின பழங்கள் கறு கறுப்பாக மினுங்கின. பழங்களின் மொச்சையில் கருங்குருவிகள். காக்கைகள்,

அணிலுகளெல்லாம் அம்மரத்தின் மேலும் கீழுமா ஏறியும் இறங்கியுமாக தெரிந்தார்கள்..

'ஒங்களுக்கெல்லாம் என்னா சுக வாழ்க்கை..உண்ணக்கு என்னா..உடுக்கக்கு என்னா.. வீடு கூடுக்கு என்னா.. ஒண்ணும் அறியாண்டாம். எல்லாத்தையும் காலதேவன் தந்துருவான்.' இவன் பேச்சைக் கேட்ட கருங்குருவிகள் சிறகை ஆட்டியிட்டே இங்கும் அங்குமாக கிளைகள் தாவின.

'அப்போ ஈரோலி பழம் கொண்டாந்தியா?'

சானல் கரையில் வேலைக்கி வாறதை அறியும் போது மகள் கேட்பது ஓர்மையில் வந்தது.. பழுத்து நிற்கும் ஈரோலி பழங்களை பறக்க, பறிக்க என வேளா வேளைக்கி சுத்துப்பத்து பிள்ளைகளெல்லாம் கூடும். இன்னிக்கு இன்னும் யாரும் வந்தது போல தெரியல..நினைத்த சவரிமுத்து கையிருந்த மண் குட்டையை கீழே வைத்தான். தாழ்ந்து நின்ன ஈரோலி கொளையை தாழ்த்தினான். இவன் கிளையை இறக்கி பிடித்து பழம் பறிக்கும் சலனத்தில் அதிலிருந்த பறவைகள் இங்கும் அங்குமா கலைந்தன..

'யாரும் என்னை கண்டு பேடிச்சாதீங்க...எனக்கு எள்ளுபோல போரும்..எனக்க மொவுளுக்கு ஈரோலிபழம் நல்லாப்பிடிச்சும்..' சொல்லியபடியே பழங்களை உருவினான். கலைந்த பறவைகள் பக்குவமாக இவனை பார்த்தன..

பழங்களை இதமாக உருவுகுகையில் கைகளில் பழச்சாறு கடும் நிறத்தில் பரவியது. அந்த இனிப்பை அப்படியே நக்கினான்.. புளிப்பும், கடுப்பும், இனிப்புமாக நாக்கில் புரண்ட சுவையை விழுங்கினான்..உள்ளங்கையில் வைத்த பழங்களை மோந்திய படியே, தன் தோர்த்தில் மெலிதாக பொதிஞ்சான்..

'லே ஒரு நடை கொண்டு வர எம்புடு நேரமுல ஆவும்..'

மேல் பக்கம் நின்று இசுக்கன் அழைக்க.. இனி இப்ப பழங்களை கண்டால் அவன் தின்னுவான்.. அவன் பேத்தியாருக்கு

வேண்டியிட்டு போவான்..கண்கள் பரபரத்தன.. அருகில் அடி மூட்டில் கருகி நின்ற வாழை இலையை பூச்சான்..அதில் ஈரோலி பழங்களை பொதிஞ்சான். வழி முடுக்கில் நிற்கும் அயனி மரத்தினடியில் பொந்து போல் சில ஒளிப்பிடங்கள் தெரிய அங்கே கொண்டு பழங்களை ஒளிச்சி வச்சான்..

மண் வெட்டத்துடங்கினான்..பின்னும் விசர்ப்பும், கால் தரிப்பும், கழுத்து வலியுமா தொடர்ந்தான்..

உச்சைக்க பிறகு மணி மூன்று. .. இன்னும் கால்சதம் மண்ணு கிடக்கு சுமக்க? எல்லாம் சுமந்து முடிஞ்சாலே அந்திக்கு சம்பளம் கையில கிட்டும்..இல்லண்ணா பாதி சம்பளம். முக்காச் சம்பளம் என்பான்.. முக்காச்சம்பளம் வாங்குனா நாளைக்கு குழுவுக்கு வைக்கணுமே..ஆவேசம் மூண்டவனா மண்ணை சுமக்கத் துடங்கினான்..

'கிணிங்..கிணிங்..'

சவரிமுத்துவின் ஓட்ட டப்பா போணு, இசுக்கன் இருக்கும் பாறையிலிருந்து ஒலித்தது. அங்கு தான் இவன் போட்டுட்டு வந்த சட்டையையும், கையிலியையும் கழத்தி வச்சிருக்கான்..

'வேலை நேரம் என்னடே போணு..நீ ஒன் சோலியப்பாரு...' இசுக்கன் சொல்ல..வேறு வழியில்ல..வேலையை செய்தான். பின்னும் பின்னும் போண் வர வீட்டின் நினைவே வந்தது..

அவளுக்கு என்னங்கிலும் ஆச்சோ..இல்லிங்கி பிள்ளைக்கி என்னங்கிலும் ஆச்சோ.. நிமிர்ந்து பார்த்தான் இசுக்கனை.

'ஒனக்கு இப்ப முதமந்திரியிட்டண்டு போணு வரும்.. வீட்டுக்காரியா காணும். உப்பில்ல மொளவில்ல.. அது இதுண்ணு வேலை நேரம் சொல்லுவா. நான் பல நாளு சொல்லியிருக்கியேன்.. வேலை நேரம் போணு கொண்டு வராதேண்ணு..சவத்தை எடுத்து என்னாண்ணு கேட்டுட்டு வையில...'

கோபத்தை அடக்கி இசுக்கனை பார்த்தான் சவரிமுத்து. கருணையே இல்லாத பிசாசு போல் தெரிந்தான் இசுக்கன்.

விசர்ப்பும் மண்ணும் ஒட்டின கையோடு போனை எடுத்தான்.. எதிர்முனையில் பெண்டாட்டி தான்..

'இஞ்சேருங்கா பிள்ள சடங்காவியிட்டா..நீரு செணம் வாரும். அது என்னவோ ஏதோண்ணு பேடிச்சி ஒரே கரச்சி பாத்துக்கிடுங்கா..என்னை அப்பனுட்ட கூட்டியிட்டு போண்ணு எனட்ட சல்லியம் வச்சி கரஞ்சிட்டு கிடக்கு.. வரம்ப பச்சரியும், முட்டையும், நல்லெண்ணெயும்,தேங்காயும் வேண்டியிட்டு வாருங்க..செணம் வந்துருங்கா..பெண்ணு கரஞ்சி கரஞ்சி காச்சல உண்டாக்கும் போல தான் இருக்கு. ஓம்மளை கண்டா அதுக்கொரு சமானம் ஆகும்..வாரும் செணம்..'

பெண்டாட்டி சொன்ன சேதியால சவரிமுத்துவுக்க கண்ணு ரெண்டும் நிறஞ்சிப் போச்சி..

'பிள்ளை எம்பிள்ள சடங்காகியிட்டாளாம்..அதான்.. ஒட..ன போச்சொல்லியா வீட்டுக்காரி..'

'இது என்னடே புதுசா ஒனக்க மொவா சடங்காகிறது.. ஒலகத்துல எல்லா பெண்ணுக்கும் உள்ளது தான்..நீ சோலியைத்தீத்துட்டு போ..

'ஓய்..அது கிடந்து கரையுதாம் ஓய்..'

'இவன் ஒருத்தன் விவரம் இல்லாம என்னத்தடே பேசிய.. பெட்டப்பிள்ளையளுக்கு முதலில பேடியா தான் இருக்கும். வீட்டுல தள்ள இருக்கியா இல்லியா?'

'இருந்தா..லும்..' சவரிமுத்து தலையைச்சொறிந்தான்..

'நீ மனசு வச்சா அந்நா கிடக்கிய மண்ணெல்லாம் அரைமணிக்கூறுல தீக்குலாம். எல்லாம் ஒங்கையில தான் இருக்கு.. மொவளை ஒடனே பாக்கணுமங்கி, ஒடனே வாரி மாத்தியிட்டு போ.. இப்ப எனக்கு சந்தை வரைக்கும் போணும். அஞ்சாறு தேங்கா கிடக்கு..நல்ல விலைக்காரங்களைப் பாக்கணும்..'

ஈரகுலையில் இரக்கமே இல்லாமல் பேசி விட்டு போனான்

இசுக்கன்..

'ஓய்..ஓய்..'

சவரிமுத்து கவலையாக அழைத்தான் திரும்பியும் பார்க்க வில்லை.. பாறையின் மறுபக்கம் குமுறி நின்ன பேரையின் காய்களை கொறிக்கும் அணிலுகள் இவனின் துக்கம் கண்டோ என்னவோ வாயிருந்த பேரக்காய் துருவல்களை துப்பின சங்கடத்தால்..

அவசரம் என்கிற நிலை வந்த பிறகு, சந்தோசம் என்கிற சேதியை கேட்ட பிறகு, மகளை உடனே பாக்கணும் என்கிற ஆசை வந்த பிறகு ஒரு குட்டை மணலை கூட வெட்டி எடுக்க முடியவில்லை. கால் சத மணலும் பெரும் லாரி கணக்கில் நிமுந்து தெரிய விங்கி போனான் சவரிமுத்து.. பின்னும் பின்னும் போண் வந்துட்டே இருக்க மனசை இறுக்கிப்பார்த்தான் முடியல.. கடைசியில் எடுத்தான்..

'குட்டி ஒம்மளைத்தேடி கரையிதுண்ணு சொன்ன பிறகும் ஏன் ஓய் நீரு இன்னும் வரேல..அதுக்க கண்ணு ரெண்டும் சொவுத்துப் போச்சி..முகம் வீங்கி போச்சி..'

'அந்த இசுக்கன் என்னை விடலே ராணியே..என் மொவுளுட்ட போணைக்கொடு..'

'இன்னா கொப்பன்..' எதிர்முனையில் மகளின் குரல்..

'அப்போ எனக்கு பேடியாயிருக்கப்போ..'

'எனக்க மொவா பேடிச்சப்பாது.. இது நல்ல காரியம் மோளே..அப்பன் ஒனக்கு ஈரோலி பழம் நிறச்சி பறக்கி வச்சிருக்கியேன் கொண்டு வல்லாம் இன்னா..'

'அவருக்க ஒரு ஈரோலி பழம் இஞ்ச கொண்டா போணை..'வாங்கி பறித்தாள் ராணி.

'ஓய் ஓமக்க கண்ணு முன்ன ஆறு பாயுறது கண்ணுல தெரியேலாக்கும். எல்லாத்தையும் நாலு இழுப்பு இழுத்து அதுல

தள்ளியிட்டு வீட்டுல வாரும் ஓய்..எல்லாத்திலும் அவனுக்கொரு விசுவாச ஊழியனாட்டு இருந்திருந்து தான் ஒம்ம அவன் சவுட்டி பூத்தியது.. நீரு இப்ப அந்த மண்ணை இழுத்து ஆற்றுல போட்டா ஆறு அவனுட்ட ஒம்மள சொல்லி கொடுக்காது. இங்குனயும் இங்குனேயுமா நாலு இழுப்பு இழுத்து ஆத்துல தள்ளியிட்டு வீட்டுல வாரும்'

ராணி படக்கென போணை வைக்க..சவரிமுத்துவின் கண்கள் ஆற்று வெள்ளத்தில் போயின.. எந்த சலனமும் இல்லாமல் அது பாட்டுக்கு தன் மேல் விழும் காட்டுப்பூக்களையும், இலைகளையும் சுமந்துட்டு போயிட்டே இருந்தது..

'நான் தட்டும் மண்ணை மட்டும் இழுக்க மாட்டியா என்ன?' கேட்டான்..

சானல் வெள்ளம் கரையோடு அலம்பி சம்மதம் சொல்ல.. நம்மாட்டியால் மண்ணை வாரி இழுத்தான்.. சட சடவென ஆற்றில் விழுந்த மண் ஆறோடு கலங்கியது..

'சீவிதத்தில் என்னிக்காவது ஒரு நாளங்கிலும் இசுக்கனின் செவுட்டில் ஒற்ற அடி வைக்கணும்'

என்கிற அவன் வெப்புராளம் இசுக்கனின் செம்மண்ணை வெட்டி ஆற்றில் போட வைத்தது.. சர சரென வெட்டி தள்ளிய மண்ணை உள்வாங்கிய ஆற்று வெள்ளம் சிரித்த சிரி சவரிமுத்துவுக்கு கேட்டது. அவனும் சிரித்தான்...

9. ஆரஞ்சிக்காரன்

'டேய் செட் ஒதுக்காம்..'

மலையாள மேசிரி சொன்னது தான் தாமதம். இருப்பிடத்திலிருந்து பெண்கள் எழும்பினார்கள்..வனஜா முன் பக்க சுவரை பார்த்தாள். நேரம் மாலை ஐந்து முப்பது கழிகிறது.. வீட்டில் பிள்ளைகள் காத்திருக்கும் காட்சி கண் முன் வந்தது.. விறுவிறுவென தான் இருந்த இடத்தை தூத்து சுத்தம் பண்ண விரைந்தாள். மூலையில் வைத்திருக்கும் தொறப்பாய்களை நான் நீ என மத்திரம் வைத்து பெண்கள் எடுத்தார்கள்.

முந்திரி பருப்பு கூடத்தில் பீலிங் என்கிற தோல் உரித்தல் பகுதியில் வேலைப்பாக்கிறாள் வனஜா. மாப்பிளை இன்னாசி, நல்ல ஒரு கொத்த வேலைக்காரனாக இருந்தான். அவன் வேலைக்கி போகும் வரை குடும்பத்தின் வருமான பொறுப்பு வனஜாளுக்கு இல்ல. அவன் கொண்டு வருவதை வைத்து, அரி கறி வாங்கி மூணு மக்களையும் வளத்துட்டு இருந்தாள். வேலைச்செய்யுற போது மாப்பிளை அலெக்சு சாரத்திலிருந்து கீழ விழுந்து குறுக்கு பேந்து போய் கிடையில ஆகி விட்டான்.. அதன் பிறகு எழும்பி நடக்கவும் முடியாது.. ஆசாரிப்பள்ளம் கெவர்மெண்ட் ஆஸ்பத்திரியில் எட்டு மாசம் இருந்து சிகிட்சை செய்தும் பெரிய புண்ணியம் இல்ல..ஏதோ பிள்ளைகளின் காவலுக்கு வீட்டில் ஆனான் அலெக்சு.

கலியாணத்தின் முன்னே அண்டியாபீசு வேலை செய்து பழகிய வனஜா, மாப்பிளையின் வருமானம் தடைப்பட்டதும் பின்னும் தொடர்ந்தாள்..

மூத்த மகள் ஐந்தாவது,.இரண்டாவது மகன் மூணாவது.. எல்லாத்துக்கும் கடைக்குட்டிக்கு ரெண்டரை வயசு.. இவள்

பிள்ளைகளை விட்டுட்டு வேலைக்கு வரும் போது அழும் அழுகை பெரும் துயரமாக இருக்கும். எதோ இவளின் உதவிக்கு அம்மாக்காரி பகல் வேளைகளில் வீட்டில் போவாள்.

'எடி அவரவர் ஸ்தலத்தை விறுத்தியாயிட்டு அடைக்கணும்.. பருப்பு ராவில தணுக்கருது..'

மேசிரிக்காரன் செட்டை சுத்தி சுத்தி சொல்ல, வனஜா தன் இருப்பிடத்தைப் பார்த்தாள். வகைப்படுத்தி வைத்திருந்த பருப்புகளின் மேல் பக்கம் விரித்த விரிப்பு கொஞ்சம் விலகி தெரிய.. மேசிரிக்காரன் பார்க்கும் முன்னே இழுத்து மூடினாள்.

'எகதேசம் அறுபது பெண்கள் வேலைச்செய்யும் பகுதியில் நாலைந்து தொறப்பா வைத்து போட்டால், எப்படியாக்கும் செணம் இடம் ஒதுக்கியிட்டு வீட்டுக்கு போக முடியும்? மெக்காடக்கா..'

மேசிரிக்கு அடுத்தப்படியாக வேலை செட்டை கவனிக்கும் கமலத்தை அழைத்தாள் வனஜா..

'இங்கேரு செட்டு தூக்க தொறப்பாயில்ல..நாலஞ்சணம் கூட வேண்டிப்போட்டா தான் சமயத்துக்கு இடம் விறுத்தியாக்கியிட்டு வெளியில போக முடியும்..நான் பச்சப்பிள்ளைகளையும், தீனம் பிடிச்ச மாப்பிளையையும் இட்டுட்டு சோலிக்கி வந்திருக்கியேன்.. எவளும் எனக்கொரு சௌசின்னியம் பாக்கியது இல்ல..'வனஜாளின் சத்தம் கூடி போக..

'எந்தாடி வனஜே அவிட வழக்கு..' மேசிரிக்காரன் இறுவலோடு கேட்டான்..

'தொறப்பா இல்ல மேசிரியே..'

'எடி அவளுக்கொரு தொறப்பா மேடிச்சி கொடு..'

மெக்காடு கமலத்திடம் மேசிரிக்காரன் சொன்னான். மேசிரியின் சௌசின்னியம் வனஜாளை ரசிக்க வைக்க வில்லை..

'எடி நின்ற பர்த்தாவுக்கு ஒண்ணும் களியாது இல்லடி..

எங்கினாயண்ணு இச்சரீரம் அடங்கி கிடக்குந்நூ..'

பருப்பு நிறுக்க போகும் போது மேசிரிக்காரன் நசுக்கி பிதுக்கி சொல்லும் பாவனையால் உள்ளுக்குள் வெந்து போனவள் அவனின் கருணையை வெறுத்தாள்.

"நினக்கு கொழுப்பாடி."

ஊமையா சிரித்தான் மேசிரி..

இதற்குள் மெக்காடுக்காரி ஒருத்தியிடமிருந்து இவளுக்காக விளக்குமாறை வாங்கி பறித்தாள்.

"இன்னா வனஜா.. அவளே பச்சைப்பிள்ளையளை இட்டுட்டு, கிடையில் கிடக்கிய மாப்பிளையையும் இட்டுட்டு வாறா.. அவா இனி வீட்டுல போய் தான் அவிச்சிப்பறக்கணும், மக்களைப் பாக்கணும்..மாப்பிளையைப் பாக்கணும்.. இவளுவளுக்கு அவளுக்க முன்ன அவசரம் வந்துட்டு.."

மெக்காடுக்காரி மத்தப்பெண்ணுங்களை திட்டினாள்.

"ம்..அவளுக்கு மட்டும் தான் வீடு கூடு..வேற யாருக்கும் இல்ல.. அவா இதிலண்டு அடிச்சிப்பிடிச்சிட்டு போவா..போய் ஆரஞ்சிக்காரனுட்ட நின்னு கதை விடுவா.."

மெக்காடு தொறப்பா வாங்கி பறித்த கலா என்பவள் சொல்ல..தொறப்பாயின் தளர்ந்த கெட்டை திருமி திருமியே வனஜா அவளைப் பார்த்தாள்..

"என்னப்பாக்கிய? நாஞ்செல்லியது உள்ளது தானே.. ஆரஞ்சிக்காரனுட்ட போய் நிக்க மாட்டியா இல்லியா?"

செட்டில் உள்ள பெண்ணுகளெல்லாம் இவ்வார்த்தையை கேட்டு சிரித்தார்கள் ..மேசிரிக்காரன் முறைத்தான்..

"எடி இவடம் சந்தையாணோ..ஒண்ணொண்ணா இடம் விறுத்தியாக்கியிட்டு பொறத்து போங்கடி.."

வனஜாவின் மனசு ஏறி கனத்துப்போனது.

அண்டியாபீசின் வெளிப்பக்க வாசலில், ஒரு ஆரஞ்சிக்காரன் உண்டு. தள்ளுவண்டியில் ஆரஞ்சி, ஆப்பிள், திராட்சைப் போன்ற பழங்களை வியாபாரம் செய்கிறான்.. எல்லோரும் சொல்வது போல் ஆரஞ்சிக்காரனுட்ட வனஜா பேசாமல் இல்லை..ஆனால் இவளுகள் நினைக்கிறது போல் இல்லை.

அவன் இங்கு வியாபாரத்திற்கு வந்த புதிய நாள்களில் சம்பள நாளில் மட்டுமே பழம் வாங்குவா.. பழக பழக அவனே இவளை அழைத்து கொடுப்பான்..

“ஒன் மாப்பிளைக்காரருக்கு உடம்புக்கு முடியலியாமே.. பிள்ளைகளெல்லாம் பாவம் இல்லியா..நான் உடைவு பழங்களை ஜூசு தான் போடுவேன்.. இன்னா இதுல ரெண்டு கொண்டு போ..ஒனக்க மாப்பிளைக்கும், மக்களுக்கும் கொடு...”

இரக்கமாக சொல்லுவான் ஆரஞ்சிக்காரன்.

முதலில் வனஜா வாங்கவே இல்ல. நாள் போக பழகிய பழக்கத்தில் ஆரஞ்சிக்காரனின் மனம் நல்லதென கண்டாள். போதா நிலையில் மாப்பிளையின் கண்ணடியில் வீக்கம், கண்ணை நெளிச்சி பார்த்தால் வெளுவெளுண்ணு இரத்தமே இல்ல.. டாக்டருகள் நிறைய பழ வகைகள் கொடுக்க சொல்லியிருக்கு .தினம் எப்படி பழ வகைகள் வாங்கி கொடுக்க முடியும்.? சம்பள நாளில் அரைக்கிலோ ஆரஞ்சியை வேண்டியிட்டு போய் அதை ஜூசு அடிச்சி, அதுக்க கூட வெள்ளம் ஊத்தி சீனி போட்டு ஆளாளுக்கு அரக்கிளாசு வெள்ளம் குடிக்கிறதில் என்ன சத்து கிடைக்கப்போகுது?

“அவனுவா அழுகி போறதை தூக்கி தூரமா தான் போடுவுனம்..சும்மா தந்தா வேண்டியிட்டு வந்து ஜூசு போட்டு கொடு...அவனுக்கு நம்ம வீட்டு நிலை தெரிஞ்சிருக்கு.. அவனுக்கும் அக்கா தங்கச்சிகள் இல்லாமலா இருப்பாங்க.. ஒலகத்துல எல்லாமும் கெட்டது இல்ல..மக்கா”

வனஜாவின் அம்மாக்காரியும் சொல்ல..அதன் பிறகு வனஜா வாங்குவாள். அவனும் வனஜா போகிற நேரம் பார்த்து ஒரு கவர் கூட்டில் உடைவு பழங்களைப் போட்டு கொடுப்பான்..

“என்னிக்கும் சுமடு கணக்குல பழம் வேண்டுதியே நல்ல சக்கறம் காணும் இல்லியா ஒனட்ட..” கூட உள்ளவளுகள் ஒரு வித வைப்பு வைத்து கேட்டாலும் பதில் சொல்லாமல் உம்முண்ணு போயிருவாள் வனஜா.

ஆரஞ்சுக்காரன் அண்டியாபீசின் முன் கடை போட்டு ஒண்ணரை வருசம் இருக்கும். அவனுக்க சொந்த இடமும் இங்க இல்ல.. வெளியூரிலிருந்து வந்த இந்த ஒன்றரை வருசத்தில் இங்கு எல்லாரிடமும் மிகவும் பழகினான்.. பலருக்கும் இவனை தெரியும். வனஜாளுக்க மாப்பிளைக்கு சுகமில்லண்ணு அறிகிறஅளவுக்கு அக்கம் பக்கம் பழக்கம் உள்ளவன் ஆனான்.

ஆரஞ்சிக்காரனை வைத்து குசு குசாக சொல்லும் பெண்களால் மனம் வலித்தது வனஜாளுக்கு..ஆனாலும் தெம்பு கெட்ட மாப்பிளை அமைந்த நிலையில் என்ன செய்ய முடியும்? வேதனையாக நினைத்தவள்..

தான் இருந்த இடத்தில் தொலி செதுக்கும் போது தெறித்து விழுந்த பருப்புகளை, பொடிகளை அடிச்சி தூத்து கழிவு வைக்கும் பாத்திரத்தில் வாரினாள். அதையும் எடுத்து விரிப்புக்குள் வைத்து மூடினாள்..கைகளில் பருப்பு கறையும், வியர்வையும் உருள..உள்ளங்கையை தேய்த்தப்படியே வெளியே நடந்தாள். வாரி கட்டிய கொண்டை இப்ப அவிழுவேன் என்பது போல குலைந்து வந்துட்டே இருந்தது.. செட்டின் வெளிப்பக்கம் கை கழுவ வைத்திருக்கும் பைப்பை திருகினாள்.. உள்ளங்கையில் வெள்ளம் விழுகையில் பருப்பு அழுக்கும், தரை அழுக்கும் குறுகுறுவென பாய்ந்தது.. கால்களையும் தேய்த்தாள்.. அவிழுவேன் என்கிற கொண்டை சல்லென கழுத்தில் விழுந்து குறுக்கில் பரந்தது.. ஈர கையோடு வாரி கட்டினாள்..

பரிசோதிக்கும் அறையில் போனாள். மெக்காடுக்காரி இவளை பரிசோதித்த பின் வெளிப்பக்கம் போவதற்குரிய பாசை

கொடுத்தாள்.. வேலைப்பளுவிலிருந்து விடுபட்ட உடலில் காற்று நுழையும் போது உயிருக்குள் ஒரு வித இளைப்பாறுதல் பரவுவதை உணர்ந்தாள். கம்பெனியின் வழிப்பகுதியில் நின்ற தென்னை மரங்களில் மாலை நேர இசை போல குயில்கள் இசைப்பது தனக்கொரு வரவேற்பு போலிருக்க கண்களை உயர்த்தினாள்.. கருங்குயில்கள் ரெண்டு சோடியா பறந்தன..

வெளிப்பக்க வாசலில் வந்தாள்.. வழக்கம் போலவே ஆரஞ்சிக்காரன்..பழ பொதியை கொடுத்தான்.. அவன் முகத்தில்ஒரு வாட்டம், கண்களில் சோகம்..

“ஏன் ஓய் ஒரு மாதிரி இருக்குது..பழ வியாபாரம் நட்டமோ இன்னிக்கி..இதுல என்னத்துக்கு நீரு எனக்கு தருது?”

“இது வெறுதே தூர போடியது தான்.”

“சும்மா மிக்சியில போட்டு அடிச்சி, ஒரு துண்டு ஐஸ் கட்டியைப் போட்டு எள்ளு போலசீனியை கலக்கி ஒரு கிளாசு ஜூசு வித்தா கப்புக்கு இருபது ருபா கிட்டும்..”

“அதெல்லாம் சரி தான்..ஆனா மனசு கேட்கல..சம்பாரிச்சி அப்பிடி என்னத்தக் கண்டோம் சொல்லு வனஜா.”

“அது உள்ளது தான்..ஆனாலும் சீவிக்க பணம் வேணும் இல்லியா..?”

“ஓ..நானும் அதான் கஷ்டத்துல இருக்கியேன்..”

“என்னங்கிலும் பிரச்சனையா ஒமக்கு..”

“என் சின்ன மொவுளுக்கு இருதயத்துல ஓட்ட..”

“அய்ய ஆண்டவரே.. மெய்யாகவே சங்கடப்பட்டாள் வனஜா..

“நல்லவங்களுக்கு சோதனை அதிகம்..”

“அவளுக்க தலையில என்னவோ ஒரு நொம்பலம். அதான்

ஆஸ்பத்திரிக்கு கொண்டு போகணும்..அதுக்கும் மேல காச்சல் வந்து ரெண்டு வாரமாகி இன்னமும் குறையலண்ணு வீட்டுக்காரி போண் பண்ணுறா..ஒருக்கா ஆஸ்பத்திரிக்கு போகணுமங்கி குறஞ்சது ஐயாயிரம் ஆகும்..நானும் காலையிலே கையில இருந்ததுக்கு பழத்தை இறக்கியிட்டேன். நாளை ஆகியிட்டா கையில பைசா வந்துரும்...இன்னிக்கு ஆஸ்பத்திரிக்கி கொண்டு போணுமே அதான் முழிச்சிட்டு இருக்கியேன்..

ஆரஞ்சிக்காரனின் கூராந்த முகம் வனஜாளை வருத்தப்படுத்தியது. செட்டில் உள்ள பவுளினாளிடம் வாரம் நூற்றியம்பது ரூபாய் வைத்து கட்டிய சீட்டு குலுக்கல் முறையில் இன்று இவள் பெயருக்கு விழுந்ததில் கிடைத்த ஐயாயிரம் ரூபாய் இடுப்பில் இருந்து உறுத்தியது.

மூத்த மகளின் காதில் இன்னும் ஒரு கிராம் வகையும் போட்டிருக்கவில்லை. காது குத்தின தடம் அடையாமல் இருக்க, பூஞ்சட்டை தண்டை ஒடித்து போட்டு கொடுத்திருக்கிறாள். அந்த வெற்று காதுகளோடு பள்ளிக்கும் கோயிலுக்குமென போகும் மகளை பார்க்கையில் பரிதாபம் பொங்கும். இனி எப்போது என இல்லாமல் வயசுக்கு வரும் வளர்த்தி கொண்ட மகளுக்கு காதிலாவது பவுன் கிடக்க வேண்டுமென கட்டிய சீட்டு ரூபாய் ஆரஞ்சிக்காரனின் சோகத்தில் குடைந்தது.

சில நேரங்களில் கடன் சொல்லி பழம் வாங்கியிருக்கேன். வார கணக்கில் அந்த கடன்களை போட்டு இழுப்பேன். முன்ன பின்ன பார்க்காமல் நல்லதும் உடைவுமான பழங்களை தருவான். மனுசனுக்கு மனுசன் என்ன இருக்கு? இண்ணுக்கொடுத்தா நாளைக்கி தரப்போறான் இனி இதுல என்ன இருக்கு?

அங்கும் இங்கும் பார்த்தாள்..இடுப்பிலிருந்து உருவினாள் பர்சை..

“இதுல ஒரு ஐயாயிரம் ருபா இருக்கு.. ஒமக்க பிள்ளையிண்ணு இருக்கா..? எம்பிள்ளையிண்ணு இருக்கா..கொண்டு போய் மருந்து வேண்டும்..நாளை அந்தியிக்கி தந்தா போதும்..

ஆரஞ்சிக்காரனின் முகம் மலர்ந்தது..

“ஒனட்ட எப்பிடி கேக்குலாமுண்ணு மனசை இறுக்கியிட்டு இருந்தேன்..ஆனா என் மனசு ஒனக்கு தெரிஞ்சிருக்கு..நான் நாளைக்கே தந்திடுலாம்”

சொல்லியவன் புது பழங்களிலும் ஒரு கிலோ போட்டு கொடுத்தான்.

...

அண்டியாபீசு வாசலில் கால் வைக்கும் போதே ஏதோ ஒன்று குறைவுப்பட்டது போல் தெரிய திரும்பினாள் வனஜா.. பகீரென்றானது. ஆரஞ்சுக்காரனையோ, அவன் தள்ளுவண்டியையோ காண வில்லை.. அது மட்டுமல்ல ஆணும் பெண்ணுமாக கூட்டமாக பலர் நின்றுக்கொண்டிருந்தார்கள்... எல்லாரின் முகங்களிலும் கலவரம்..

“காலையில தல்லாமுண்ணு போன கிழமையே நாலாயிரம் ருபா வேண்டினான்.. நேத்து ராத்திரியே போண் சுச் ஆப்..”

சொல்லுகின்ற பெரும் மீசையை வைத்திருக்கும் மளிகைக்கடைக்காரரைப் பார்த்தாள்.

“நீரு இதைச்சொல்லுது..எனட்ட மாசா மாசம் பணம் மறிப்பான்.. இண்ணு கொடுத்தா நாளை தந்தும் வேண்டியிட்டும் இருந்தான். கடைசியில பாத்தா இந்த வாரம் பத்தாயிரம் ருபா மறிச்சிட்டான்..”

நீளமும் வண்ணமுமான சாயைக்கடைக்காரரு சொல்ல பதறினாள் தனக்குள் வனஜா..

“ஆளு வராம போனதுல இல்ல..தள்ளுவண்டியையும் இல்லா கொண்டு போயிருக்கியான். அவனை விசாரிச்சம்ப இல்லா தெரியுது..இது போல பல இடங்களுல இப்பிடி செஞ்சிட்டு போயிருக்கானென..”

“இதெல்லாம் சொல்லுதியளே ஒரு அட்ரஸையங்கிலும்

வேண்டினியளா?"

கூடி நின்றதில் கூனு விழுந்த கிழவரு சொல்ல..ஆளாளுக்கு விக்கித்துப் போனார்கள்.

"ஒனட்டண்டு என்னங்கிலும் வேண்டுனானா..ஒனக்குத்தான் உடைவு பழங்களை தருவானே.." சாயைக்கடைகாரரு கேட்க..

"அதுக்கு எப்பிடி ஓய் நம்மளைப் போல பெருந்தொகை கிட்டும்..வாரம் முழுக்க அண்டிதொலியெடுத்தா முன்னூறோ நானூறோ கிட்டும். அது ஒரு பாவம்.."

மளிகைக்கடைக்காரன் சொல்ல.. தலையை குனித்தாள் வனஜா.

"இல்ல நானும் கொடுத்தேன்.." சொல்ல வந்த உணர்வுகளை விழுங்கினாள்.

சொன்னால் அய்யோ தீர்ந்து.. ஒண்ணாமவுதே ஆரஞ்சிக்காரனுட்ட கதை அளக்கியேண்ணு அண்டியாபீசுல சொல்லுவாங்க..இந்த நிலையில எப்படி சொல்ல?

"இவனையெல்லாம் சும்மா விடப்பாது..அவனுட்ட அகப்பட்டவங்க எல்லாம் சேர்ந்து போலீசுல பெற்றீசன் கொடுக்கணும்..அவனால நஷ்ட்டப்பட்டவங்க எல்லாம் வாருங்கா.."

மளிகைக்கடைக்காரரு அழைக்க..விறுவிறுவென வனஜாளின் கால்கள் விரைய முனைந்தன. ஆனால் இன்னொரு குரல் அழுத்தமாக பின்னிழுத்தது.

"கிறுக்கி நீ போய் சொன்னா..ஒன்ன என்ன சொல்லுவுனம்.. அவனை நம்பி ஐயாயிரம் கொடுக்கணுமங்கி ஒனக்கும் அவனுக்கும் அப்ப என்ன உறவுண்ணு கேட்பாங்க. போன மயிரு போட்டுண்ணு விட்டுட்டு போவியா நீ."

உள்ளுக்குள் ஒலித்த குரலை மனசுக்குள் வைத்தாள்... நடந்தாள். மணிக்கணக்கில் இருப்பில் இருந்து, தலையை குனித்து

அண்டித் தொலி இளைத்து கொஞ்சம் கொஞ்சமாக கட்டிய சீட்டு ரூபாயில் மகளின் காது கூட அடைக்காமல் கொடுத்த பணம் வஞ்சகமாக பறி போனதை நினைக்க முடியவில்லை. கண்ணீர் பொல பொலவென சாடியது.

நீசங்கெட்டவன் வாரி போட்ட பழுத்து உலைந்த பழங்களில் வஞ்சகம் இருந்ததை உணரும் போது நெஞ்செல்லாம் புளிப்பு ஏறியது.

○

10.லைசென்ஸ்

ராஜா மோட்டார் வாகன சர்வீஸ் கடையின் முன்புறம் நிற்கும் பலாமரத்தடியில் அமர்ந்திருந்தான் அந்தோனி. பலாவின் தடியில் பிரு பிருவென ஏறி இறங்கும் மீத்தம் எறும்புகளையும், பழுத்து நிற்கும் பலாவில் சுளைகளை கொத்தி மறிய குவியும் பறவைகளையும் பார்த்தான்..எல்லா ஜீவ ராசிகளும் சந்தோசமாக இருக்க..தனக்கும் அந்த சந்தோசம் வேண்டுமென ஏங்கினான்.

அந்தோனி தன் மனைவி புனிதாவை காதலித்து கலியாணம் செய்து கொண்ட காரணத்தால் அக்கம் பக்கம் வாழும் அவன் சகோதரர்களின் வாழ்க்கை வசதி எதுவும் இவனுக்கு கிடைக்கவில்லை. மூத்த தமையன் ஒரு நர்சை தொகை பேசி கலியாணம் செய்த படியால், அப்போதே அவனுக்கு கொடுத்த சீதனத்தில் புல்லட் வண்டி கிடைத்தது. நடுவில் உள்ள தமையனுக்கு பிளசர் கிடைத்தது. கடைசி தம்பிக்கு யனோவா கார் கிடைத்தது. அந்தோனியின் அப்பாவும் சாதாரண கூலியாக இருந்தவர்..தன் உழைப்பில் பிள்ளைகளெல்லாம் படிக்க வைத்தார். மூத்த பிள்ளைகளும் தகப்பனின் ஆசைக்கு இணங்கி படித்தார்கள். கலியாணம் பேசிய இடத்தில் பெரிய தொகைகளை பேசி வீடுகள் வைத்து என ஆனார்கள். அந்தோனி தான் மிகவும் சீர் கெட்டு போனான். அவன் அம்மா சாகும் வரை இவனைச்சொல்லி தான் அழுவாள்.

பெரிய படிப்புகளிலும் இல்லாமல், தகப்பனை போல் கூலி வேலை செய்து பழகினான். கடைக்குட்டி என்பதால் அம்மாக்காரியின் அழுகையாலும், வற்புறுத்தாலும் குடும்ப வீடு இவனுக்கு ஆனது. இவன் காதலித்த புனிதாளும் அதிக வசதியில் மேம்பட்டவளில்லை. எதோ பத்தோ கித்தோ படிச்சிட்டு மிசியன் தைய்யல் படித்தாள். அவள் அம்மாக்காரிக்கு அந்தோனி மீதான

காதல் தெரிந்த போது அதை ஆதரித்தாள். அவளுக்கு ஓயாத ஆஸ்மா இழுப்பு. அந்த இழுப்பில் கூட்டி முட்டிய உடல் கூடு எப்போது வேண்டுமானாலும் சரியும் நிலையில் இருந்த படியால், அவளால் முடிந்த மூன்று பவுன் உருப்படியை போட்டு, மகளின் கையில் ஐயாயிரம் ரூபாயை கொடுத்து பெற்றவளே மகளை அனுப்பியும் வைத்தாள்.

காதலித்தவள் தன்னை கதியென நம்பி வீடு தேடி வந்த நிலையில் அவளை விரட்டவும் முடியவில்லை. ஏற்றுக்கொண்டான் அந்தோனி. அன்றிலிருந்து குடும்பக்காரரர்கள் அவனை வெறுத்து ஒதுக்கி விட்டார்கள். நல்லது கெட்டதென குடும்ப விழாக்களில் கூடும் போது அந்தோனியும், அவன் மனைவி புனிதாவும், மகன் நிதினும் அப்பாவிகள் போலவே தெரிவார்கள். நல்ல ஒரு உடு துணி கூட இல்லாத அளவுக்கு வாழ்க்கை மிகவும் துன்பகரமாகவே ஆகி விட்டது.

அந்தோனிக்கு வயிற்றில் வலி கலியாணத்தின் பிறகு வந்தது. செக் அப் அது இதுவென ஆன போது வயிற்றில் கட்டியென கண்டுப்பிடிக்க பட்டது.. பிறகு ஆப்ரேசனுக்கு ஆனது பணம்..அதன் பிறகு பிறந்த மூத்த குழந்தைக்கு ஒரு வயசு ஆன போது மூளைக்காய்ச்சல் வந்து அதுக்கே சில இலட்சங்கள் செலவழித்தும் பிள்ளை பிழைக்கவில்லை. அதன் பிறகு பிறந்த நிதினுக்கும் அடிக்கடி காய்ச்சல் வந்து விடும். காய்ச்சல் வந்தால் உடனே ஜன்னி வந்து விடும். அதுக்கான ஸ்பெசல் மாத்திரைக்கே மாசம் சில ஆயிரங்கள் போகுது. பழைய வீட்டை இன்னுமே மாற்றி அமைத்திருக்கவில்லை. மகனும் எட்டாம் வகுப்பு பாசாகி விட்டான். இது வரைக்கும் அந்தோனிக்கென சொந்தமாக ஒரு சைக்கிள் கூட இல்லை.

சித்தப்பன் பெரியப்பன் மக்களெல்லாம் அழகழகான வண்டிகளில், சைக்கிளிலென சுற்றுகையில் தகப்பனோடு மாரளவு அழுவான் நிதின்.

அந்தோனியின் சகோதரர்களெல்லாம் பேசாமல் இருந்தால் கூட பரவாயில்லை. இவனின் ஏழ்மையை சொல்லி பல

இடங்களில் ஒதுக்கி வைத்திருப்பது அந்தோனியின் குடும்பத்தை மிகவும் பாதித்து வருகிறது.

சகோதரர்களின் மனைவிகள் இவன் மனைவியை ஒரு பொருட்டாக எடுத்து கொள்வதில்லை. குடும்பங்களில் கலியாணம் போன்ற அவசரங்கள் வரும் போது எல்லோரும் ஒன்று போல் பட்டு சேலை எடுத்து உடுப்பார்கள். புனிதாளிடம் இதைப்பற்றி சொல்லுவதும் இல்லை. இது போலவே அந்தோனியின் சகோதரர்களும் கோட்டும் சூட்டும் ஒன்று போல் உடுத்தியிருப்பார்கள். அவர்களின் பிள்ளைகளும் அப்படி தான்.. இதெல்லாம் அந்தோனியை வெகுவாக பாதித்து விட்டது.

அன்புக்கும், பாசத்துக்கும் பணம் தான் மையம் என அறிய அறிய மனசு புண் போல் ஆகி விட்டது.

சின்ன பிள்ளையாக இருக்கும் போது மூத்த அண்ணாருக்கு மஞ்சள் காமாலை வந்து சாக கிடக்கும் போது ஊரில் பெரிய தோப்பு வைத்திருந்த பர்னபாசின் தெங்கம் தோப்பில் போய் களவாண்டு கருக்கு பறித்து கொடுத்த காரணத்தால் வீடு தேடி வந்து பர்னபாசும் அவன் மக்களும் அடித்தார்கள். அந்த அவமானத்தை கூட தமையனுக்காக வாங்கினான். இது போல் சின்ன தமையனுக்கு பத்தாம் கிளாஸ் பருச்சைக்கு போகும் போது பீஸ் கட்ட வழியில்லையென ஆகுகையில் இசுக்கன் வாத்தியாரின் வீட்டில் சாணாங்கி சுமந்து அப்படி கிடைத்த பைசாயை கொடுத்தான். இது போல் அவனின் மூத்த அக்காளாரின் கலியாணத்திற்கு பிறகு தான் அந்தோனி படிப்பை கை விடும் சூழல் வந்தது. வட்டிக்காரன் வீட்டில் வந்து தகப்பனின் சட்டையை பிடித்து இழுத்த காட்சியை கண்டவன்.. அதற்கு மேலும் படிக்க விரும்பாமல் கொத்தனின் கையாளாக போக துவங்கினான். குடும்பத்தில் எல்லோருக்குமே அந்தோனி உதவியிருக்கிறான்..அவனுக்கு இப்போது அந்த பாசம் இருக்கிறது. ஆனால் அவ்வளவு சீக்கிரத்தில் இவனை ஏற்றுக்கொள்ள யாரும் தயராக இல்லை.

நமக்கும் நல்லாவுலமுட்டி புனிதா..நமக்கும் ஒரு பய

இருக்கியான் இல்லியா..அவனை பெருசா படிச்ச வச்சி பெரிய சோலி பாக்க வச்சி, நமக்கும் எதோ ஒரு காலம் இவ்வியள போல வசதி வாய்ப்பா வாழுலாம்.. மனைவியோடு தேற்றும் போது.. அவள் இயலாமையில் சிரிப்பாள்.

ராஜா மோட்டார் சர்வீஸ் முன் அந்தோனி இப்போது அமர்ந்திருக்கவும் ஒரு காரண வினை உண்டு.

தன் தாய் மாமனின் கடைசி மகனின் வீடு பாலுகாய்ப்பு நேற்று நடைப்பெற்றது. இவனுக்கும் அழைப்பு உண்டு. மனைவியும் மகனுமாக போயிருந்தார்கள். மூத்தவர்களும் குடும்பமாக வந்திருந்தார்கள். அவர்களெல்லாம் விலகியிருந்தாலும் அந்தோனியால் அவர்கள் யாரையும் மனதிலிருந்து பிரிக்க முடியவில்லை. தனக்கோ ஒரு மகன்..அண்ணன் தம்பிகளின் பிள்ளைகளோடு உறவில் வளர்ந்தால் நாளைக்கு இவனுக்கான நல்லது கெட்டதுகளில் அதுகளாவது மகனுக்கு இருப்பார்களே என மகனை அவர்களோடு பழகவிடுவான். நேற்றும் அப்படி தான்..

“மோனே..நீ அண்ணன்மாருகளுட்ட போய் விளையாடு..”

மகனை மூத்தவர்களின் பிள்ளைகளோடு தள்ளி விட்டான். அப்பிள்ளைகளெல்லாம் நிதுனை ஏற்றுக்கொள்ளாமல் இல்லை. ஆனால் பெற்றோர்கள் சேர்த்து கொள்ள விடவில்லை.

“குடும்ப மானத்தையே நடு சந்தையில கொண்டு போட்டு உருட்டினவனுக்க சொந்த பந்தமெல்லாம் அப்பளே போயாச்சி..அன்னிக்கே இவன் செத்துப்போயிட்டதாக தான் நாங்க நினச்சிருக்கியோம். முறையான கலியாணத்துல பிறக்காத பிள்ளையளை நாங்க குடும்ப பிள்ளைகளா நினைக்கல. எதோ ஒரு ஓடுகாலி பெத்த பிள்ளையிட்ட யாரங்கிலும் உறவு கிறவு வச்சா தொலச்சிப்போடுவேன்..”

மூத்த தமையன் கூடியிருந்த பல உறவுகளின் முன்னிலையில் வைத்து சத்தமாக திட்டிய திட்டால் சர்வமும் ஆடி போனது அந்தோனியின் குடும்பத்திற்கு..

“ஒங்களையெல்லாம் பெத்த அம்ம தான் என்னை பெத்தா..”

அந்தோனி சொல்ல..

“அதெல்லாம் இந்த ஓடுகாலி வந்ததோட முடிஞ்சி போச்சி..”

கடைசி தம்பிக்காரன் சொன்னான்..அவனை அந்தோனி உற்றுப்பார்த்தான். ஒன்பதாம் வகுப்பு படிச்சிட்டு இருக்கும் போது மரமேறி விளையாடுகையில் அங்கிருந்து விழுந்து தலையில் அடிபட்ட போது அவசர நேரத்தில் இவனுக்கு இரத்தம் கொடுத்த அந்தோனியின் மனைவியை ஓடு காலி என சொல்லும் போது அது தன்னையும் சேர்த்து ஓங்கியடித்தது..

“அவா ஒண்ணும் ஓடுகாலியில்ல..நான் தான் அவளை அழச்சிட்டு வந்த ஓடுகாலன். சேர்த்துக்க ஒருத்தன் இருந்தா தானே அவளால படியிறங்க முடிஞ்சிருக்கும்..”

மனைவியை விட்டு கொடுக்காமல் பேசினான். அவமானம் தாளாமல் புனிதா விங்கினாள். பலரும் பார்க்க தன் குடும்பம் அவமானப்படுவதை சிறுவன் நிதுன் கலங்கி போன கண்களோடு பார்த்தான்.

“என்ன முக்கினாலும் நீயெல்லாம் எங்களை போல மேன்மை பிடிச்சி வரப்போறதில்ல..இப்ப வரைக்கும் ஒன்னச்சொல்லி அப்பிடி என்னது பெரிசா வச்சிருக்கிய? போன கிழம என் கூட்டுக்காரியிக்க மாப்பிளையிட்ட போய் பைக் இரவ கேட்டியாமே..ஏன் இப்ப வரைக்கும் ஒனக்குண்ணு ஒரு பைக் கூட வேண்ட ஒக்கேல..”

மூத்த அக்கா கேட்ட போது அந்தோனியால் சகிக்க முடியவில்லை.“ அக்கம் பக்கமெல்லாம் வறுமையால் ஒதுக்கி வைத்திருந்தாலும் சொந்த சகோதரங்கள் இப்படி செய்யலாமா? பைக்கும் வண்டியுமா பெரிய விசயம்?

அக்காளாரை உற்றுப் பார்த்த மாப்பிளையின் கையை

பிடித்து இழுத்தாள் புனிதா. தன் மகனையும் அழச்சிட்டு அங்கிருந்து விறுவிறுவென வரும் போது அவள் சொன்னது தான் இந்த பைக் ஐடியா.

"ஆமா பெரிய வண்டி..மாசா மாசம் பைனான்ஸ் கெட்டக்கு வசதி உண்டங்கி நம்ம வீட்டில இந்த நிமிசமே எல்லாம் வரும். ஓங்க குடும்பக்காரங்க மட்டுமில்ல..அயல்வாசிகளில் பலருக்கும் நம்மளை ஒரு நிசாராம். இங்க பாருங்க..ராஜா மோட்டார் சர்வீஸ் கடை போட்டிருக்கியவன் எனக்க சித்தப்பாயிக்க மொவன் தான். எனக்க ரெண்டு கிராம் கம்மலை கழத்தி அடவு வச்சா இப்பளத்த பவுன் விலையில பத்தாயிரம் ருபா சாரதி பைனான்ஸுல கிடைக்கும். அதை கொண்டு கொடுத்தா, அவன் அதுக்கு தக்கன ஒரு பழைய சைஸ் பைக்கு தருவான். பிறகு உள்ளதை பிறகு பாக்லாம்."

சொன்னதோடு நில்லாமல் தான் போட்டிருந்த இரண்டு கிராம் கம்மலை அடகு வைத்து பணமும் கொடுத்தும் விட்டாள்.

ராஜா சர்வீசுக்காரன், வெளியே போயிருப்பதால் கடையில் வேலைக்கு நிற்கும் பையன் இவனை காத்திருக்க சொன்னதால் மரத்தின் மூட்டில் இருக்கிறான் அந்தோனி. குத்த வைத்து இருக்கையில் அவன் இடுப்பு கெட்டில் இருக்கும் பணம் உறுத்தியது..அது தன் மனைவியின் கம்மலை ஓர்மை படுத்த எழும்பினான். புனிதா வெறும் ஒரு அப்பிராணி பெண் என்பதை நினைக்கையில் அவள் மீது அன்பு கூடியது.

என்ன நீக்கம்பு தரித்திரமோ வாழ்க்கையில் இப்படி அடி மேல் அடி பட்டு போகும் சூழலை இனி எப்படி நிமிர்த்துவது என யோசிக்கையில் பெரும் மலையை சுமப்பது போலவே தொண்டையில் கனம் சிக்கியது.

பைக் வாங்குவதென்பது இப்போது வந்த கனவல்ல..இந்த ஆசை வந்துது தனது இளமையில். வாலிபனாக இருக்கும் போதே மூத்தவனுக்கு புல்லட் சீதனமாக கிடைத்த நிலையில் அண்ணன் தானே என அவன் பைக்கை எடுத்த ஒரு நாளில்..

“எல்லாருக்கும் ஓட்டி கிணாட்டக்கு ஒண்ணும் எங்கப்பா ஒங்களுக்கு பைக் தரல.. ஒங்க தம்பியிட்ட இதை தெளிவா சொல்லுங்க..”

அண்ணனின் மனைவி தனக்கு கேட்கும் படி சொன்ன போது இரத்தம் சூடேறியது. அதே ரோசத்தில் பைக்குக்கு ஆர்டரும் போட்டான். அந்த நாள்களில் பெரிய இழப்பொன்று நடந்தது. இவனின் பால்ய கால கூட்டுக்காரன் அபினேசு நெடுவரக்குளத்தில் உளி பாஞ்சி நீந்தும் போது செத்து போனான். அவன் குடும்பமோ மிகவும் ஏழை. அம்மா இல்லை.கண் தெரியாத அப்பங்காரன்..பைக்குக்கு என சீட்டுக்காரனிடமிருந்து வட்டிக்கு வாங்கிய பணம் முழுவதும் கூட்டுக்காரனின் இறுதி சடங்குகளுக்கு செலவானது. பின்னெல்லாம் பைக் ஆசை வரும் போதெல்லாம் கூட்டுக்காரனின் ஓர்மை கசிய..அதை அப்படியே வீட்டு விட்டான்.

புனிதாளை காதலிக்கும் காலத்தில் அவள் தனக்கான ஆசைகளை சொன்ன வரிசையில் முதலில் வைத்த ஆசை.. எனக்கு ஒங்கள கெட்டிப்பிடிச்சிட்டு பைக்குல இருக்க நல்லாப்பிடிச்சும்.. என்பதே. அப்போது மீண்டும் பைக் ஆசை வந்தது. பைனான்ஸ் வழியே எடுக்க சகல வேளைகளும் நடந்தது.. அப்போது தான் அந்தோனியின் அம்மா வீட்டின் பின் பக்கம் வழுக்கி விழுந்து அடிபட்டு மூணு மாசம் திருவனந்தபுரம் ஆஸ்பத்திரியில ஆகும் போது இவனே சகல செலவும் செய்தான். அப்படியே அந்த ஆசையும் போனது.

தன் சகோதரங்களெல்லாம் வாகன வண்டிகளில் போகும் போது இவன் மட்டும் தரையில் நடக்கும் கோலம் நினைக்கையில் எப்படியேனும் ஒரு பைக்கை வாங்கி போட நினைத்தான்.

“அப்போ...எங்கூட உள்ள எல்லா பயலுகளுக்க அப்பாக்களுக்கும் வண்டி, காருண்ணு இருக்கு அதுவளையெல்லாம் அவங்க அப்பமாருவா பள்ளிக்கு வண்டியில கொண்டு விடம்ப எனக்கு கரச்சி கரச்சியா வரும் ..நம்ம வீட்டிலேயும் ஒரு பைக்கு வேண்டணும் அப்போ..”

மகன் தன் விவரம் தெரிந்தது முதல் சொல்லி வருகிறான்.. வாங்கவே அந்தோனியும் முயற்சிக்கிறான்..ஆனால் இப்போது தான் காலம் கை கூடி வந்திருக்கிறது.

"பைசா இல்லேண்ணு ரொம்ப மட்டமா உள்ள வண்டியை வேண்டியிராதேயும். பாக்க ஒரு லெட்சணம் இருக்கணும்..நம்ம மூணு பேரும் கொள்ளுற அளவுக்கு சீற்று விரிவா இருக்கணும். பின்ன கலர் சிவப்போ கருப்போ எடுங்கா இன்னா.."

மனைவி சொன்ன வார்த்தைகளை மனதில் போட்ட படியே அங்கே விற்பனைக்கென வைத்திருக்கும் பழைய வண்டி வகைகளை பார்த்தான்.

எல்லாமே ரெண்டாம், மூன்றாம் விலைக்காக இருந்தாலும் வெளிப்புறம் நல்ல அழகாகவே தெரிந்தன..

"லே வேண்டுனா புதிய வண்டி வேண்டணும். அவனுவா வல்ல சக்கடா வண்டியளையும் புதுசு போல வச்சிருப்பானுவா. எவனும் ஓட்டி கழன்று போன வகைகளை புதுப்பிச்சி வச்சிருப்பாங்க. பிறகு அதுகளையே வச்சியே ரிப்பேரு பாத்தே நேரமும் காலமும் போகும். ஆக்சிடெண்ட் ஆன வண்டி, கடன் பிடிச்சி வித்த வண்டியிண்ணு எதோ ஒரு தரித்திரத்தோட தான் பழைய வண்டிகள் இருக்கும். பிறகு அந்த தரித்திரமும் நம்மளை பிடிச்சி வச்சி கொல்லுமுல. அதுனால புதுசு தான் வேண்டணும்."

வேலைக்கு கூடவே வரும் கூட்டுக்காரன் அம்புரோசு சொன்னது இன்னொரு பக்கம் ஒலிக்க..மனசில் குழப்ப அலைகள் புரண்டன.

...

அந்தோனியின் வீட்டில் புதுகளை பரவி கிடந்தது. மனைவி கொடுத்தனுப்பிய பணத்துக்கும் மேலாக பதினேழாயிரம் ரூபாய் கடன் சொல்லி வாங்கி வந்த பைக்கைச்சுற்றியே மகன் நிதின் நின்றான்..அதை தொட்டு பார்ப்பான்.. முத்துவான்.

இக்காட்சிகளை அந்தோனியும் பெண்டாட்டியும் மனசார பார்த்து சந்தோசப்பட்டார்கள்.

"கையில வச்சிட்டு ஒண்ணுமே நமக்கெல்லாம் செய்ய ஒக்காது. இந்த கடனுகளெல்லாம் தீர்ந்து வரம்ப புதுசா ஒரு கார் வாங்கியே ஆகணும்.."

"ம்..ம்.."

பைக்கை பார்த்துட்டே தலையை ஆட்டினான் அந்தோனி. மனசில் கிடந்த பல பல அவமானங்களுக்கான ஒரு சின்ன இதம் போலவே இந்த பைக் தெரிந்தது.

பைக் என்பது ஒரு கை காவலு போலவே ஆகி விட்ட உலகத்தில் அது இல்லாமல் தான் அனுபவித்த அவமானங்களும், இக்கட்டுகளும் மனதில் வந்தன.

போன மாசத்தில் மனைவி புனிதாவுக்கு இரவு அப்படியொரு காய்ச்சல்..குளிரும் காய்ச்சலுமாக அவதி பட்டவளை ஆஸ்பத்திருக்கு கூட்டியிட்டு போக, ஆட்டோவுக்கான கை காசு இல்லாத நிலையில் பக்கத்து வீட்டுக்காரனோடு பைக் கேட்டதுக்கு அவன் மனைவி என்னெல்லாம் சுடு சொற்கள் சொன்னாள்.

அப்படியே எவனும் எரவைக்கு கொடுத்தால், சொன்ன நேரத்தில் திருப்பி கொண்டு கொடுக்கணும். ஒண்ணுக்கு டபுளா பெட்ரோல் ஊத்தணும். வண்டியை திருப்பி கொடுக்கையில் கண் முன்னே வைத்து வண்டிக்கு ஏதேனும் பாது கேடு வந்திருக்கா? என பார்ப்பார்கள். சொந்த வண்டி இல்லாதவனை எதோ வாழவே தகுதியற்றவன் போல் ஒதுக்கும் நிலைகள் பல அனுபவித்தவனுக்கு தன் வீட்டில், தனக்காகவே ஒரு சொந்த வாகனம் வந்திருப்பது பெருமையாகவும் மகிழ்ச்சியாகவும் இருந்தது.

மனைவிக்கி பிடித்த நிறத்தில் மினுங்கிய வண்டியை மனதார அன்பு செய்தவன்..அதை முத்தமிடவும் செய்தான்.

...

வீட்டின் பக்கவாட்டில் நிற்கும் வேப்ப மரத்தில் விடியலுக்கான ஆரவாரத்தில் பறவைகள் பல ராகங்களில் பாட்டு பாடின.. இளஞ்சூரிய கதிர்கள் பவுன் கோடுகளாக பாயில் விழுந்து கிடந்தன..இந்த விடியலின் ஆரவாரங்களோடு கண்களை திறந்த அந்தோனிக்கு இன்று இமைகள் கடுக்கவே வில்லை. இல்லா விடில் உறக்கம் முழித்ததும் அன்று சென்றடையும் வேலைத் தலம் கண்களில் வரும். வேலை தலத்திற்கான பஸ் ஏற பஸ்டாப் வரைக்கும் நடக்கணும்.. இல்லையென்றால் பைக்கில் வேலைக்கி வருகிறவர்களிடம் போனில் விவரம் கேட்டு அவங்க வீடு வரைக்கும் போக வேண்டும். இன்னிக்கு காலம் மாறியிருக்கிறது. மனைவி ஆக்கி பறக்கி வைத்திருக்கும் உணவு பொட்டலத்தையும், வேலைச்சாமன்களையும் எடுத்துட்டு பைக்கில் ஏறி போயிர வேண்டியது தான்..

“அப்பா நாளைக்கி நீங்க வேலைக்கி போம்ப என்னையும் பள்ளியில விட்டுட்டு போவுமப்பா..” மகன் நேற்றே கேட்டது நினைவில் வர..

“மோனே நிதினே ..அப்பாயிக்க கூட பள்ளிக்கு வாறியா?”

சந்தோசமாக மகனை அழைத்தான். மகனின் பதில் கேட்க வில்லை.

“புனிதா பய எங்க போனான்..அனக்கமில்ல..”

மனைவியை அழைத்தான்..அடுக்களையில் அவள் கிழங்கு மயக்குகிறாள் போலும் புளியும், மஞ்சளும், கறிவேப்பிலையும் தூக்கலாக மணத்தது.

“புனிதா..” கொஞ்சம் சத்தமாக அழைத்தான்..

கிழங்கு சட்டியை சரித்து பிடித்து, வெந்து குழஞ்ச கிழங்கை துடுப்பு மட்டையால் மயக்கி கொண்டிருந்தவள் கணவனின் சத்தம் கேட்டு உறக்க தலத்தில் வந்தாள்.

“பயல பள்ளிக்கு ஒருங்கச்சொல்லு..நான் போம்ப கொண்டு விட்டுட்டு போறேன்..”

“அந்த பய இருக்கியானே..காலத்தே பைக்கை எடுத்துட்டு கூட்டுக்காரங்களுட்ட காட்டக்கு போயிருக்கியான்..”

விரல்களில் ஒப்பிய கிழங்கை நக்கி கொண்டே சொன்னவளை திகிலோடு பார்த்தான் அந்தோனி.

“அவனுக்கு அந்த வண்டி ஓட்டக்கு தெரியுமாக்கும்..”

“யா..அவனுக்கு அதெல்லாம் தெரியும் ஓய். எனக்க தங்கச்சி மொவன் பிரவின் இருக்கியானே அவன் இதுல வரம்ப எல்லாம் அவனுக்க சைக்கிளை எப்பிடியெல்லாம் ஓட்டுவான் தெரியுமா?”

“அது சைக்கிளுட்டி.. இது பைக். அதுவும் ஹியர் பைக்.. லைசென்ஸ் இல்லாம ரோட்டுல ஓட்டப்பாதுண்ணு தெரியுமா ஒனக்கு..அவனுக்கு பைக் ஓட்டியிட்டு ரோட்டுல போகணுமங்கி பதினெட்டு வயசு திவஞ்சி இருக்கணும்.. இது எதுவும் தெரியாம நீ அவனை பைக்குல எங்கட்டி விட்ட?”

கணவன் இப்படியெல்லாம் தன்னோடு சத்தம் போட்டிருந்ததில்லை இதுவரையிலும்..அவனின் கண் முளைப்பும், கனத்த சத்தமும் புனிதாளை கலவரப்படுத்தியது.

பைக்கை கொண்டு எங்கெல்லாம் போனானோ? கலக்கமாக வாரி துருத்தி கொண்டு வெளியே வந்தான் அந்தோனி.

பைக் வாங்காமலே இருந்திருக்கலாமோ மனதில் முதன் முதலாக தோன்றிய கணத்தில் வீட்டின் முன் வந்து நின்றது காவல் வாகனம். விறைப்பும், வீராப்புமாக அதிலிருந்து போலீஸ்காரர்கள் இறங்கினார்கள். இக்காட்சியை அக்கம் பக்கத்திலுள்ளவர்களும், அந்தோனியின் சகோதரர்களும் பார்க்கத்துவங்கினார்கள்.

“இங்க அந்தோனி..யாரு?” முறுக்காக மீசை வைத்த போலீஸ் கேட்க..

“நான் தான்..”

சொன்ன அந்தோனியின் ஈரல் வரைக்கும் கிடுங்கியது.

மகனுக்கு என்னதும் ஆகியிட்டோ..

"யோ ஒனக்கெல்லாம் அறிவிருக்கா? ரோட்டுல பைக் ஓட்ட ஒன் மகனுக்கு பிந்தி போச்சா? பதிமூணு வயசு பயலுட்ட வண்டியை கொடுத்து விட்டிருக்குதியே ஒனக்கெல்லாம் விவரம் உண்டா?"

"சார்..அது வந்து.." தொண்டையில் சிக்கிய வாழ்க்கை கதையை சொல்ல முடியவில்லை அந்தோனியால்.

சேலையின் தும்பை துருத்தி பிடித்து பொங்கிய அழுகையை அமுக்க முயன்ற புனிதா போலீஸ்காரர்களை கண்ணீரோடு பார்த்தாள்.

"பிள்ளைங்களை பெத்தா மட்டும் போதாது..நல்ல முறையில வளக்கவும் தெரியணும். ஒவ்வொரு வயசுக்குமான ரூல்ஸ் இருக்கு..சட்டமிருக்கு. அதெல்லாம் கத்துக்கொடுக்காம ரோட்டுல வண்டியை கொடுத்து விட்டயில்ல..இப்ப என்ன ஆகியிருக்கு.."

தொப்பைச்சாடிய போலீஸ் ஒருவர் அந்தோனியின் சட்டையை பிடித்து இழுக்க..

"அய்யோ அவர விட்டுருங்க..அவருக்கு இது ஒண்ணுமே தெரியாது..அவரு உறங்கி கிடக்கம்ப அவனே எடுத்துட்டு போயிட்டான்.." கதறினாள்.

"சும்மா கத்தி கரஞ்சவுடன போன உயிரு வந்துருமா?"

போலிஸ்க்காரனின் இவ்வாக்கு அந்தோனியின் அடி வயிற்று உயிரை அப்படியே நசுக்கியது. தன் மகன் செத்து விட்டானா?

"ஓட்டத்தெரியாம பைக்கை கொண்டு ஓட்டி, வீட்டு பக்கம் விளையாடியிட்டு நின்ன மூணு வயசு பொம்புள பிள்ளையை ஒன் மகன் இடிச்சி கொன்னுருக்கான் தெரியுமா?"

அடுத்த அதிர்ச்சியை இறக்கினார்கள் போலீஸ்காரர்கள்..

“ஒன் மகனை கைது செய்ய வயசும் இல்ல..ரூல்சும் இல்ல. லைசென்ஸூம் வயசு பக்குவதையும் இல்லாதவனுக்கு பைக் கொடுத்த ஒன்ன தான் சட்டப்படி கைது செய்ய வேண்டியிருக்கு.. வா ஸ்டேசனுக்கு..”

அந்தோனியை போலீஸ் கைது செய்து அழைத்து போனது.. அக்கம் பக்கமெல்லாம் வேடிக்கை பார்த்தார்கள்.

ஒரு பைக் ஆசை அவ்வளவு பெரிய ஆசையா? புனிதா அப்படியே நின்றாள் அதிர்ந்து.!

11.விதி

அம்புரோசின் இளைய மகள் சுனிதாளுக்கு கலியாணம் ஆகி நான்கு வருசங்களுக்கு பிறகு இப்போது தான் விசேசம் ஆகியிருக்கிறது. கக்கலும், குமட்டலுமாக மாப்பிளை வீட்டில் தலையெடுக்க முடியாமல் அவதி பட்டவளை அம்புரோசும் அவர் மனைவி ரெஞ்சிதமுமாக அழைத்து கொண்டு வந்திருக்கிறார்கள். அம்மா வீட்டில் வந்த இந்த ஒரு வாரத்தில் எதோ கொஞ்சம் தலையெடுத்து இருக்கிறாள் சுனிதா.

வேளா வேளைக்கு ரெஞ்சிதமும் வெள்ளமோ தண்ணியோ கொடுத்து மகளை அசைய விடாமல் கவனிக்கிறாள். அம்புரோசும் அப்படி தான், மருமகனை எதிர்பார்க்காமல் மகள் சாப்பிட கூடிய பழவகைகளை வாங்கி போடுகிறார். அம்புரோசு அப்படியெல்லாம் பெரிய வசதிக்காரரர் இல்லை. சுனிதாளுக்கும் முன்னே இரண்டு பெண் பிள்ளைகள், ஒரு ஆண் பிள்ளையென உண்டு. அதில் மகன் குடும்ப பொறுப்புகளிலிருந்து விலகி போய் வருசங்கள் ஆகி விட்டன. அவனுக்குப் பிடித்த ஒருத்தியை கலியாணம் செய்து பெண்டாட்டி குடும்பத்தில் ஆகி போனான்.

பெண் மக்களின் பாடு சூடுகளில் பொறுப்பாளியானவருக்கு, இப்போதும் இரண்டு மூன்று இலட்சங்கள் கடனிருக்கு.. அதுக்கான வட்டி கட்ட வேண்டியிருக்கு.. இன்னா இன்னா என சும்மா சொன்னாலும் அம்புரோசுக்கு அறுபத்திமூணு வயசாகி விட்டது. கண்களில் சரியான தூச்சமில்லை. கால்களில் அடிக்கடி விறையல் வருது..ஆகாரம் தெகனிச்சேல..ஆனாலும் வீட்டில் முடங்கி கிடக்க முடியவில்லை. மூத்த மகளுகளும் அவளுகளின் பிள்ளைகளுக்கு காய்ச்சல் பீச்சலென ஆகுகையில் இங்கோட்டு கொண்டு வருவாங்க.. அப்படியே ஒரு வாரம் தங்குவார்கள்.. அப்போதெல்லாம் அவளுகளின் மாப்பிளையும் இங்கு தான்

சாப்பிட வருவார்கள். மகள்களுக்கு விறங்கறியை ஊத்தியங்கிலும் சாப்பாடு போடுலாம். ஆனா மருமகனுவா தின்ன இருக்கம்ப ஒரு பப்படமங்கிலும் பொரிச்சு கொடுக்காம இருந்தா எப்படி இருக்கும்? கூடவே ஒரு முட்டை..அது போக கடையரி சோறு.. அப்பன் இவ்வளவு கஷ்டப்படுகிறாரே நாலு காசு கொடுப்போம் என பிள்ளைகளும் நினைக்கிறதில்ல.. கேட்டு வாங்க ஒக்குமா?

“அந்தக்காலமே அவரு ஒருத்தரு பாடுபட்டு என்னெல்லாம் காரியம் பாக்கியாரு..அவரு என்னிக்கும் பச்சப்பிள்ளையா? குறுக்கு நொம்பலம் எங்கிறாரு..கண்ணு தூச்சம் இல்ல எங்கிறாரு.. காலு விறச்சி அடிக்கடி விழப்போறாரு.. இனியெல்லாம் நீங்க தான் எங்களுக்கெல்லாம் தின்ன தரணும்.. சும்மா ஒரு காச்சலு பீச்சலுண்ணா ஓடி வாறியா இல்லியா?”

ரஞ்சிதம் புலம்பி மாளுவாள். அப்போதெல்லாம் மகளுகள் “நாங்க போறோம்” என்று மாப்பிளை வீட்டுக்கு வாரி சுருட்டுவார்கள். பின்ன அம்புரோசுக்கும் மனைவிக்கும் சண்டை வந்து விடும்.

“நீயா கஷ்டப்பட்டு இவ்வியளுக்கெல்லாம் சாப்பாடு போடிய..என் மக்கா ஒரு கஷ்ட நஷ்டமுண்ணு வரம்ப பின்ன எங்க போவாங்க? அவா கெடக்கியா மக்கா கிறுக்கி. ஒங்களுக்கெல்லாம் எப்ப வர தோணுதோ..வாருங்கா.. தங்குங்க.. அவா ஒரு பைத்தியாறி.”

மனைவியை அடக்கி மக்களுக்காக பேசுவார். உண்மையிலே அம்புரோசு பாவம்..அளவு கடந்த பாசவாதி. அந்த பாசத்துக்கான இளைப்பாறுதலை மக்களெல்லாம் கொடுத்திருக்கவில்லை.அவர் அதை வெளியில் காட்டிக்கொள்ளவும் இல்லை. இப்போது இளைய மகள் வந்தும் ஒரு கிழமை ஆகி விட்டது. பிள்ளை இல்லாமல் அவள் இந்த நாலு வருசமும் பட்டபாடும், வடித்த கண்ணீரும், கோயில் குளமுண்ணு அலஞ்ச அலைச்சலுகளும் கொஞ்ச நஞ்சமல்ல..அதிலெல்லாம் அம்புரோசும் மனைவியும் சேர்ந்தே அலைந்தார்கள்”

மகளுக்கு விசேசம் என கேள்விப்பட்டதுமே அம்புரோசு

ஊர் குருசடியில் இருக்கும் செபஸ்தியாருக்கு வருகிற கோயில் விழாவில் வெடி வைக்க நேர்ந்து போட்டிருக்கிறார். அது போக சகாய மாதா நவநாளில் கஞ்சி ஊத்தவும் நேர்ந்திருக்கிறார். இதுக்கெல்லாம் ரெஞ்சிதம் அறுத்து உரிக்கவே செய்தாள்.

"ஆண்டவரு ஓமட்ட கேட்டாராக்கும்.. ஒரு கஞ்சி ஊத்து நடத்தணுமங்கி நாலாயிரம் ரூபாயங்கிலும் குறையாம ஆகும். ஒரு வெடிக்கே நூத்தியம்பது ரூபா ஆகும்..அதது நடக்க வேண்டிய காலத்தில நடக்கும் ஓய்..சும்மா நேர்ச்சையும் கீச்சையும் போட்டுட்டு பிறகு நீரு தானே சயம் வருத்த உழச்சணும்." அறுப்பா.."

"ஒனக்க சோலி மயிரை பாத்து போவுட்டி அப்பறம். ஒரு பிள்ள பூச்சி இல்லாம எனக்க மொவா அனுபவிச்ச வேதனை எனக்கு இல்லியா தெரியும். ஒனக்கு ஒரு விசயம் தெரியுமாட்டி.. இவளுக்க மாமியாரு இருக்கியாளே, இவா மாப்பிளையிட்ட வேற கலியாணம் பாக்கணுமுலண்ணு வரைக்கும் சொல்லியிருக்கியா.. எதோ ஒரு இடவுல மருமொவனும் சம்மதிச்சிருந்தா நினச்சிப்பாரு நமக்க மொவளுக்க நிலையை..அதான் உள்ள ஆண்டவமாருவளை விளிச்சி விளிச்சி எப்பிடியோ ஒண்ணு உண்டாவியிருக்கு..அது ஆண்டவருக்க அதிசயத்துல தான் நடந்துருக்கு.."

"அப்ப ஓமக்க அதிசயத்தை நடத்தும்..சும்மா இப்பிடியே போயிட்டிருந்தா நமக்கு வயசாச்சி ஓய்..நாம கீழ விழுந்தா நம்மளை தூக்கியெடுக்க ஓமக்க மக்கா ஓடி வருமுண்ணா நினச்சிட்டு இருக்குரு. நாலு காசு கையில இருந்தா..எதோ அறுத்து அறுத்தங்கிலும் பாப்பாங்க. இல்லீங்கி தெருப்பட்டிய அங்கங்கே புண்ணும் பொடியும் பிடிச்சி கிடக்கே அது போல இதுல கிடந்து புழுத்து சாவ வேண்டியது தான். எனக்கும் காலு கை தளருது. எனக்கும் வயசாகுதுண்ணு ஓமக்கு தெரியேல..ஒரு வக சத்தாட்டு வேண்டி தாறுரா ஓய்..இல்ல நீரு தின்னுதா ஓய்.. நம்ம ரெண்டு பேருக்க ஆரோக்கியம் பத்தி நம்ம மக்களுக்கு தான் அக்கரையில்ல..ஆனா நம்மளங்கிலும் அதை நினச்சணும் இல்லியா..ஒரு கூடு பேரிச்சம் பழமோ, ஒரு கிலோ ஏத்தம் பழமோ, கால் லிட்டர் பாலோ நமக்குண்ணு வேண்டி குடிச்சியோமா?

ஆக இந்த புழுத்த ரேசன் அரி சோறும், அதுல வடிச்சிய ஊற கஞ்சி தொளுவும், கிழமையில வேண்டிய சாள நெத்திலி அரப்போ போதுமா நம்ம பெலத்துக்கு. இந்த கானாங்கரும் வெயிலுல போய் கையாளு வேலையில நிக்கிய நீரங்கிலும் நல்ல வகை வேண்டி தின்னுதாக்கும்? மக்களா இருந்தாலும் நம்ம சுகமோ பலமோ அவ்வியளுக்கு முக்கியம் இல்ல ஓய்.. எம்புடு வரைக்கும் உறிய முடியுமோ அம்புடு வரைக்கும் உறிஞ்சி எடுத்துட்டு போயிட்டே இருப்புனம்..''

''நமக்கு தெய்வம் இருக்குட்டி..''

மனைவியோடு சமாதானம் சொன்னாலும் மனசுக்குள் இது குறித்த ஏக்கங்கள் இல்லாமல் இல்லை அம்புரோசுக்கு. அறுபத்திமூணு வயதில் பலுசை கடன்கள் இருக்க கூடாது தான்.

கடன் இல்லாம ஒரு வாழ்க்கையை நினைத்து ஏங்காமல் இல்லை. வீட்டு குசுனியில் தேவைபடும் நேரமெல்லாம் எடுத்து சாப்பிடும் படி பழவகைகள் இருக்காதா? என நினைக்காமல் இல்லை. உடலில் செரிமானம் குறைய குறைய எளிதான உணவு எதங்கிலும் தின்ன இருக்காதா? ஆசை இல்லாமல் இல்லை. இந்த வயசான காலத்திலேயும் மூலை பொத்த கோரம்பாயை தரையில விரிச்சி தான் படுக்கிறார். காலும் கையும் தரிப்பேறி போகுகையில் ஒரு சின்ன கட்டில் கிட்டாதா? நினைக்காமல் இல்லை. மூத்திரம் முட்டுகையில் வெளிப்பக்கம் இருக்கும் கக்கூசுக்குள் போகும் முன் வழியிலே பொத்து விழும் மூத்திர பெருக்கு..வீட்டுக்குள் ஒரு கக்கூஸ் இருக்காதா? வேளா வேளைக்கு உண்டு குடித்து, டிவியில எதோ பார்த்து உச்சைக்க பிறகு ஆயாசமா உறங்க ஆசைபடாமல் இல்லை. அந்தியானால் சங்சனில் இருக்கும் சூசைமுத்துவின் சாயைக்கடையில் போய் ஒரு கடியும் சாயையும் தின்ன மனம் விரும்பாமல் இல்லை. ஆனால் இது எல்லாம் அம்புரோசுக்கு இல்லவே இல்லை..

அதிகாலை நாலரை மணிக்கே எழும்பியாகணும்..அப்படியே ரெஞ்சிதமும் காலை உணவுக்கும் உச்சை உணவுக்கும் அவிச்சி பறக்கியாகணும். கேசு தீர்ந்து ஒன்றரை வருசத்துக்கு மேலாச்சி..

அடுத்த குத்தி எழுதி போட மனசில் வலுவே இல்லை..அந்த அளவுக்கு கேஸ் விலையேற்றம்.

“அது அந்தாக்கில ஏறியிட்டே போட்டும் ஓய்..நான் வீட்டுல தானே இருக்கியேன். பகலத்த மானம் அங்குன இங்குன விளைப்புறங்களுல சுத்தினா அண்ணத்தப்பாட்டுக்கு எதோ சுள்ளிகள் கிட்டும்..”

ரெஞ்சிதம் சொன்னது போலவே பகல் வேளையில் பக்கத்து விளைகளில் போய் சுள்ளிகள் பறக்கி குசுனியில் வைத்திருக்கிறாள் அடுக்கி..போதா நிலையில் அடுக்களை முழுக்க ஒழுக்கு. பண்டத்த ஓடுகளெல்லாம் கழன்று இல்லியா கிடக்கு..முன் பக்கம் திண்ணையிலும் பயங்கர ஒழுக்கு.. இதெல்லாம் யாருட்ட போய் சொல்ல? இளைய மகள் விசேசமாகி வந்த பிறகு மனுசனுக்கு ஒரு நேரம் கண்ணடையாது..மழையோ கிழையோ கறுத்தால் உடல் நடுங்கி விடுகிறது. கொஞ்சம் மகள் சரியானதும் மாப்பிளையின் வீட்டில் அனுப்பி வைக்கவே நினைத்திருக்கிறார்.

“மாமா அங்க படுக்க கட்டில் இல்லண்ணு சொல்லியா.. அதுனால ஒரு கட்டிலுக்கு ஏற்பாடு செய்யுங்க மாமா..”மருமகன் போனில் சொன்னதை இன்னும் ரஞ்சிதத்தோடு சொல்ல வில்லை அம்புரோஸ்..கட்டில் வாங்க என்ன செய்ய யோசித்து கொள்ளாமல் இல்லை. இன்னிக்கு ஞாயிற்றுக்கிழமை ஆனதால் வேலை இல்லை. காலை பத்துமணிக்கு போல் கண்ட்ராக் வீட்டுக்கு போகணும், ஒரு வார கூலியை வாங்கணும்..”

“காப்பி குடிச்சாம என்னத்த ஓய் யோசிச்சிட்டு இருக்குரு...”

காலை உணவை கணவரின் முன் கொண்டு வைத்தாள். பாத்திரத்தில் நீண்டு இருந்த புட்டை ஆவலோடு பார்த்தார்.

புட்டை கண்டவரின் மனசில் பல காட்சிகள் குவிந்து சாடின..

“புட்டா அவிச்ச..கொண்டா இப்பிடி..”

“நேத்திக்கு ஒமக்க மொவா, புட்டு தின்னணும் போல

இருக்குண்ணு சொன்னா..அதான் பாக்கியத்துக்கு கடையில போய் ஒரு கூடு புட்டு மாவு வேண்டுனேன்..”

“பாக்கெட் மாவுல செஞ்ச புட்டா இது..” அம்புரோசின் புருவம் நெளிந்தன..

“நல்லா தான் இருக்கு ஓய்..தின்னு இந்த தேயிலையும் குடியும்..”

“ஒனக்கு ஒரு கிலோ அரி கொவுரப்போட்டு அதை இடிச்சி புட்டு செஞ்சா என்னவாம்?”

கேட்டவரின் பார்வை முற்றத்தில் போயின. அங்கே நிற்கும் கொல்லா மூட்டில் கிடக்கிறது வீட்டு உரல். முந்தா நாள் பெய்த மழை வெள்ளம் உரலின் குண்டில் பெருகி கிடக்க.. அங்கே கொச்சி ஈச்சிகளும், கொசுவும் ஆய்ந்தன..சும்மா வெறும் ஒரு கல் போல ஒதுங்கி கிடக்கும் கல்லுக்குள் தான் எத்தனை எத்தனை வாழ்க்கைக்காட்சிகள் பதிவாகி கிடக்கும் என்பதை நினைக்கையிலே அம்புரோசின் நெஞ்சம் கனத்தது..

“எங்கம்ம,வலியம்ம..சின்னம்ம.. எங்க அத்தைகளெல்லாம் இந்த உரலுல இடிச்சி மாத்துன நெல்லுகள் இருக்கே.. ஒண்ணுக்கொண்ணு வழக்கு பறஞ்சிட்டே உலக்கையை கை மாத்தி இடிச்சி இறக்கின மாவுகளிருக்கே..கையால அரக்கி எடுக்கிய அரிசிக்க மணம் கேட்டாலே பால் குடிச்சியது போல வயிறு நிறையும்.. எங்கமாஅரக்கரியில புட்டு செஞ்சி தருவா பாரு..அப்ப எல்லாம் மரக்குழலு தான் வீட்டுக்கு வீடு..அந்த குழலுல ஒரு பிடி மாவை போட்டு அதே அளவுல பச்சை பச்சையா திருவின தேங்காயையும் போட்டு அவிப்பா பாரு.. அதுலண்டு ஆவி வரம்ப பச்சை மாவுக்க வேவல் மணமும், தேங்கா மணமும் இன்ன மட்டுண்ணு இல்லாம இருக்கும். பச்சை வாழ இலையை சொளவுக்க மேல வச்சி வெந்த மாவை குத்து கம்பு வச்சி குத்தி தள்ளம்ப நாங்க எல்லாம் கறங்கி போயிருவோம். வாழ இலையில ஆவியை தடவின புட்டை பொடிச்சி தின்னா சாட்சாலே அம்மையிக்க பாலு போல ருசியா இருக்கும். ஒரு குத்தி புட்டும் அதுக்க கூட ரெண்டு

பாளையாங்கோட்டனும், பாசிபயறும், ஆனை பப்படமும் வச்சி விரவி கருப்பட்டி காபியுமா தின்னா பின்ன அன்னிக்கு ஒண்ணுமே வேண்டாம்.."

பெருமூச்சும் ஏக்கமாகுமாக சொன்னவரை பார்த்து சிரித்தாள் ரெஞ்சிதம்..

"இன்னும் அந்த பழைய புட்டுகளையே நினச்சிட்டு இரும்.."

"பின்ன எப்பிடியிட்டி நினச்சாம இருக்க ஒக்கும்? இன்னா குத்தி வச்சிருக்கிய புட்டு போலவா அப்ப..மரக்குழலுக்க வீக்கம் இருக்கே.. ஒரு குத்தி புட்டுக்க ஒரு இணுக்குக்கு இந்த ஒரு முழு புட்டும் வருமா?"

"நீரெல்லாம் இப்ப எப்பிடி தேடினாலும் ஒமக்க மரக்குழலு கிட்டியதெல்லாம் கஷ்டம் தான். சில்வருல, அலுமினியத்துல, பின்ன வெங்கலத்துலண்ணு வித விதமா குழலும் குடங்களும் வந்த பிறகு இப்பளம் இருந்துட்டு..அந்தக்கால புராணம் பாடியிட்டு இருக்குரே நாலு பேரு கேட்டா சிரிப்பாங்க ஓய்.. மண் அடுப்பு கூட இப்ப இல்ல தெரியுமா ஒமக்கு? காலம் மாறியாச்சி ஓய்.."

சொன்னவளை நிராசையில் பார்த்தார்..

"ஆறக்கும் முன்ன தின்னுட்டு நடக்க வேண்டிய வேலையை பாரும்.."

சொன்னவளோடு எந்த பதிலும் பேசாமல் புட்டை பிதுக்கி வாயில் போட்டார். மாவு கரைகையில் நாவில் படருமே பால் சுவை..அது எதுவும் படரவில்லை புட்டில். வெறுமனே பரல் மணல்களை பரக்குவது போல் நாவில் புரண்ட மாவை கையில் எடுத்து பிதுக்கினார்..ரவைப்பொடிகள் உருண்டன..விரக்தியில் சிரித்தார்..

"தள்ளே தின்ன ஒலகத்துல தின்னிய எல்லா ஆகாரத்திலேயும் கலப்படம் கலந்து விடியானுவாளே.." புட்டை தள்ளி விட்டார்.

“இத எடுத்துட்டு போவியா?”சொல்லுகையில் அம்மாக்காரியும் அவள் அவித்த புட்டுகளும் மனசில் காட்சிகளாக விரிந்தன..வெறுமனே கட்டங்காப்பியை குடிச்சி இறக்கினார்.. நெஞ்சு எரிந்தது.. சிறிது நேரம் வெறுமனே இருந்தார்..

“நான் கண்ட்ராக்குக்க வீட்டுக்கு போறேன்..சாமானுகா வாங்கிய லிஸ்ட்டும் சஞ்சியும் எடுத்து தா..” மனைவியை நோக்கி குரல் கொடுத்தார்.

“எனக்கு ஒரு குப்பி மருந்தெண்ண வேண்டுங்கா இன்னா.. லிஸ்டுல எழுதேல..”

“மருந்தெண்ணைக்கி இப்ப என்ன அவசியம்..”

“ரெண்டுணு மாசமா எனக்க வலது தோப்பியத்துல ஒரு நொம்பலம். பின்ன இரண்டு முட்டும் அப்படியொரு ஒழச்சல்.. அதுல எள்ளு போல போட்டு சூடுவெள்ளம் அனத்தி ஊத்துனா குறையும்”

பாவம் போல் சொன்னவளை பார்க்கையில் அம்புரோசின் மனதில் வலி எகிறியது. சொந்த மனைவியின் உடல் நலனை எப்ப பேணினேன்? நினைத்தவர் எதுவும் பேசவில்லை.

மனைவி எடுத்துக்கொடுத்த சஞ்சியும், வீட்டு பொருள்களுக்கான லிஸ்டுமாக நடந்தார் அம்புரோசு..வெயில் பயங்கரமாக படர்ந்து கிடந்தது..

செபஸ்தியார் குருசடியருகே வந்ததும், உடுத்தியிருந்த வேட்டியின் மடிப்பை கீழே இறக்கினார். சஞ்சியை அருகில் வைத்தார்..கைகளை கும்பிட்டார். மனசு பிள்ளைகளுக்காக வேண்டியது. குருசடியின் வெளிவாசலில் நின்ற வேப்பமரத்தில் கொழு கொழுவென வெண் நிற பூக்கள் காற்றிலாடின.. காற்றின் பரவிய வேப்பம்பூவின் கயப்போடு விரவியடிப்பதை மனசார முகர்ந்தார்..

“திருநாளு வரட்டும் புனிதரே..எப்படியங்கிலும் ஒமக்கு வெடி வைப்பேன்..”

சொன்னவரின் கண்கள் மொழுகுவர்த்தி கொளுத்தி வைக்கும் பீடத்தில் போயின.. மொழுகுவர்த்தி கொளுத்துகிறவர்கள் கொளுத்தியதன் மேல் கொளுத்தி, கொளுத்தி அட்டி பிடித்து தெரிந்தது.. பீட முகடே இதனால் அசிங்கம் பிடித்தது போல் இருந்தது, அவைகளை சுரண்டி எடுக்க தோன்றியது.. எப்படி சுரண்டுறது. கண்களை இங்கும் சுழட்டினார். குருசடியின் அருகே வசிக்கும் கண்ணம்மா கிழவி தென்பபட்டாள்..அவள் தான் இக்குருசடியின் பாதுகாவலி போல் உள்ளவள். இங்கே தூத்து துடைப்பதும், செபம் படிப்பதுமாக எப்போதும் தெரிவாள்.

“கண்ணம்மோ..இங்கேரு கொளுத்துனதுக்கும் மேல கொளுத்தி எப்பிடி அய்யமா இருக்கு..ஏன் ஒனக்கு இதெல்லாம் கண்ணுல தெரியேலியாக்கும்?”

“எல்லாம் தெரியுதுல..எங்கையில அதுக்குள்ள சீவம் எங்கல இருக்கு..இறுவுனதுக்கு மேல இறுவினதும் கண்டும் இதுல தான் கொளுத்தியிட்டு நிப்புனம்..அத சுரண்டி எடுக்க ஈரகுல வரைக்கும் பலம் வேணும்..ஒரு உபகாரம் செய்யுல அம்புரோசு..”சொன்னவள் தன் சிறிய வீட்டுக்குள் நுழைந்தாள்..வெளியில் வரும் போது அவள் கையில் கத்தி இருந்தது..

“மரக்கறி அரிய பிச்சாத்தி..இதுக்க முனையை வச்சி குத்தி குத்தி சுரண்டி எடுலே..”

அம்புரோசும் கத்தியை கையில் வாங்கி பீட மேட்டில் படிந்து இறுகி தெரியும் மெழுகுவர்த்திகளின் அட்டியை சுரண்ட துவங்கினான். கிழவி சொன்னது போல் ஆப்ப ஊப்ப ஏலு உள்ளவர்களுக்கு முடியாது போலவே இருந்தது..கொஞ்சம் கொஞ்சம் எளவி வந்த பொடிகளை கீழ் பக்கம் தள்ளி விடுகையில் குருசடியின் முடுக்கு வழியில் எதோ சத்தம் கேட்டது..

“என்னை விடுல..விடுல..”

சத்தம் கேட்க..குருசடியின் சின்ன காம்பவுண்ட் வழியே எத்தி பார்க்கையில் முடுக்கு வழியில் இரு வாலிபர்கள் அதீமான கை சண்டையில் நின்றார்கள்..

முக கருணையில் தெரிந்த சிவப்பு சட்டைப் போட்ட வாலிபனை உற்றுப்பார்த்த அம்புரோசு பதறினான். தன் கண்ட்ராக்கின் ஒரே மகன் அவன். அவனை சுவரில் சாய்த்து வெள்ளைச்சட்டை போட்ட இன்னொரு இளைஞன் கையில் பெருங்கல்லை வைத்து தல்லினான் தல்லு. இப்படியே இன்னும் இரண்டு தல்லு தல்லினால் கண்ட்ராக்கின் மகனின் உயிர் போய் விடும்..

அம்புரோசு அங்கே ஓடினான்..

"லே ஏம்புல ஓடிய.." கண்ணம்மா கிழவி கேட்டாள்.

"யாரோ நம்ம கண்ட்ராக்குக்க பயலை கல்லு வச்சி சதச்சி கொல்லப் பாக்கியான் கண்ணம்மோ.."

சொல்லியபடியே ஓடியவனின் கையில் கண்ணம்மா கொடுத்த பிச்சாத்தி இருந்தது..ஓடி போன வேகத்தில் இருவரையும் ஒன்றுக்கொன்று பிடித்து மாற்றினான்...வன்முறையில் தல்லியவனின் கையில் இருந்த கல்லை பிடுங்க முயற்சி எடுத்தான்..

"எங்களுக்குள்ள ஆயிரம் இருக்கு..நீ எவம்புல விடுல என்னை"

முரட்டு இளைஞன் வன்முறையில் கத்தியதும் இல்லாமல் அம்புரோசின் சங்கை இறுக்கி பிடித்து, தன் கையில் இருக்கும் கல்லால் அம்புரோசின் மூக்கடக்கி இடித்தான். சங்கு இறுகி மூச்சு திணறியது.. மூக்கிலிருந்து இரத்தம் பொளு பொளா பாய்ந்தது. கண்களில் இருள் பரவி வந்தது.. இப்படியே போனால் இக்கொடூரன் கொன்றே விடுவான் என்பதை அம்புரோசு உணர்ந்தான்.. தன் மகளின் பிரசவம், மனைவிக்கு மருந்தெண்ணெய், செபஸ்தியாருக்கு வெடி, வீட்டின் ஓடுகளென வாழ்க்கையில் இன்னும் கடமைகள் இருக்கே..அதற்குள் இக்கொடியவன் கொன்று விடுவானோ..உயிர் பயமும் வலியும் அம்புரோசை நொட்டித்தள்ள..தான் பிழைக்க வேண்டும் என்கிற ஆவேசத்தில் கையிருந்த கத்தியை கொடிய வாலிபனின் வயிற்றில் குத்தி சுழட்டி கறக்கினான்...

"என்னை கொல்லுவியல நீ..என்னை கொல்லுவியல நீ.."

தான் செய்த விபரீதம் உணரவில்லை.. கண நேரத்தில் வெறிப்பிடித்தவன் போல் கத்தினான்.. அடி பட்ட கண்ட்ராக்கின் மகன் இவன் செயலால் பீதி கொண்டான்.

"அய்யோ கொல..கொல" அலறிக்கொண்டு ஓடினான் ஓட்டம்..

"அடப்பாவி பயலே இப்படியொரு கொலைய செஞ்சிட்டியே.. செயிலுல போய் சாவ ஒனக்கு விதியெழுதுனது ஆருல.."

தலையில் அடித்து கண்ணம்மா அழ துவங்கினாள்.. அப்போது தான் அம்புரோசு கவனித்தான்..கையில் பிடித்திருந்த கத்தியில் வழியும் இரத்தம்..காலுக்கடியில் வயிறு பிளந்து குடல் சரிந்து, கடைசிமூச்சை கண்கள் வழியே நிறுத்தியிருந்த வாலிபனை..

"நானா..நானா இல்லியே.."

அம்புரோசு அலறும் முன் அக்கம் பக்கம் பலரும் கூடுகிறார்கள்..

போலீஸ் ஜீப்பின் சத்தமும் அருகில் கேட்டது.

◯

12. குடில்

மார்கழி மாதமிது. மஞ்சி விழுந்துக்கொண்டிருந்தன.. அடர் குளிர்த்தியில் இரவு நனைந்து கிடந்தது. குசு குசான காற்றும், டிசம்பர் பூக்களின் வாசமும் விரவி பரவி திரிந்தன...கோயில் முகப்புகளில் கட்டி விட்டிருக்கும் நட்சத்திர ஸ்டார்கள், பலூன் ஸ்டார்கள், வட்ட ஸ்டார்களின் ஒளிகள் மஞ்சள், பச்சை, சிவப்பு என துண்டு துண்டு கட்டிகளாக கோயில் வளாகம் முழுக்க விழுந்து சொலித்துக்கொண்டிருந்தன..போதா நிலையில் கோயிலின் முன் பக்கம் செழித்து நிற்கும் வேப்பு, புளி மரங்களிலெல்லாம் சீரியல் செட்டுகள் பல வண்ணங்களில் கறங்கி ஒளி வீசின..கர்த்தர் பிறக்க இன்னும் மூன்று மணி நேரமே இருக்கும் நிலையில் கோயிலின் வெளிப்பக்கம் கட்டிக்கொண்டிருக்கும் குடிலின் கடைசிக்கட்ட வேலைகளில் ஊர் இளைஞர்கள் மும்முரமாக தெரிந்தார்கள்.. எதோ உலக சாதனையை செய்து முடிப்பது போல் எல்லோரின் முகங்களிலும் கலவரம்; தீவிரம் தொற்றி கிடக்கின்றன. இக்குடிலை கட்டும் சங்கத்தின் தலைவரின் முகத்தில் ஒரு பக்கம் பெருமிதம், இன்னொரு பக்கம் சாதனை செய்தது போல் கம்பீரம்.. இந்த காட்சிகளையெல்லாம் பார்த்துட்டு தன் பிள்ளைகளோடு நின்றாள் மேரி.

மேரிக்கு அதிகம் போனால் முப்பது வயசு ஆகும். மூத்த மகன் பாபுவுக்கு ஒன்பது வயசு. சின்ன மகள் சுபலாவுக்கு ஏழு வயசு. அழகான சொலிப்பில் மினுங்கும் கோயிலையும், அதனருகே எழும்பும் குடிலையும் மாறி மாறி அவளும் மக்களும் பார்த்து கொண்டே நின்றார்கள். குழந்தை இயேசுவுக்கு இவ்வருடம் பத்து பவுனில் செயினும், குடில் கட்டுவதற்கான முன் பணம் ஐம்பதாயிரம் அன்பளிப்பும் வழங்கிய பங்கிராசு என்கிற பணக்காரனின் போஸ்டர்கள் கோயில் வளாகத்தில்

நிற்கும் மரங்களில் ஓட்டியிட்டு தெரிவதை ஒரு வித சங்கடத்தில் தான் பார்த்தாள் மேரி.

பங்கிராசு ஊரில் பெரிய பணக்காரன்..கோயிலுக்கு வருசம் தோறும் எதேனும் அன்பளிப்பு கணிசமாக செய்து விடுவான். கொடிமரத்தின் உச்சாணியில் பவுனால் வேய முன் பணமாக பத்து லெட்சம் கொடுத்திருத்திருக்கிறான். இது போல், சப்பர பெரை இடிந்து பொடிந்த போது புதிய வார்க்கை பெரைக்கு சில லெட்சங்கள் கொடுத்துருக்கிறான். கோயிலில் பங்கிராசு வந்தால் அக்கம் பக்கம் இருக்கிறவர்கள் கர்த்தரையும் மறந்து எழுந்து கும்பிடுவார்கள். வெள்ளை சட்டையும், பளிச்சான வேட்டியுமாக கோயிலில் வந்தால் சாமி வரைக்கும் கக்கத்தில் கை வைத்து குனிவார்.

மேரிக்கு என்ன வருத்தமென்றால், போன வருசம் தன் மகனுக்கு வயிற்றில் வலி வந்தது. அதுக்கு எம் ஆர் ஐ ஸ்கேன் எடுக்க வேண்டிய நிலை வந்தது. .மேரிக்கு இருக்கும் வசதியில் எம் ஆர் ஐ ஸ்கேனுக்கு எல்லாம் வாய்ப்பே இல்லை. இந்நிலையில் பங்கிராசின் வீடு தேடி போனாள் தன் பிள்ளைகளோடு..

...

அது ஒரு அந்தி வேளை..பங்கிராசின் வீடு என்பது நினைத்த அளவில் பார்க்க முடியாது. வீட்டின் முன் எழுப்பி விட்டிருக்கும் இரும்பு கேட் வாசலில் கேமரா வரைக்கும் இருக்கு.. வாசலில் யார் நடமாடினாலும் படுக்கை அறை வரைக்கும் தெரியுமாம்.. இதெல்லாம் மேரி அறியாதவள் இல்லை.

கர்த்தருக்காக கோயில் பீடத்தில் வாரி வாரி கொடுக்கையில் கோயில் கமிட்டிக்காரரர்களும், சாமியும் பங்கிராசின் பெயரை உரக்கச்சொல்லுகையில் மனசு எதோதோ நினைத்து விட்டது மேரிக்கு..கண்ணால் காண முடியாத கர்த்தருக்கு இப்படியெல்லாம் செய்கிற நல்ல மனிதன், கண்ணால் காணும் மனிதர்களுக்கு உதவி செய்யாமலா இருப்பான்? அந்த நம்பிக்கையில் தான் பங்கிராசின் வீட்டின் முன் போய் நின்றாள். ஆளுயரத்தை விட பெரிய கேட்டின் மேல் பக்கமே சில ஓட்டைகள்..அது

வழியெல்லாம் எட்டி அழைக்க முடியாது. வலிமையான இரும்பு கதவின் வெளிப்பக்கம் இருக்கும் அழைப்பானை அமுக்கி சத்தம் கொடுத்த நொடி..மலை இடிவது போல் பெருஞ்சத்தத்தில் சில நாய்கள் குரைத்து ஓடி வந்தன.. மேரியின் பிள்ளைகள் அச்சத்தில் அவளை அப்பி பிடித்தார்கள்..

“ஒண்ணுமில்ல மக்களே..வாசல் கேட்டைத் தாண்டி பட்டியெல்லாம் வராது.;சொன்னாலும் அவளுடலும் நடுங்கவே செய்தது. பட்டிகளின் குரச்சல் அடங்கும் முன்னே..கேட்டின் நடுவே முகம் பார்க்கும் அளவில் கிடக்கும் சின்ன வாசலை திறந்து அது வழியாக முகம் நீட்டினான் வீட்டு காவலாளி..

“யாரு என்ன வேணும்?” அவன் குரலில் அதிகாரம்.. கோபம்.

“அய்யாவை பாக்கணும்..” உள்ளங்காலை ஊணி எம்பி சொன்னாள்.

“அவரையெல்லாம் பாக்க முடியாது..இப்ப தான் ரெஸ்ட்டுல வந்து கிடக்கிறாரு. இப்ப போய் எழுப்ப முடியாது.”

“ஒரு உதவிக்கி வந்திருக்கியேண்ணு சொல்லுங்க..”

“அவரென்ன கள்ள நோட்டா அடிச்சா வாழ்ந்துட்டு இருக்காரு..அவரும் பாடு பட்டு உழச்சி தான் இப்பிடியெல்லாம் ஆனது. சும்மா சும்மா வாறவங்களுக்கு தானம் கொடுத்துட்டு இருந்தா பிறகு அவருக்க பாடு என்னத்துக்கு ஆவியது? அதான் கோயிலு வளர்ச்சிக்கி செஞ்சிட்டு இருக்காரே போராதா?”

அவனின் கோபம், அதிகாரமெல்லாம் கவனித்த மேரியின் மனசில்.. “உடையான் பொறுத்தாலும் உடையான் வீட்டு நாய் பொறுக்காது” என ஊரில் புழங்கும் பழமொழியே ஞாபகத்தில் வந்தது..

“எம்பிள்ளைக்கு வவுத்துல ஒரே நொம்பலம். ஆஸ்பத்திரியில எம்.ஆர்.ஐ ஸ்கேனு எடுக்கச்சொல்லியிருக்கு..அதான் அய்யாவைப்பாத்து

என்னங்கிலும் உதவி வாங்குலாமுண்ணு வந்தேன்.''

சர்வமும் கலங்கி மேரி சொல்லுகையில் கேட்டின் வாசலை மெல்ல இழுத்தான் வாயிற்காவலன்.. கேட்டின் இடைவெளியில் சங்கிலி கட்டி கிடந்தது. கேட் இடைவெளியில் முகம் நுழைத்து காவலன் பார்த்தான். முகம் சுழித்தான்..

“நீ அந்த குடிகாரன் அருளுக்க பெண்டாட்டி மேரி இல்லியா..பெரியவருக்கு குடிகாரனை கண்ணு கொண்டு காணப்பாது. அப்பிடிப்பட்டவங்களுக்க பிள்ளைகளுக்கெல்லாம் உதவி செய்யுறதுல அவருக்கொண்ணும் பெரிய தால்ப்ரியம் இல்ல..ஏத்தம் வாழைக்க மூட்டுல ஏத்தம் கண்ணு தான் பிடச்சுமும்பாரு. ஒனக்க மொவனும் நாளொரு காலத்தில குடிகாரனா தான் மாறுவான்..தெரியுமா ஒனக்கு..அது தான் விதி...''

காவலன் கேட்கையில் மேரியின் உள் எலும்புகள் வரைக்கும் தீ பிடித்தது.

கலியாணத்தின் முன்பு ஊரில் மேரியை கோயில் உபதேசியிக்க மகா என்று சொன்னாங்க. அப்படி சொல்லும் போதெல்லாம் அதிலொரு மதிப்பு இருந்தது. கோயிலில் வரும் சாமிகள், பிரேதேஸ் சிஸ்டேர்ஸுகளெல்லாம்.. “உபதேசியிக்க மகா..''என்று பெருமையில் பார்த்தார்கள். ஊரில் அப்படியொரு மதிப்பில் வாழ்ந்து விட்டு குடிகார மாப்பிளையோடு அகப்பட்ட பிறகு..

“குடிகாரன் அருளு இருக்கியானே அவனுக்க பெண்டாட்டி..''

என்கிற இளக்காரமே கிடைத்து வருகிறது. அவளோடு தான் அந்த பெயர் முடியுமென்றால் இவள் பெற்ற பிள்ளைகளையும்.. “குடிகாரனுக்க மக்கா..''என்று சொல்லும் படிக்கு ஆகியவனே மாப்பிளை அருள்.கலியாணம் ஆன புதிதில் ஊமை குடியனாக இருந்தவன் போக போக மொடாக்குடிகாரன் ஆகி விட்டான். போக போக வீட்டு மூலையில் வாங்கி வச்சி குடிக்கும்

அளவுக்கு ஆனவனால் மேரிக்கு பயம் இல்லாமல் இல்லை. வளர்ந்து வரும் பிள்ளைகள் அந்த விசத்தை குடித்து பழகி விடுவார்களோ என்று..

குடித்து குடித்து சுயம் மழுங்கிய மாப்பிளையால் ஒரு சின்ன நிம்மதி கூட இல்லை மேரிக்கு.

இவளை நம்பி பத்து ரூபாய் கடன் கூட கொடுப்பவர்கள் இல்லை..இவள் வார்த்தையை மானிப்பாக மதிப்பவர்களே இல்லை.

“அடுத்த கிழம தல்லாம்..ஒரு நூறு ருபா கடன் தா மயினியே..”

மாப்பிளையின் சொந்த அக்காளாரிடம் கேட்ட போது..

“ஒனக்கெல்லாம் என்ன நம்பிக்கையில கடன் தருவேன் சொல்லு மயினி..அவனோ குடிச்சிக் குடிச்சி அர கிறுக்கன் ஆகியிட்டான்..அவனால இனி ஒரு பிரயோசனமும் இல்ல.. ஒனக்க அண்டியாபீசுல கிட்டும் பீத்த சம்பளத்தை நானெல்லாம் நம்பியதே இல்ல..” சொல்லி விட்டாள். இது போல் அன்பியத்தில் சீட்டு கடன் கேட்ட போதும்..

“அவனே செவ்வு இல்லாத குடிகார பயலா இருக்கியான்.. ஒனக்கெல்லாம் கடன் தர ஒக்காது.” அன்பிய பொருளாளர் சொல்லி விட்டாள்.

மாப்பிளை நல்லா இல்லண்ணா எனக்குண்ணு ஒரு கேரண்டி இல்லியோ..? இப்படி பல முறை தனக்குள் கேட்டு பார்த்தாகிவிட்டது. ஆனாலும் பதில் தான் இல்லை. பிள்ளைகளுக்கும் இது தான் நிலை..

அக்கம் பக்கம் விளையாட போகுகையில்..

“ஒங்கப்பா நல்லா குடிச்சுமாமே..ஒங்க கூட சேர்ந்து விளையாடுனா நாங்களும் கெட்டுபோயிருவாம் அம்ம சொல்லி விட்டுது..” இப்படியே ஒதுக்கி ஒதுக்கி பிள்ளைகளும்

இப்போதெல்லாம் ஒரு வகையில் ஒடுங்கி தான் போனார்கள்.

மேரியின் மாப்பிளையும் குடிச்சிட்டு வருகையில் இந்த ஏரியாவுக்கே தெரியும் படி, சங்கனிலிருந்தே கெட்டவார்த்தையின் முழக்கத்தோடு வருவான். வழியில் போவோர் வருவோரை வேண்டுமென்றே சீண்டுவான். கோயில் விசேச நாள்களில் எப்படியும் கோயில் மிடுதங்களோடு தள்ளு முள்ளுக்கு நாலு காலில் போய் நிற்பான். இப்படி தான் போன கிறிஸ்மஸ்ஸுக்கு இராத்திரி பூசைக்கு பிறகு பிள்ளைகளின் கலாபரிவாடி நடக்கையில் குடிலில் கிடக்கும் விளக்கை குடி வாக்கில் அணைத்து விட்டான். ஊரு சும்மா விடுமா? பிடிச்சி வச்சி தல்லுனாங்கா..அடிச்சாங்க. அவனுக்காக பேசவோ, அவனுக்காக அக்கரைப்படவோ யாருமே இல்லை. அடி வாங்கி கீழே கிடந்தவனை பார்த்து சின்ன சாமி வரைக்கும் கேலியாக தான் சிரித்தார்.

"நீயெல்லாம் இருந்தும் கெடுக்கிற.அதை விட செத்தங்கிலும் போ.."

மேரி பலமுறை மாப்பிளையோடு சண்டை போடுகையில் சொல்லுவாள்.ஆனாலும் தாலி கட்டுன மாப்பிளை இல்லியா? இன்னிக்கு திருந்துவான்..நாளைக்கு திருந்துவான் என பார்த்து காலங்கள் தான் போயின.அவனொன்றும் திருந்த வில்லை. குடிகாரன் அருளை ஊருக்கே தெரிந்த நிலையில்..பங்கிராசின் காவலாளியும் இளக்கம் கூடி கேட்டான்.

"மக்களை உண்டாக்கி விட்டவனுக்கு..அதுகளை பற்றி பொறுப்பு வேணும் இல்லியா? ஊருக்காரங்க வளப்பாங்க.. பாப்பாங்கண்ணு சொகுசா குடிச்சிட்டு திரியான் இல்லியா.. ஒனக்கு வெக்கமா இல்ல.. தடியும் கனமுமா மாப்பிளையை வச்சிட்டு அவன் பெத்த மக்களுக்காக இரப்பு இரக்க.." ரொம்ப கேவலமாக பேசினான் வாட்ச் மேன்.

"எதோ நான் தான் என் மாப்பிளைக்க வாயைப்பிளந்து ஊத்தியது போல எனட்ட சொல்லுதே..வீதிக்கு வீதி முடுக்குக்கு முடுக்கு சாராயக்கடையளை திறந்து மலத்தி வச்சிருக்கே..பின்ன எவன் குடிச்ச மாட்டான்?"

“ஒனக்க மாப்பிளையிக்க வாயைத்தொறந்து வீடு தேடி வந்தா ஊத்துனம்..இவனா கடையில போய் வேண்டி தானே ஊத்தியான். இருக்கியவன் நல்லா இருந்தா செரச்சியவன் நல்லா செரப்பாண்ணு ஒரு சுலோகம் உண்டு இல்லியா.. ஒனக்க மாப்பிளைக்கு தெரியணும்..எனக்குண்ணு ஒரு குடும்பம் இருக்கு.. அதுல எனக்க பொறுப்பும் கடமைகளும் இருக்குண்ணு. அதை மறந்துட்டு என்ன கட்டடப்பட்டாலும் வாயுல ஊத்த தெரியுது இல்லியா..அவனுக்க மக்களை பாக்கிய பொறுப்பொண்ணும் எங்களுக்கு இல்ல..போவியா அப்பறம்..” லேசாக திறந்த கேட்டை இறுக்கி பூட்டினான்..மனசு அமுங்கியது மேரிக்கு..

இக்காட்சிகளையெல்லாம் பங்கிராசி வீடியோவுல பாக்காமலா இருந்திருப்பான்? அப்படி பார்த்தா அவன் மனசு இரங்கியிருக்காதா? உறங்கி என்னங்கிலும் கிடந்துருக்கலாம்..என மனசை தேற்றியவளின் சின்ன ஆறுதலும் அதன் பின் ஒரு நாள் உடைந்து போனது..

அடுத்து வந்த ஞாயிற்றுக்கிழமை பூசை முடிந்து வருகையில், பங்கிராசே மேரியை அழைத்தான்..

“நீயும் மக்களும் அன்னிக்கு வீட்டுல வந்தியா இல்லியா.. எனக்கு எல்லா விசயமும் தெரியும். ஆனாலும் ஒனக்க மொவுனுக்கு உதவ என் மனசு சம்மதிக்கவே இல்லை. ஊருல இருக்கிய இழிச்சவாயனுவா எனக்க மக்களை வளக்கட்டுமென எந்த பாராதூரமும் இல்லாம ஒன் மாப்பிளை குடிச்சி களிச்சி .வாழியான். இப்பிடிப் பட்டவனுகளை எனக்கு பிடிக்கிறதே இல்லை. இப்ப ஒன் மகனுக்கு உதவினா..அதுவே ஒன் மாப்பிளைக்கி எதோ அவன் பெரிய ஆளு போல ராங்கி தோணியிரும்..அவன் தானே உண்டாக்கினான்..அவன் தான் பொறுப்பு..” சிலரெல்லாம் பார்க்கும் படிக்கு பங்கிராசி சொல்லுகையில் மேரியின் தோல் பொசுங்கியது.. மனம் மருகியது..

“அவனுக்காக என் பிள்ளைகளை தண்டிச்சுதியளே..” விசும்பினாள்.

“குடிகாரனுக்க பிள்ளைகளா பிறந்த விதியை

அதுவா வாழ்ந்து தீக்கிறது தான் அதுகளுக்க விதி..''என்ற வார்த்தையைச்சொன்ன போது மேரியின் தலை சுற்றியது. பிள்ளைகளின் படிப்புச்செலவுக்கென கமிட்டியில் மனு எழுதி கொடுத்த போது, அதை வாசித்த பொருளரும் இப்படி தான் சொன்னான்.

"உண்டாக்கி விட தெரியுறவனுக்கு மக்களை வளத்த தெரியாதோ..அவன் குடிப்பானாம்..மத்தவியா சக்கறம் போட்டு வளக்கணுமாம்..வேற வேலை இல்ல.." மனுவை நீக்கி தான் வைத்தார்கள்.

"விரலுக்கு தக்கன வீங்கப்பாரு..கெவர்மெண்ட் ஆஸ்பத்திரியில இப்ப எல்லா சலுகையும் இருக்கு தானே..."

சொன்ன பங்கிராசியால் நெளிந்தே போனாள் மேரி. பிறகு பக்கத்தில் உள்ள குளோறியின் மயினியாரின் பழக்கத்தில் ஆசாரிபள்ளம் ஆஸ்பத்திரியில் கம்ப்பவுண்டரின் சாகயத்தில் அங்கு போய் ஆறுமாசம் அலைந்து எம் ஆர் ஐ ஸ்கேன் எடுத்து அதுக்கான மருந்து மாத்திரைகள் தின்னுட்டு இருக்கியான் மகன்..

எல்லோரும் புகழும் வண்ணம் கோயிலுக்கு வாரி இறைக்கிறவன் வாழப்போகும் ஒரு சிறுவனின் விசயத்தில் காட்டிய இரக்கமின்மையால் பிறகெல்லாம் பங்கிராசை பார்க்கையில் அதீதமாக ஆச்சரியமெல்லாம் மேரிக்கு வருவதில்லை. அவனின் பளபளக்கும் ஆடையை கண்டாலே ஒரு வித அச்சமும் அருவெருப்புமே மிஞ்சும்.

பலதும் யோசித்தப்படி வழி பாதையிலே தன் மக்களோடு நின்றவள் கணவனுக்காகவே காத்து நின்றாள். காலையிலே அவனோடு பல நூறு சத்தியங்கள் வாங்கினாள்..

"பிள்ளைங்க வளர வளர நீரு இப்பிடி இருக்கியது நல்லாவே இல்ல..குடும்பத்தலைவன் என்கிறவன் கப்பலை ஓட்டுற மாலுமி போலாக்கும்..அவன் மட்டும் சரிஞ்சி போனா பின்ன அந்த குடும்ப கப்பலே மூழ்கியிரும் ஓய்.. இந்த கிறிஸ்மஸ்க்கங்கிலும் நீரு ஒரு நல்ல முடிவை எடுத்து..இனி மேல் குடிச்சாம இரும்.."

“நானும் குடிச்சாண்டாமுண்ணு தான் பலவெட்டம் நினைப்பேன்..ஆனா அந்த சமயம் வரம்ப எனக்கு முடியாம போயிருந்து. வாயும் மனசும் பொத்தியிட்டு என் பாட்டுல சிவனேண்ணு வரம்ப நடு முக்குல ஒரு சாப் இருக்கு..அதை கண்ணை மூடியிட்டு கடந்து வரம்ப, வளைவுல ஒரு சாப் இருக்கு.. அதையும் சகிச்சி பிடிச்சிட்டு வரம்ப வீட்டுக்கு ஏறுவோமே தேரி..அதுல இருக்கே..அதுல தான் சறுவி போயிருவேன்..”

ஒரு வித குற்ற உணர்வோடு தலையை சாய்த்த்ஜ் சொன்னவனை பார்க்கையில் நம்பாமல் இருக்க முடியவில்லை.

“எல்லாம் நம்ம மனசுல தான் இருக்கு ஓய்..மொவுளுக்கு ஏழு வயசு முடியுது..அவா வளரக்கு இன்னும் அதிக நாளில்ல.. பயலுக்க சோக்கேடை நினச்சிப்பாரும், வீட்டுக்க கோலத்தைப்பாரும்.. நானும் எத்ர நாளைக்கி வேலைக்கி போக முடியும்..” கண்ணீர் கசிய சொன்னவளின் உச்சந்தலையில் கை வைத்தான் அருள்..

“இன்னிக்கு நான் குடிச்சாம வருவேன்..இதுவரைக்கும் நடந்ததெல்லாம் போட்டு. நமக்க கிறிஸ்மஸ்ஸும் இனி நல்லா இருக்கும்..”

சொல்லி விட்டு பக்கத்தில் உள்ள கண்ட்ராக்கிடம் கேட்டு வேலைக்கு போனவன் இன்னுமே வந்திருக்கவே இல்லை. கண்ட்ராக் வீட்டில் மேரியின் பிள்ளைகள் சில தடவைகள் போய் கேட்டாகி விட்டது..

“கொப்பன் அப்பளே வேலை கரையேறி வந்தானே..” இப்படி தான் கண்ட்ராக் சொல்லி விட்டான்.

மேரியின் பிள்ளைகளின் கண்களில் பல நூறு கலர் கனவுகள் மிதக்க துவங்கி..இப்போது அவைகளில் இருள் பிடிக்குமோ என்ற நிலைக்கு ஆளாகி வந்தார்கள்..

பக்கத்து வீடுகளில் உள்ள பிள்ளைகளெல்லாம் அந்தி வேளையிலே மத்தாப்பூ, பொட்டாசு, படக், பூவாணம் எல்லாம் விட துவங்கி விட்டார்கள். அருளின் மூத்த அண்ணனின் வீட்டில்

குடும்பமாக சேர்ந்து வானவேடிக்கை விட்டார்கள். கம்பங்கெட்டு கொளுத்தினார்கள். பெரியப்பா வீடு தானே என்று இப்பிள்ளைகள் ஆசையோடும் அன்போடும் அங்கு போன போது..

“ஏன் கொப்பன் இருக்கியான் இல்லியா..போங்க போங்க..”

பெரியம்மக்காரி விரட்டினாள். பெரியப்பனாரின் மகன் ரவியும் இவர்களை கண்டதும் பட்டாசுகளை ஒளித்து வைத்தான்.

“ஒங்களுக்கும் அப்பா வேண்டியிட்டு வரும் மக்களே..”

மேரி தன் பிள்ளைகளுக்கு ஆறுதல் சொன்னாள்..ஆனால் நேரம் தான் போய் கொண்டிருக்கிறது..அருளை காணவில்லை. பட்டாசுகளும் வந்து சேரவில்லை.

ஆராதனைக்காக ஆலயமணி அடிக்க துவங்கியது.. குடில் வேலைகளின் இறுதிக்கட்ட வேலைகள் மும்மூரமாக நடந்தது..ஆராதனைக்காக மக்களெல்லாம் வரத்துவங்கினார்கள். கோயிலுக்கு வரும் மக்களெல்லாம் புத்தாடைகள் கட்டி, வாசனையாக வந்து கொண்டிருந்தார்கள். பலரும் கடந்து போகும் பாதையில் தன் பிள்ளைகளோடு நின்ற மேரிக்கு கூசலாக இருந்தது. அண்டியாபீசிலிருந்து வந்து இன்னுமே சீலை மாற்றியிருக்க வில்லை. வேலைச்செய்த விசர்ப்பு மொச்சை தனக்கே வீசியடித்து புழுங்கியது..பாபுவின் மேல் சட்டையில் காலர் கிழிந்து கிடக்கிறது..போட்டிருக்கும் டவுசரும் உட்கிழியலில் தொங்கி கிடந்தது. மகளின் சட்டை புத்தான்கள் கழன்று விரிந்து படபடத்தது. குசு குசா காற்று புகுகையில் தள்ளையின் சீலையை எடுத்து சுற்றியபடியே நிற்கும் மகளின் கண்களில் அப்படியொரு ஏக்கம்?

பெரியப்பாவின் மகள் தன் கையில் பிடித்து கறக்கிய மத்தாப்பின் வெளிச்சத்தில் அந்த பெண் சிரித்த சிரிப்பும், அவள் போட்டிருந்த பட்டுப்பாவாடையும், ஜெம்பரும், தலையில் வச்சிருந்த முல்லைச்சரமும், எல்லாவற்றிற்கும் மேலாக பெரியப்பா அவளை தன் கையில் ஏந்தி வைத்த அன்பும் மேரியின் மகளை இம்சை செய்தது..அம்மா சொன்ன படி தனக்க அப்பாவும்

குடியெல்லாம் விட்டுட்டு கை நிறைய பட்டாசு வகைகளோடு வீட்டில் வருவதையும், பெரியப்பா மகள் போல் இவள் மத்தாப்பு கொளுத்தி மகிழ்வதையும் அப்பாவின் தோளில் சாய்வதையும் பகலிலே கற்பனை செய்து கனவு கண்டவளுக்கு அந்த கனவுசுவர் இடியுமோ என்கிற பயம் நேரம் போக போக பரவ துவங்கியது..

ஆலயத்திற்காக கூடிய கூட்டம் இவர்களை கடந்து போக துவங்கியது. சிலரெல்லாம் பரிதாபிகளாக, இன்னும் சிலர் அருவெருப்பாளர்களாக, இன்னும் சிலர் சபிக்கப்பட்டவர்களாகவே இவர்களை கடந்து போனார்கள்.. இதெல்லாம் மேரியையும் மக்களையும் குத்தி கிழிக்க துவங்கின..

“மக்களே.. கொப்பன் அவனுக்க சீலத்தை எடுத்திருப்பான்.. வாருங்கா..நமக்கு வீட்டுல போவம்..” மேரி சொன்னது தான் தாமதம்..பிள்ளைகள் விங்கி போனார்ர்கள்..அழுகை பெருகியது..

“ஏம்மா..இப்பிடி சொல்லிய..”மகன் கேட்க..மேரிக்கு இயலாமையின் கோபம் வந்தது..

“பின்ன நான் என்னத்த சொல்லக்கு..”

“அப்ப எங்களுக்கு கிறிஸ்மஸ் இல்லியா?”

“இல்ல..”

“ஏம்மா..”

கையறு நிலையில் தன் முகம் பார்த்த பிள்ளைகளின் கையை இழுத்தப்படி வீட்டுக்கு நடந்தாள்.

வீட்டின் வெளிப்பக்கம் நிற்கும் மாமரத்தோடு சாஞ்சியிருந்தாள் மேரி..அவள் பிள்ளைகள் இயன்ற மட்டும் அழுது வீங்கி கிடந்தார்கள்..

“மக்களே..ஒங்களுக்கெல்லாம் ஒரு விசயம் தெரியுமா? இன்னா உலகே பிளக்கியது போல வெடியும் படக்குமா கிறிஸ்துவுக்க பிறப்பை கொண்டாடியாங்களே..இந்த இயேசு இருக்கியாரே நம்மளைப் போல உள்ள ஏழையாக்கும்..

நம்மளைப் போல அவருக்கும் சொத்து பத்தோ, நல்ல ஒரு வீடு கூடோ இல்ல..வாழம்ப தரித்திரம் பிடிச்சி வாழ்ந்த இயேசு கடவுளா மாறினது போல..ஒங்களுக்கெல்லாம் ஒரு விடிவு காலம் வராமலா இருக்கும்..'' பிள்ளைகளின் கலைந்த தலை முடியை கோதியபடியே சொல்லுகையில்..அவளின் மகள் அவள் விரல்களை பிடித்தாள்..

"அம்மோ.. .இயேசு நம்மளை போல ஏழையா இருந்தாலும்..அவருக்க அப்பா குடிகாரரு இல்லியே..நம்ம அப்பா குடிச்சியாரே..'' விவரமாக கேட்ட மகளை மாரோடு சேர்த்தாள். கண்ணுக்கெட்டும் தூரம் வரையிலும் கணவன் வரும் தடயம் தெரியவே இல்லை.

கோயிலில் கர்த்தர் பிறப்புக்கான உன்னதங்களிலே பாட்டு ஒலித்து கொண்டிருந்தது.. கோரசான முழக்கத்தில் கிறிஸ்மஸ் விழா களை கட்ட துவங்கியது.

"பங்கிராசுக்க குடிலுல தீ பிடிச்சிட்டாமே...எல்லாமே குப்பையா கருகி போவுதாமே...'' வீட்டை கடந்து பலரும் திபு திபுவென ஓடும் சத்தம் கேட்க...மேரியும் பிள்ளைகளும் தலையை நிமிர்த்தினார்கள்.

"அய்யோ எத்ர லெச்சம் ருபா செலவாக்கி மனுசன் கெட்டினாரு...இப்பிடி குப்பையா போயிட்டே...''

பரபரவென ஓடுகிறவர்களின் இச்சொற்கள் காதில் விழும் போது அவளையும் மீறி இனம் புரியாத சந்தோசம் மனதில் அலம்பியது மேரிக்கு.

"மனித இயேசுவுக்கு உதவாத குடில்களில் ஒரு போதும் கர்த்தர் பிறப்பதே இல்லை. இலட்சங்களில் உருவாக்கும் வெறுதே உள்ள குடில்களில் மெசியா பிறப்பதே இல்லை... எனக்கு உன்னைப் போல உள்ளவர்களின் மனதை தவிர இந்த குடிலெல்லாம் பிடிக்கவே இல்லை மேரி...'' என்பது போல் குடிலின் தீ ஜுவாலைக்கும் மேலே காற்றில் கறங்கிய கர்த்தரின் சிரிப்பை ரசித்தாள் மேரி. ❍

13.வீட்டுக்கு வா

“யம்மா..அவன் சரியா ஒரு மணிக்கெல்லாம் வந்துருவாம்மா...அதுக்குள்ள எல்லாம் ரெடியாகிருமா?”

மகள் சுமதி கேட்க, தேங்காய் திருவி கொண்டிருந்த அம்மாக்காரி வசந்தா தன்னருகே இருந்த அலைபேசியை பிதுக்கி நேரம் பார்த்தாள். பதினொன்றே முக்கால் என்பதை அறிவிக்க மனசுக்குள் ஒருவித பதட்டம் தொற்றிக்கொண்டது. பொரியல் வேலைகளெல்லாம் முடிந்தாயிட்டு. சாம்பார் ஆகி விட்டது...இனி அதை தாளிக்கணும். கூடவே மீனுக்கு மசாலா பூசி வைத்திருக்க அவைகளை பொரிக்க வேண்டும். ஆம்லெட் போடணும். அவன் வரும் முன்னே, வீட்டை பெருக்கி போடணும்.

“முடியும் மக்கா...”

“என்னவோ அவன் அப்படியெல்லாம் யாருக்க வீட்டுக்கும் போக மாட்டான். ஆபிசுலேயும் யார் கூடேயும் பேசவே மாட்டான். எப்பிடி தான் எங்கூட பழகுனானே...எப்பிடி தான் ஒரு பிரண்டா எங்கிட்ட அன்பு காட்டினானோ தெரியல. ஆபிசுல எல்லாருக்கும் அவனைப்பாத்து அப்படியொரு ஆச்சரியம்...”

சுமதி சொன்ன அந்த ராமுவோடு பழகி ஆறுமாசங்கள் கடந்து விட்டன. சுமதியின் கணவன் திருமணம் முடிந்த எட்டுமாதங்களிலே இதய நோயில் இறந்து போனான். கணவன் சாகும் போது அவள் மகள் ஓவியா ஆறுமாச குழந்தையாக வயிற்றில் இருந்தாள். அக்குழந்தையை பெற்றெடுக்கும் போது அவள் கணவன் உயிரோடு இல்லாமல் ஆன கொடுமையை தாங்க முடியாமல் மனநோய்க்கு ஆட்பட்டாள் சுமதி. அம்மாக்காரியின் அரவணைப்பில் மெல்ல மெல்ல தேறியவள், கணவனின் வீட்டிலே

வாழ துவங்கினாள். படித்த கல்வி அவளை கை விட வில்லை.

ராமுவுக்கு கலியாணம் ஆகி இரண்டு பிள்ளைகள் இருக்கிறார்கள். பணிபுரியும் இடத்தில் மேலாளர் என்ற நிலையில் ராமு யாரோடும் அவ்வளவாக முகம் கொடுத்து பேச மாட்டான். சிரிக்க மாட்டான். எப்போதும் முகத்தை உர்ரென வைத்து கெடுபிடியில் பயங்கரமாக இருந்தவன் சுமதியின் விசயத்தில் மிகவும் கருணையோடு நடந்து கொண்டான். அவள் வேலைக்கு சேர்ந்த புதிதில் திக்கு முக்காடி போன போது திடப்படுத்தினான்.

வீட்டில் வந்து தாயோடு அவனைப்பற்றி பெருமையில் சொல்லும் போதெல்லாம் வசந்தா நெகிழ்ந்து போவாள்.

"ஆருமத்தவங்களுக்கு ஆண்டவன் துணையிண்ணு சொல்லுவாங்க மக்கா...ஆண்டவன் தான் மனுச ரூபத்துல வந்து உதவுவான்...அந்த ராமு ஒன் வாழ்க்கையில வந்த ஆண்டவரு மக்கா..."

அம்மாக்காரி சொல்லுகையில் சுமதி அதை மனசுக்குள் சம்மதிக்கவும் செய்தாள்.

தன்னோடு மட்டுமல்ல, தன் மகள் ஓவியா மீதும் அப்படி தான். வீட்டுக்கு என்னென்ன தேவைகள் என்பதை பார்த்து செய்வான். ஓவியாளின் பிறந்த நாளை இவள் மறந்தாலும் அவன் ஒரு நாளைக்கும் முன்னே ஞாபகம் வைத்து குழந்தைக்கு விசேசித்த பரிசு பொருள்கள் வாங்கி கொடுப்பான். சாயங்காலம் வீட்டுக்கு போகுகையில் பஸ் வர காலத்தாமதம் ஆனால் பைக்கில் தெருவரைக்கும் கொண்டு விடுவான். இல்லண்ணா, ஆட்டோ பிடிச்சி விடுவான். பேங்க் காரியங்கள், ரேசன் கடை அது இதுவென அலைய ஸ்பெசல் விடுப்புக்கு அனுமதி கொடுப்பான். என்ன தான் இருந்தாலும் பெண்ணுக்கு ஆண் என்கிற துணை உடலுக்காக மட்டுமல்ல...சுமை பகிர்தலுக்கு தேவை என்பதை ராமு வழியாக இன்னும் அழுத்தமாக உணர துவங்கினாள் சுமதி.

சுமதிக்கு ராமு என்கிற நாமம் மிகவும் தேவையாகி விட்டது. அந்த இடத்தை இனி எவராலும் நிரப்ப முடியாத

படிக்கு ராமு ஆகி விட்டான். இந்த நட்பை நெருக்கத்தை அக்கம் பக்கம் பலரும், அலுவலத்தில் சிலரும் குசு குசாக பேசி பரப்பினார்கள். இந்த விசயம் ராமுவின் மனைவியிடம் சென்ற போது அவன் மனைவி சுமதியை தேடி வீட்டுக்கே வந்தாள்.

"இதை நீங்க நேரிலே வந்து கேட்டு விளக்கம் பெற்றிருக்க வேண்டிய அவசியம் இல்ல. முகமெல்லாம் இப்பிடி கனத்து வீர்த்து வந்திருக்க கூடிய அளவுக்கு எங்களுக்குள்ள எதுவுமே இல்ல ராணியக்கா...வெறும் ஒரு நட்பு. என் மனசில இப்ப வரைக்கும் ராமுண்ணா ராமு தான். வெறும் ஒரு ராமு மட்டும் தான். அவரை இப்ப வரைக்கும் நான் ஒரு ஆணா கூட நினைக்கல...அப்பிடி பாக்கவும் இல்ல. எதோ என் கூட்டுக்காரி பாமா , கீதா போல தான் அவரும் இருக்காரு. இந்த நாலு பேரு பேசுற குசுகுசு எங்களுக்குள்ள இப்ப வரைக்கும் இல்லவே இல்ல. அப்பிடி ஒரு இது வந்தா, அடுத்த நிமிசமே இந்த நட்பை நான் கை விடுற அளவுக்கு என் மனசுல பலம் இருக்கு...

சுமதி அடுக்கி கொண்டே போக, ராமுவின் மனைவி ராணி எதுவுமே பேசவில்லை.

"ஆணும் பெண்ணும் பழகினாலே...அதை வெறும் ஒரு சீர்கேடா பார்க்கிற உலகம் என்னிக்குமே திருந்த போறதில்ல. ஏன் ஒரு ஆண் நல்லவனா இருக்கவே கூடாதா? ஆணுண்ணா உதவுவான் பழகுவான்...தொடுவான் என்கிற பழைய அந்த கற்பிதம் ஏன் இன்னும் மனசுல இருக்கணும் சொல்லுங்க. எனக்கு ஆண் தேவையிண்ணா, எங்கம்மா எனக்கு செகண்ட் மேரேஜ் பண்ணி வைக்க ரெடியா தான் இருக்காங்க. என் ஹஸ்பெண்டோட வாழ்ந்த வாழ்க்கையின் லவ்,என் மகா, என் வேலை, இதெல்லாம் போதுமுண்ணு நான் வாழுறேன்." சுமதியின் தெளிவான பேச்சில் நம்பிக்கை வந்தவளாக ராணி புன்னகைத்து சென்றாள்.

அலுவலகம், வீதி, போன் என்கிற பழக்கம் தாண்டி இவளும் இதுவரையில் அவன் வீட்டுக்கு போனதுமில்லை. அவனும் இவள் வீட்டுக்கு வந்தது இல்லை. ஒருவருக்கொருவர் போகலாமென நினைத்தாலும் அதற்குரிய வாய்ப்பு இன்னும்

வரவில்லை. இதுவரைக்கும் நாள் கூடி வராத நிலையில் சுமதி போன வாரத்தில் ராமுவை வீட்டுக்கு அழைத்தாள்.

"சும்மா...எதோ ஒரு அந்நியன் போல தெருவோடு தெருவா போயிடுற...வீட்டுக்கு வா ஒரு நாளு..."

இவள் அழைப்பை அவனும் மதித்தான்.

"முத தடவையா வீட்டுக்கு அழச்சிருக்க...நீ என்னிக்கு அழைப்பண்ணு தான் நானும் காத்திட்டு இருந்தேன்...' சொன்னவன் இன்றைக்கு வர போகிறான் என்பதாலே அம்மாக்காரியின் உதவியோடு அவனுக்காக சமைத்து கொண்டிருக்கிறாள்.

"இந்த காலம் இப்படியெல்லாம் ஒரு பிள்ளையை பாக்கியது ரொம்ப கஷ்டம் இல்லா...சுமதி.

திருவலில் ஒட்டிய தேங்கா திருவை வழித்து போட்டுட்டே சொன்னாள் வசந்தா.

"ஆமாம்மா..ராமு ரொம்ப டீசண்ட். அவனை போல ஒரு பிரண்ட் கிடைச்சதுக்கு நான் ரொம்ப கொடுத்து வச்சிருக்கேன்... ம்மா, அவனுக்கு பருப்பு பாயசம் ரொம்ப பிடிக்கும்...

"எகதேசம் எல்லாம் ஒதுங்கியாச்சி இல்லியா...இனி அரை மணிக்கூறுல பாயசம் ஆக்குலாம். நீ போய் குளிச்சி ரெடியாகு. ஓவியா எங்க போனா?

"அம்மும்மா...நான் இங்க இருக்கேன். ராமு அங்கிளுக்கு கொடுக்க இங்க பாருங்க ஒரு கிப்ட். ஓவியாவின் கையில் அழகான ஒரு பூனைக்குட்டி இருந்தது.

"அவரு இப்ப இவா கொடுக்கிற பூனையை வாங்கியிட்டு தான் போவாரு...

"எதோ அவ மனசுக்கு தோணுறத செய்யட்டு. அப்பா முகமே தெரியாதவளுக்கு எல்லா பிள்ளைகளையும் போல உள்ள அப்பா ஏக்கம் இருக்கத்தானே செய்யும்.

வசந்தா சொல்லுகையில் மனம் கனத்து போனது சுமதிக்கு.

"ஒனக்கு தான் ஒருத்தன் தேவையில்லண்ணு ஆயிட்ட... ஆனா அவளுக்கொரு அப்பா வேண்டாமா? அவா வயசு பிள்ளைகளெல்லாம் கோயில் தலங்களுல, போக்கு வரவில, வாழ்க்கை பயணத்தில என போகிறப்ப அவங்கவங்க அப்பாக்களுக்க கையை பிடிச்சிட்டு நடக்கிறத பாக்காமலா இருப்பா?"

"நான் இப்ப வச்சிட்டா வஞ்சகம் செய்றேன். அவா விதி அப்பிடி ஆகி போச்சி.

"அதான் இனியொரு கலியாணம் கட்டியிட்டா..."

"வாறவன் என் பிள்ளையை அவன் பிள்ளையா பாப்பானா? ஒரு வகையில எனக்கு ஒரு மாப்பிளை இன்னும் கிடைப்பான். ஆனா என் மகளுக்கு அப்பா கிடைக்கிறது கஷ்டமம்மா. இரண்டாம் கலியாணம் பண்ணாம இருக்கிறதே என் மகளுக்காக மட்டும் தான். இப்படியே இருந்தா, அவளுக்கு ஒரு அம்மாவாது கிடைக்கும். அதுக்கப்புறம் எவனோ ஒருத்தனுக்கு பஸ்ட் இடம் கொடுக்க வேண்டியிருக்கும்." கண்கள் கசியலோடு சொன்னாள் சுமதி.

"எதோ இவா பக்குவம் வருகிறது வரைக்கும் ராமுவாவது இவா கூட நல்ல ஒரு அங்கிளா இருக்கட்டு. பத்து வயசு வரைக்கும் கிடைக்கிற ஆண் நல்லவனா இருந்தாலே போதும் பெண்களின் எதிர்கால வாழ்வுக்கான உரம் கிடச்சிரும்..."சொன்னவள் தாயின் பதிலை எதிர்பார்க்காமல் குளிக்க சென்றாள்.

ஒரு மணிக்கு பத்து நிமிசம் இருக்கும் போதே, வீட்டில் எல்லாமே சரியாகி விட்டது. இள நீல நிறத்திலான சுடிதாரை உடுத்தியிருந்தாள் சுமதி. குளித்த ஈர முடியை அப்படியே விட்டு விட்டாள். அதன் ஈரச்சொட்டுகள் துளி துளியாக விழுந்து கொண்டிருந்தன.

முன் பக்கம் வரிசையாக வாங்கி வைத்திருக்கும் ரோசா

செடிகளில் பலதும் ராமு வாங்கி கொடுத்தவைகள். அலுவலகத்தின் வெளிப்பக்கம் இருக்கும் நர்சரி கார்டனில் புதுவித செடிகள் வரும் போதெல்லாம், எப்படியும் ஒன்றிரண்டு செடிகள் வாங்கியிருப்பாள் சுமதி. போன வாரம் இருவருமாக வாங்கியிட்டு வந்த மஞ்ச ரோசாவின் திளிப்பில் கூம்பி வந்த மொட்டை கவனித்தாள். அதன் இதழ்கள் மூடி நிற்பதை பார்க்கையில் நிறைமாத சூலி போலவே தெரிந்தது. அதிலிருந்து வரும் பூவை பார்க்க ஆசை மிகுந்தது...

"அம்மோ மஞ்ச ரோசாயில மொட்டு வந்துருக்கும்மா..."

சிறுமி போல் குதூகலித்தவளை கலைத்தது ராமுவின் வாகனம். ராமுவின் வண்டி நின்ற அரவம் கேட்டது தான் தாமதம். ஓவியா பூனைக்குட்டியோடு ஓடினாள்.

"அங்கிள்...அங்கிள் இது என் பிரண்ட் நிம்மியோட வீட்டுல உள்ள சிமி பூனை. நான் ஒங்களுக்காகவே அவளுட்டயிருந்து கேட்டு வேண்டினேன்..."

ராமுவுக்கு நல்ல காலத்திலே பூனை பிடிக்காது. அதன் முடிகள் மீது அலர்ஜி அவனுக்கு...

அவன் கையை நீட்டும் முன்னே, பூனை குட்டியை திணித்தாள். கொஞ்சமும் பழக்க படாத பூனைக்குட்டி ராமுவின் கையை வாந்தல் செய்த படி துள்ளி ஓடியது. அது ஓடியதில் ஒருவித சந்தோசம் இருந்தாலும், அது ஏற்படுத்திய வாந்தல் மனசு வரைக்கும் காந்தியது.

"என்ன அங்கிள் நீங்க...பூனைக்குட்டியை பிடிக்கவே தெரியல ஒங்களுக்கு...அது மறுபடியும் நிம்மி வீட்டுக்கு தான் போகும்..." பூனைக்குட்டியின் பின்னே ஓடினாள் ஓவியா. மகளின் செயலை சிரித்தப்படியே பார்த்த சுமதி வாசல் வரை வந்து ராமுவை வரவேற்றாள்.

"வாங்க தம்பி..." சுமதியின் அம்மாவை கண்டதும் சிரித்தப்படியே வீட்டுக்குள் ஏறிய ராமின் முகம் சட்டென ஒரு

வித மாறுதலுக்கு ஆனது.

"ஏன்..ஏன் ராம்..." பதட்டமாகவே கேட்டாள் சுமதி...

"இல்ல..ஒண்ணுமில்ல..."

"சுமதி ஒங்களப்பத்தி நிறையச்சொல்லியிருக்கா..."

"ம்...ம்.." வியர்த்தான் ராம்.

"ஏன் ராம் டென்சன் ஆகியிட்டீங்க..." கேட்ட படியே பேனை சுழலவிட்டாள்.

"தம்பிக்கு குடிக்க எதாவது கொடு..."

சுமதியின் அம்மா சொல்ல..அவளும் முன் கூட்டியே தாயார்படுத்தி வைத்திருந்த திராட்சை ஜூசை கொடுத்தாள்.

"என்ன தான் ஆச்சு ஒனக்கு..."அவனருகே அமர்ந்த படி மெதுவாக கேட்டாள் சுமதி...ஒரு வித கோபத்தில் இறுகினான் ராம்.

"நீ எங்கிட்ட என்ன சொன்ன?" அழுத்தமாக கேட்டான் மெதுவாக...

"வீட்டுக்கு வாண்ணு சொன்னேன்..."

"நாளெல்லாம் வெளியில பாக்கிறது போதாம வீட்டுக்கு வாண்ணு கூப்பிட்டியே எதுக்கு? "

"இதுல எதுக்குண்ணு என்ன கேள்வி ராம்.."

"வெளியில கிடைக்காததை வீட்டுல நீ எதிர்பார்த்திருக்கேண்ணு தான் நான் நினச்சேன்...ஆனா இங்க வந்தா ஒன் மகளை கூட்டி வச்சிருக்கிய? ஒங்க அம்மாவை கூட்டி வச்சிருக்க....." ராம் சொல்ல சொல்ல மிகவும் நொடிந்தாள் சுமதி.

வீட்டுக்கு வாண்ணு ஒரு நண்பனை அழைத்தால் இவ்வளவு விசயம் இருக்கா?

“ராம்...” திணறினாள் சுமதி.

“எதோ நீ விருப்பபடுறேண்ணு நினச்சி நானும் ஆசையா பூவெல்லாம் வாங்கியிட்டு வந்தா...சே...”

முகம் இறுவியவன் படக்கென எழும்பினான். விறுவிறுவென வாசல் கடந்தான். கண நேரத்தில் உலகே இருண்டு போனது சுமதிக்கு... இத்தனை நாள்களாக தன் வலது கை போல் தொங்கிய நட்பு, ஓடி ஓடி தனக்காக எல்லாமே செய்தவனின் மனதில் அப்படியென்றால் என்ன இருந்தது? நினைக்கவே அதிகமாக வலித்தது. வீட்டுக்கு வா என அழைத்தால் அதில் ஆசை இருக்குமென யாரு இவனுக்கு சொல்லி கொடுத்தது. இனி எந்த காலத்திலும் இந்த நட்பு களங்கமில்லாமல் கையில் கிடைக்காதே...

ஸ்தம்பித்து இருந்தவளின் கண்களில் மாபெரும் இழப்புக்கான கண்ணீர் பெருகி மறிந்து கொண்டே இருந்தது...

14.புது நன்மை

“ஏதோ ஊரு ஒலகத்துல நீ மட்டும் தான் புதுநன்மை எடுக்கியது போல கெடந்து துள்ளிய. தவப்பனுக்க குறியமுண்டை செம்பிராந்து கொண்டு போம்ப மொவன் நீராழி பட்டுக்கு கரைவானு ண்ணு ஒரு பழமொழி உண்டு. அது போல தான் நீயும் கொம்ம படிய பாடு சூடெல்லாம் கண்டு வச்சிட்டு... ஒம்பாட்டுக்கு அது இல்ல இது இல்லண்ணு சொல்லியிட்டு கெடக்கிய..”

அண்டிக்கண்களை உருட்டி,கை விரல்களை முறுக்கி திருக்கி, பஞ்சட்டை முடிகள் முன்னும் பின்னுமாக ஆடி கிடந்த நிலையில் தன்னை வெடித்து கீறும் தள்ளைக்காரி ஆஞ்சிலை பரிதாபியாக பார்த்தாள் பன்னிரெண்டு வயசு ரோசி.

“இதெல்லாம் கோயிலா இல்ல வேறாயிண்ணா தோணுது. விழுந்து எழும்பினாலும் சக்கறம் சக்றமா கேட்டு மனுசனுக்க உயிரை பிடுங்கி எடுக்கியாங்க...இந்த இடையில இவளுக்கு கழுத்துல ஒட்டக்கு செயின் இல்லியாம்..ஊரு ஒலகத்தில கலியாணம் செய்யுறாங்களேண்ணு நானும் செஞ்சது பெரிய தப்பா போச்சி...” தன் தலையிலே அடித்தாள் ஆஞ்சில்.

அளவுக்கு அதிகமான துயரமாக துன்புறும் தள்ளைக்காரியை பார்க்கையில் பெரும் தப்பு செய்தது போலவே கூசினாள் ரோசி.

“எங்காலத்துல இல்லாத புதுநன்மையாக்கும் இப்ப கோயிலுல நடத்தியிட்டு இருக்குனம். இலவசமா பெற்றுக்கொண்டீர்கள் இலவசமாக கொடுங்களுண்ணு இயேசு நாதரு சொன்னாலும் சொன்னாரு... இப்ப எல்லாம் அவருக்கே ஒரு காரியம் ஆகணுமங்கிலும் கட்டு கட்டா கேப்பாங்க நிர்வாகிகள்...”

குலைந்து கிடந்த தலைமுடியை பரட் பரட் என சொறிந்த ஆஞ்சிலின் கைவிரல்களெல்லாம் கறுப்பேறி தெரிந்தன. அவளின் மெலிந்த கழுத்தில் சிறிது சிறிதான சொறிப்பு போல் வெண் திட்டுகள் உரிந்து தெரிந்தன. பக்கத்தில் இருக்கும் பெரையில் வேலைக்கு போகிறாள்.

ஆஞ்சிலை கலியாணம் செய்த பவுலை கூட்டியிட்டு வந்தால் காட்டி தரலாம் என்பது போல் இவளின் இளைய மகன் பிறந்த ஆறாவது மாசம் வீட்டை விட்டு போனவன் இப்போது வரைக்கும் திரும்பி வரவே இல்லை. அவன் உயிரோடு இருக்கிறானா? இல்லை செத்து போனானா? வேறு ஏதேனும் செட் அப் செய்தானா எதுவுமே தெரியாது. அதற்கான சூரணத்தோடு அன்னளிக்க கூடிய குடும்ப பலம் இல்லாதவளே ஆஞ்சிலுக்கு சிறுவயதிலே அப்பா இல்லை. நல்லது கெட்டதென கேட்க அப்படியெல்லாம் குடும்ப பின் புலம் இல்லாத நிலையில் மாப்பிளை காணாமல் போன போது கோயில் கமிட்டியில் ஒரு மனு எழுதி கொடுத்தாள். அன்பிய ஒருங்கிணைப்பில் போய் அழுதாள்.

“அந்தோனியாருட்ட நல்லா செபம் செய்... போனவனை கூட்டியிட்டு வந்து காட்டுவாரு.”

என்கிற ஆறுதலை சொல்லி விட்டார்கள். அவளும் அதை நம்பி பல நேர்ச்சைகள், காணிக்கைகள்; வேண்டுதலெல்லாம் வைத்தாள். நாளடைவில் மாப்பிளையின் தேடலை விட்டுட்டு அந்தோனியாரோடு பழகியே போனாள்.

குழந்தைகளுக்கு சுகம் இல்லாமல் ஆகும் போது...

“அந்தோனியாரே காப்பாத்து...”

கோயில் பீடத்தினருகே இருக்கும் அந்தோனியாரின் காலை பிடித்துக்கொண்டு தன் வாழ்வுக்கான சகலமும் சொல்லி அழுவாள். வாழ்க்கையின் இடர்பாடுகள் நெருக்கையில் போயிருந்து சண்டை போடுவாள்.

"ஒனக்கு கண்ணிருக்கா? காதிருக்கா...நீயெல்லாம் ஒரு மனுசனா"

உரிமையோடு மல்லு வைப்பாள். பின்னும் மனசு தேறி வருகையில் சாஞ்சி போய் சமாதானம் செய்வாள். எதோ ஒரு வகையில் தன் பெண் வாழ்வுக்கான சகல புலம்பல்களுக்கும், சந்தோசங்களுக்கும், தேற்றரவுக்கும் அந்தோனியாரை விட்டால் வேறு கதியே இல்லை என்று ஆனவளின் வாழ்க்கைத் தரத்தில் கடினமான பிடிபாடுகள். இவள் ஒருத்தியின் உழைப்பில், வளமும் செழுமையுமான வாழ்க்கையை பிள்ளைகளுக்கு கொடுக்க முடியவில்லை.

வீட்டின் மோட்டிலிருந்து பிருபிரா தொளியும் ஓடுகளால் வீடு முழுக்க ஓட்டைகள்...சூரிய ஒளி முட்டைகளெல்லாம் வெயில் காலத்தில் இஷ்டத்துக்கு பறக்கி எடுக்க முனைவார்கள் இவளின் பிள்ளைகள். மழை நாளுகளில் வீட்டுக்குள் ஊறு பெருகி நிற்கும் அளவிற்கு இன்னும் பரிதாபிகளாகவே வாழ்கிறார்கள்.

கழுத்தும், குறுக்கும் தரிக்க காலை முதல் மாலை வரை பண்ட கடையில் எடு பிடியாக வேலைக்கு போவதில் வார முடிவில் ஆயிரம் ஆயிரத்தி இருநூறு ரூபாய் சம்பளம் கிடைக்கும். எவ்வளவு சிக்கனம் பிடித்தும் வாழ்க்கை பெரும் துயரமாகவே இருக்கிறது.

பத்து வயசு பிறந்தவுடனே, அடித்து பிடித்து கோயிலில் புதுநன்மைக்காக பிள்ளைகளை தயார் செய்வார்கள். இதில் பயலுகளுக்கு எதோ பத்து பன்னிரெண்டு வயது வரை தள்ளி போனாலும் பெண் பிள்ளைகள் வயசுக்கு வரும் முன்னே புதுநன்மை என்கிற நற்கருணை விழாவை முடித்து விடும் கட்டாயம் பெருகி விட்ட நிலையில், ஆஞ்சிலின் மகள் ரோசிக்கு பன்னிரெண்டு வயது ஆகி விட்ட நிலையில் எப்படியெல்லேமோ கஷ்டப்பட்டு, இவ்வருட திருவிழாவுக்கு புதுநன்மை எடுக்க வேண்டுமென மகளை புதுநன்மை வகுப்புக்கு அனுப்பி வைத்தாள். மந்திரங்களெல்லாம் படித்து திருமறைச்சுவடியின் ஏழு பிரிவுகளை மனப்பாடம் செய்து அதிலிருந்து பங்குசாமி

நடத்திய தேர்வில் எல்லாம் பாசாகி விட்டாள். இனி நாளை மறுநாள் புதுநன்மை...இந்நிலையில் இப்போது வரையிலும் புதுநன்மைக்காக வாரி இறைத்த பணத்தை நினைத்தால் சங்கு பொட்டி போகிறது ஆஞ்சிலுக்கு...

ஆஞ்சில் தன் புதுநன்மை நாளை நினைத்தாள்....

கான்வெண்ட்டில் உள்ள கன்னியாத்திரிகள் அந்தி தோறும் கோயில் வளாகத்தில் வருவார்கள் மந்திரங்களை கற்றுக்கொடுக்க... சின்னக்குறிப்பிடமெல்லாம் காசு கொடுத்து வாங்க கூடிய நிலையில் இல்லாதவர்களே அன்று பெரும்பாலும் உள்ள நிலையில், கன்னியாத்திரிகள் சொல்லிக்கொடுக்கும் காரியங்களை நோட்டில் எழுதி எடுத்து மனப்பாடம் செய்ததை நினைத்தாள்.

"எப்போள் கர்த்தாவை நம்மளுட ஹிருதயத்தில் அப்பமாய் ஷீறிகரிக்கிறோமோ...அப்பளே நம்மளும் அவரும் ஒண்ணாணு..." மலையாள சிஸ்டர் கிளாரா சொல்லுகையில் மனசு அப்படியொரு அன்பில் உருகும் இயேசுவோடு...

ஆஞ்சிலின் புதுநன்மை நாளில் அவளின் மூத்த அண்ணனின் வெள்ளைச்சட்டையை வெளுக்க போட்டு வாங்கி வைத்திருந்தாள் அம்மாக்காரி. பாவாடை கூட மூத்த அக்காளின் புதுநன்மைக்கு வாங்கிய சீட்டிப்பாவாடை ..

ஒரு வகையில் யோசிக்கையில் ஆஞ்சிலுக்கு காது குத்தி கம்மல் கூட போட்டிருக்க வில்லை. கமலம் டீச்சரின் ஸ்டோரிலிருந்து அழுது விளிச்சி வாங்கிய வெள்ளை நிற ஒட்டுக்கம்மல், ஒரு பாசிமாலை மட்டும் இளைய சித்தப்பனாரு புதுசாக வாங்கி கொடுத்திருந்து. இது போக ஞானம்ம சித்திக்காரி வரும் போது பிச்சி பூ வாங்கியிட்டு வந்திருந்தாள். வீட்டில் ஒரு விருந்தோ, கொண்டாட்டமோ எதுவுமே இல்லை. அப்பம் என்கிற இயேசுவை மனதில் பெற்றுக்கொள்ளும் புதுநன்மை நாளில் வெளிஆடம்பரங்கள் தேவையே இல்லை என்பது போலவே அன்றெல்லாம் புதுநன்மைகள் நிகழ்ந்தன...

ஆனால் இப்போது தன் மகளுக்கு ஆகும் செலவுகள்,

நெருக்கடிகள் ஆஞ்சிலை அலற வைத்திருக்கின்றன.

புதுநன்மை வகுப்புக்கு போன நாளிலிருந்து இப்போது வரைக்கும் ஆகும் செலவுகள், அலைச்சல்கள் நெருக்கடிகளெல்லாம் மூச்சு முட்ட வைத்திருக்கிறது. இதுக்காகவே ஒருவாடு புலம்பி விட்டாள் அந்தோனியாரோடு...அவரும் மிகவும் மௌனியாகி விட்டதில் ஏகப்பட்ட வருத்தம் ஆஞ்சிலுக்கு. திருவிழா நாள்கள் வரும் போதெல்லாம் புதுசு புதுசான உடுப்புகள், கிரீடங்கள், பூங்கொத்துகள், விரல்களில் போட மோதிரங்கள், கழுத்தில் போட வரைக்கும் பவுனில் செயின் காணிக்கையாக மக்கள் கொடுத்து அந்தோனியாரை பணக்காரக்காரக்கி விட்டார்கள். இந்த மதப்பில் ஆஞ்சிலின் குரல் அந்தோனியாருக்கு கேட்க வில்லையோ என்று மிகவும் சங்கடப்பட்டாள்.

கோயில் சார்பான அ மு சா அமைப்பிலிருந்து பத்தாயிரம் ரூபாய் வட்டிக்கு வாங்கி, அதிலிருந்து பலதும் செலவழித்து இன்னும் தேவை தேவையென நெருக்கடிகள் அமுக்குகையில் எதுக்குடா இந்த புதுநன்மை என்று மனம் அலுத்து கொள்ளவே செய்கிறது... போதா நிலையில் மகளின் சிணுக்காட்டம் இருக்கே...

“வீட்டு நில ஒனக்கு தெரியுமா தெரியாதா? நமக்கென்ன வாட்ட சாட்டமா கொப்பனா இருக்கியான். வீட்டுக்கான சகலபாடு சூடுகளும் என் ஒருத்தியால இழுக்க முடியேலண்ணு நீயங்கிலும் கொஞ்சம் மனசுலாக்கி எடுக்கணும் மோளே..எனக்கா நல்ல ஏலு பலமிருக்கு? இராப்பகலா பண்ட பெரையில இருந்து குறுக்கு முறிஞ்சி கொண்டு வாறதை வச்சி நம்மாளால வாழ முடியேல....”

ஆஞ்சிலை பார்க்கையில் ரோசிக்கும் வருத்தம் இல்லாமல் இல்லை. அக்கம் பக்கமுள்ள இதரமான அம்மாக்காரிகள் போல் தன் தள்ளை இல்லை என்பதை தன் வாழ்க்கையில் அனுபவித்து நொந்து போனவளுக்கு தாயை உபத்திரவம் செய்யும் மனசு இல்லை தான். ஆனாலும் தனக்கான ஆசைகளை, தேவைகளை வேறு யாரிடம் போய் கேட்பது? புதுநன்மை பிள்ளைகளுக்கான பெற்றோர் மீட்டிங் நடத்திய போது சாமி

பலரிடம் பல அன்பளிப்புகளை காணிக்கையாக கேட்டார். அங்கு வந்திருந்த பலருமே கோயில் தரைவிரிப்பு, பீடத்தில் வைக்க வேண்டிய பூக்கள், சாமியின் மேடையில் பயன்படுத்த கூடிய பொருட்களெல்லாம் மனமுவந்து அன்பளிப்பாக கொடுக்க முன் வந்தார்கள். இப்படியெல்லாம் கொடுக்க முடியாதவர்கள் குறைந்தபட்சம் ஆயிரம் ரூபாயாவது அன்பளிப்பாக கவரில் கொடுக்க வேண்டுமென்பது எழுதிய சட்டம் போலவே கமிட்டி பொருளர் புதுநன்மை பெற்றோர் மீட்டிங்கில் சொல்லி விட்டான். ஏதோ நூறோ இருநூறோ கவருக்குள் வைத்து சமாளிக்கலாமென்றால் கவரின் வெளிப்பக்கம் பெயர் எழுதி தான் கொடுக்க வேண்டும். ஆயிரம் ரூபாய் என்பது சாதாரண ஆஞ்சிலுக்கு எடுக்க வேண்டுமென்றால் வாரம் ஒன்றரை உழல வேண்டும். தல்ல வேண்டும். நினைக்கவே அழுகையாக வந்தது.. இது போக பவனிக்கான பூக்கள், பைபிள் பவனிக்கான தீபங்கள்.. பிராக் உடுப்பு, ரீத்து, ஷூ, சாக்ஸ் நினைக்க நினைக்க தலைச்சுற்றி போனது.

ஆக கூடி ஒரு ஏழை இயேசுவை மனசில் அப்பமாக பெற்றுக்கொள்ள இப்படியெல்லாம் காசு பணம் இறைக்கும் விசயம் கர்த்தாவுக்கு தெரியுமோ என்னவோ? இப்படியும் அடிக்கடி நினைத்து கொண்டாள்.

“இப்படியெல்லாம் பைசா செலவழிச்சி தான் இயேசுநாதரை மனசுக்குள் நற்கருணையா வாங்கணுமுண்ணு அவரு சொன்னாராக்கும். இலவசமா பெற்றுக்கொண்டீர்கள்..இலவசமா கொடுங்களுண்ணு தானே சொன்னாரு அவரு. ஆனா இவனுவா எல்லாம் இருந்து எழும்பினாலே வரி கேட்கியானுவளே...”

தன் போக்கில் புலம்பிய ஆஞ்சிலை ஒரு பக்கம் பார்க்கையில் ரோசிக்கு பாவம் போலவே இருந்தது. இன்னொரு பக்கம் தன்னை புரியவில்லையே என்கிற சங்கடம் முட்டியது. கூடால உள்ள அனிலா, அபிசா, ரெசிகா பிள்ளைகளின் வீடுகளில் புதுநன்மை நாளில் பெரிய விருந்து வைக்கிறார்கள். அழைப்பிதழ் அடித்து ஊரெல்லாம் சொல்லி, சொந்த பந்தங்களை அழச்சி ஆடு இறைச்சியோடு விருந்துகள் நடத்துகிறார்கள். இதையெல்லாம்

பற்றி புதுநன்மை வகுப்பில் கூடி வரும் போது அந்த பிள்ளைகள் அப்படியொரு பவுறு அடிப்பார்கள்.

“எங்கப்பா என் புதுநன்மைக்கு கல் நெக்லஸ் வாங்கியிட்டு வரும்...” என்பா வசந்தா.

“எனக்கு எங்க ஆண்ட்டி பவுனுல கொலுசு வாங்கி தரும்...” என்பா ரெசிகா.

“எனக்கு எங்க மாமா பவுனுல வளையல் வாங்கி தரும்” என்பா அனிலா.

“எங்க வீட்டுல ஆட்டு ப்ரியாணி வச்சிருக்கு” என்பான் கூடவே உள்ள சாஜி.

“எங்கூட உள்ள பிள்ளையளுக்கெல்லாம் அவ்விய வீடுகளுல பெரிய பெரிய செலவு வச்சியாங்க தெரியுமா? அவ்வியளுக்கெல்லாம் பவுனுல காப்பும் மாலையும் கிட்டும் தெரியுமா?”

“அதுக்கு நான் இப்ப என்ன செய்ய ஒக்கும்? எனக்க ஈரக்கொலையை பிளந்து வித்தாலும் பத்து பைசாயிக்கி கூட தேறாது. குட்டே நீ இப்படியெல்லாம் சிணுக்காட்டம் ஆடியனங்கி புதுநன்மையும் எடுக்காண்டாம், ஒரு எழவும் எடுக்காண்டாம். ஏன் அப்படியெல்லாம் எடுக்காதவங்களும் வாழ தானே செய்யுனும்.

ஆஞ்சில் தன் உணர்வுகளை புரியாமல் கண்டமட்டுக்கு சத்தம் போடுகையில் மனசு விங்கி போனாள் ரோசி.

புதுநன்மை விழாவுக்காக தயாரிப்பில் உள்ள பிள்ளைகளை பொன்னே பூவே என கொஞ்சி கொஞ்சி வகுப்பறையில் கொண்டு விட்டுட்டு போகும் ஏனைய பெற்றோர்களை நினைக்கையில் இன்னுமாக நிராசை பொங்கியது.

“வெள்ளை கல்லுல நிக்லஸ் எடுக்கச்சொல்லியிருக்கு டீச்சர்...”

அனிலாளின் அம்மா புதுநன்மை வகுப்பை நடத்தும் நிர்மலா

டீச்சரோடு சிரித்து சிரித்து சொல்லுகையில் அந்த வாத்திச்சியும் அனிலாளை வயிற்றுப்பண்டம் போல் மொச்சுவாள். வகுப்பறையில் கூடும் எல்லா பிள்ளைகளுமே மந்திரப்பாடங்கள் படிச்சி சொன்ன பிறகு தங்கள் புதுநன்மை நாளுக்கான கொண்டாங்களையே பரிமாறி மகிழ்வார்கள். அந்த நேரத்திலெல்லாம் தனக்கு அமையாத கொண்டாட்டங்களை நினைத்து மனம் காய்ந்து போவாள் ரோசி. இந்த வலிகளையெல்லாம் சொந்த தாய் உணரவில்லை என்பது மிகவும் சங்கடமாகவே இருந்தது.

“ஆளாளுக்கு அஞ்சி ஃபோட்டோ கட்டாயம் வாங்கணுமாம்..”

தலையை கமத்தி வச்சிட்டு சொன்னாள் ரோசி. ஆஞ்சில் அவளை சீறி பார்த்தாள்.

“எங்காலத்துல ஒரு குழு போட்டோ கூட நான் வாங்கல தெரியுமா? இப்படியெல்லாம் கட்டாயப்படுத்தி போட்டோ வாங்க ஆரும் சொல்லவும் இல்லை...”

ஆஞ்சிலின் புதுநன்மை காலத்தில் நெருக்கடியடிக்கும் போட்டோக்காரர்களெல்லாம் இல்லை. வீடியோ வெளிச்சங்களும் இல்லை. எதோ பணக்கார வீட்டு பிள்ளைகளுக்காக வருவிக்கப்படும் ஃபோட்டோ கிராபர் எடுக்கும் புகைப்பட வெளிச்சத்தில் அனைவரும் நனைந்தனர். அவசியப்படுகிறவர்கள் குழு ஃபோட்டோவுக்கு ஏழு ரூபாய் கொடுத்து வாங்கலாம். அதுக்கு கூட போக்கு இல்லாமல் கூடவே புதுநன்மை வாங்கிய கிள்டாளின் வீட்டுச்சுவரில் மாட்டி வைத்திருக்கும் குழு ஃபோட்டோவை அடிக்கடி போய் பார்த்து வருவதோடு ஆஞ்சிலின் புதுநன்மை காட்சிகள் முடிந்து போயிருந்தன. இப்போதெல்லாம் அப்படி இல்லவே இல்லை. வருகைப்பவனியில், காணிக்கைப்பவனியில், நற்கருணைப்பவனியில், நிருபங்கள் வாசிக்கையில், அப்பம் வாங்குகையில், நிமிருகையில் குனிகையில் அப்பப்பா ஒரு நபருக்கே ஒரு ஆல்பமும், சிடியும் ஆகும் அளவுக்கு காட்சிகள் பதிவாக்கம் செய்யப்படுகின்றன. காலம் மாறி போனாலும் இன்னுமான ஏழைகளின் வாழ்க்கை மாறவில்லையே...

ஆஞ்சிலுக்கெல்லாம் ரோசியின் ஃபோட்டோ எடுப்புக்கு ஆயிரத்திற்கு மேல் ஆகும் ரூபாய் கொடுக்க இயலவே இயலாது.

“மனசுல பதியிறது தான் போட்டோ. இல்லாம உள்ளான போட்டோவுக்கெல்லாம் பைசா கொடுக்க எனக்கு களியாது. சித்தியாருக்க மொவுனுட்ட போன் இருக்கு இல்லியா? அவனை விளிச்சி எடுக்கச்சொல்லுலாம்...”

“ஆமா அவனுக்க போணே உடஞ்சி இருக்கு தெரியுமா? அதுல எல்லாம் நல்லதா பதியாதும்மா. பின்ன நிர்மலா டீச்சர் இருக்கியாங்களே...அவ்வியா என்ன சொல்லுச்சுனம் தெரியுமா? தனி தனியா யாரும் போட்டோ பிடிச்சப்பாதாம்...”

“ஓ.எங்கண்டு தான் ஒடுக்கத்த சட்டங்களை போடியாங்களோ. இங்கேரு அவ்விய எல்லாம் ஆடியது போல நமக்கு ஆட ஒக்காது...”

“அப்ப எனக்கு புதுநன்ம வேண்டாம்...” தெடுக்காக ரோசி சொன்னாள்.

“வேண்டாமங்கி எனக்கு மயிருக்கு மாத்திரம். புதுநன்மை எடுக்கலண்ணா இயேசுநாதரு மோச்சத்துல சேக்காட்டா சேக்காண்டாம்...”

“நீ எடுத்த இல்ல...நான் தானே நரகத்துக்கு போவேன்...” அழ துவங்கினாள் ரோசி. அவளுக்கு கற்றுக்கொடுத்திருக்கும் பாடம் இதுவாக இருந்ததால் பிஞ்சு மனதில் அதீத துக்கம் சூழ்ந்தது. நற்கருணை என்கிற அப்பம் வழியாகவே இயேசு ஒவ்வொரு மனித இதயங்களிலும் வருவார். நம்ம மனசுக்குள்ள வந்த பிறகு நாமும் அவரும் ஒண்ணாகவே இருப்போம். அப்படி ஒண்ணாகும் போது நமக்கு என்ன தேவையோ அதையெல்லாம் அவரு நமக்கு தருவார். நித்திய வாழ்வாகிய மோட்சத்திற்கு இயேசு அழச்சிட்டு போவார். அங்கு தான் அழகான பூக்களெல்லாம் நிற்கின்றன...சம்மனசுகள் உலவுகின்றன...இயேசுவை ஏற்றுக்கொள்ள வில்லையிண்ணா சாத்தான் நம்மளை வஞ்சனை செய்து கொண்டு போயிருவான். அழியாத நெருப்புக்குள்

நம்மளை பிடிச்சி போட்டு சுட்டு பொசுக்கியிருவான்...

என்றெல்லாம் புதுநன்மை வகுப்பில் எடுத்த பாடங்கள் நெஞ்சில் படர்ந்து கிடந்த படியால் ரோசி ஏங்கினாள் ஏக்கம். புதுநன்மை இல்லாமல் ஆனால் பிசாசு என்னை பிடிச்சிட்டு போகுமோ? சங்கிலியால் கட்டி இழுக்குமோ? பயம் கவ்வியது.

...

ஆஞ்சிலின் வீடு சூன்யமாக தொங்கி கிடந்தது. இரவு என்பது மூடி கிடந்தாலும் யாருமே உறங்கியிருக்க வில்லை. நாளை மறுநாள் புதுநன்மை, நாளைக்குள் முடங்கி கிடக்க கூடிய வரி பாக்கிகளையெல்லாம் கட்டி முடிக்க வேண்டும். பொருளாளர் கபிரியேல் வீடு தேடி வந்து பழைய கணக்குகளையெல்லாம் சொல்லி விட்டு போனான்.

“குட்டியிக்கி புதுநன்மை வேணுமங்கி வரி பாக்கியெல்லாம் முடிச்சிரு. வரி முடக்கம் இல்லண்ணு ஆனா தான் புதுநன்மை வரிசையில சாமி ஒனக்க மொவளை விடுவாரு...பிறகு அதுவும் இதுவும் சொல்லப்பாது...” கண்டிசனாக சொல்லி விட்டான்.

மாப்பிளை செத்தானா இருக்கியானா என்பதெல்லாம் தெரியாத நிலையில் வரி புக்கிலிருந்து இன்னும் பெயர் வெட்டியிருக்க வில்லை. வருசா வருசம் போடும் ஆண்டு வரியை கணக்குப்பார்த்தாலே சில ஆயிரங்கள் தேறும். இது போக கெபி கட்டியதற்கு போட்ட வரி அப்படியே கிடக்கிறது.

“ஒனக்கு குறஞ்ச வரி தான் போட்டிருக்கு வெறும் பத்தாயிரம் ரூபா தான்...அதை கொஞ்ச கொஞ்சமா கெட்டி தீத்துரு..” என்று புது கெபிக்கான வரி எழுதிய போது ஆஞ்சில் நல்லாவே மறுத்தாள்.

“பத்தாயிரம் ரூபாய் எல்லாம் எனக்க எளிமைக்க மேலான வரி...அதெல்லாம் எனக்கு முடியாது.”

சொன்ன போது யாரும் கேட்டிருக்க வில்லை. கெபி கட்டியே நாலரை வருசம் ஆகுது. ஆனால் இன்னுமே தன் வரி பணத்தில் ஒரு ரூபா கூட கட்டியிருக்க வில்லை ஆஞ்சில்.

விடிந்தால் காலை பத்துமணிக்குள் கெபி வரியை கொடுக்கணும். வருட வரி பாக்கியை கொடுக்கணும்.. புதுநன்மை பூசைக்கு கொடுக்கும் காணிக்கை பணம் பார்க்கணும்.. ஃபோட்டோவுக்கான பணம் புரட்டணும்.....அய்யோ கிடக்கவே முடியவில்லை ஆஞ்சிலுக்கு. ஒரு வித பரானமாக இருந்தது... தொண்டை வறண்டு போனது...எழும்பினாள். குத்தென பாயில் இருந்தாள். பாயில் விரித்த விரி துணிகளெல்லாம் குடங்கி மடங்கி கீழுக்கும் மேலுக்குமான கிடக்க அதில் தங்கள் உடல்களை ஒடுக்கி கிடந்த தன் பிள்ளைகளை பார்க்கையில் சங்கடமாக இருந்தது. ரோசியும் உறங்கவில்லை என்பதை அவளின் முதுகு ஏறி இறங்குவதில் தெரிந்தது. பாவம் மகள் அழுகிறாளென்பது புரிந்த நிலையில் இதமாக அவள் முதுகை அணைத்தாள். ரோசி தாயின் கையை தட்டினாள்...விசும்பலோடு.

"நீ இப்ப என்னத்துக்கு கரையிய...என்ன ஆனாலும் ஒனக்கும் புதுநன்மை கிட்டதான் செய்யும்."

"நீ விருந்து வச்சிருக்கிறியா?எனக்கு புது பிராக் வாங்கியிருக்கிறியா?"

மகள் கேட்க மௌனமாகி போனாள். போன வாரத்தில், பற்று வைத்து துணி வாங்கும் கடையில் போய் ஃபிராக் விலை கேட்ட போது குறைந்த விலை ஃபிராக்கே தொள்ளாயிரத்திலிருந்து இருக்கு என சொல்லிவிட்டான் கடைக்காரன். முன் கூட்டியே கொடுக்க வேண்டிய கடன் நாலாயிரத்துக்கும் மேல் கிடக்க இனி கடன் இல்லை என்பது போலவே கடைக்காரன் சொல்லி விட்டான்.

"புதுநன்மைக்கி போடிய துணி அன்னிக்கு மட்டும் போட்டுட்டு கழட்டி வச்சிர வேண்டியது...அதுக்கு போய் என்னத்துக்கு ஆயிர கணக்குல செலவழிச்சணும். நமக்க மாமனுக்க மொவா ரீனாளுக்க புதுநன்மை துணி அப்பிடியே புதுசு போல இருக்குண்ணு சொல்லியிட்டா மாமி. ஒனக்கு அவளுக்க பிராக்கு ஓர்மையிருக்கா மோளே...கை பிருளுல எல்லாம் கல்லு கல்லா, நெஞ்சு பகுதியில பிருள் பிருளா அதை

ஒனக்கு தல்லாமுண்ணு சொல்லியாச்சி இல்லியா... பின்னும் எதுக்கு ஃபிராக் இல்லண்ணு சொல்லிய?''

மகளை ஆசுவசிக்கும் நிலையில் சொன்னாலும் ரோசியால் மனசை அடக்கி கொள்ள முடியவில்லை. ரீனாளின் ஃபிராக் உடுப்பு ரோசிக்கும் நினைவில் இருக்கிறது. அவளின் தாய்மாமா வாங்கி கொடுத்த அந்த புதுநன்மை உடுப்பு அப்படியொரு அழகில் அன்னிக்கு இருந்தது என்பதெல்லாம் உண்மை. ஆனால் அன்று முழுவதும் ரீனா போட்டு முடித்து சாயங்காலம் கழட்டுகையில் அதன் ஓரம் முழுவதும் தொழி அப்பி சிவந்து போயிருந்தது. மெழுகுவர்த்தி உருகி விழுந்து முன் பக்கம் சில இடங்களில் பொட்டடல் விழுந்து போனது. அவசரமெல்லாம் முடிந்து துணியை அலக்கி எடுக்கையில் பழஞ்சிலை போல் அதன் பிருளெல்லாம் சுருங்கி கசங்கி போயிருந்தது. அந்த துணியை தான் அம்மாக்காரி தன் புதுநன்மைக்கு போய் கேட்டிருக்கிறாள் என்பதை நினைக்க நினைக்க அவமானமும் சங்கடமும் மனசை கவ்வியது. கூட உள்ள புதுநன்மை பிள்ளைகளின் துணிகளை செபம் படிக்கும் போது பெரிய கவருகளில் கொண்டு காட்டுகையில் மனசிலிருந்து இரத்தமே ஒழுகியது.

அலங்காரமும், ஆர்ப்பரிப்புமான பிராக் துணிகளோடு கை காலில் வெண் சாக்ஸுகளோடு, நெற்றியில் நெற்றிச்சுட்டி போட்டு, காது கழுத்துகளில் புது புது ஆபரணங்கள் போட்டு நளினமான ஷூக்கள் போட்டுட்டு தேவதைகள் போலவே கூட உள்ள பிள்ளைகள் புதுநன்மைக்கு வரும் போது இந்த ரோசி மட்டும் கசங்கிய பிராக்கோடு, எந்த ஒரு அலங்காரமும் இல்லாமல் போய் நிற்பாள். ஊரே கூடி கிடக்கும் புதுநன்மை விழாவில் காட்சிப்பொருள் போலவே ஆகி விடுவாள் என்பதை நினைக்க நினைக்க இயேசுவின் மீது அளப்பரிய சங்கடம் வந்து முட்டியது.

“எனக்கொண்ணும் புதுநன்ம வேண்டாம். நம்மளும் நாலு பேரை போல பணக்காரங்களா மாறுன பிறகு எடுக்குலாம்...'' தள்ளையின் கையை தட்டி சொன்னவளை மேலுமாக இறுக்கி அணைக்க முனைந்தாள் ஆஞ்சில்.

“ஒனக்கொரு விசயம் தெரியுமா மோளே...இவ்வியா எல்லாம் வெளியில காட்டிய அலங்காரத்துல இயேசு நாதரை மனசுக்குள்ள வாங்க ஒக்காது. இயேசு ஒண்ணும் பணக்காரனே இல்ல தெரியுமா? அவரெல்லாம் நம்மளை போல வெறும் ஏழை. அவருக்கெல்லாம் மோடு கூட இல்லாத குடிசை விடு, சொத்து பத்தோ, நக நட்டோ அக்கவுண்ட்டோ எதுவுமே இல்லாத பரம ஏழை. அவருக்க பெயரால எழுப்பி விட்டிருக்கிற திருச்சபை தான் பணக்கார நிலையில இருக்கே ஒழிய இயேசு வெறும் பாவம் மோளே...அந்த பாவப்பட்ட இயேசுவை மனசால அனுபவிக்க தெரியணும்...அது தான் புதுநன்மை...”

“ஒன்னக்கொண்டு ஒண்ணுக்குமே களிவில்ல. அதுனால அதும் இதும் சொல்லியிட்டு இருக்கிய?”

“நாளைக்குள்ளால வரி பாக்கியெல்லாம் முடிச்சிட்டா போருமுண்ணு நான் இருக்கியேன். முடக்கு வரி மட்டும் எம்புடு பாக்கி கிடக்குண்ணு தெரியுமா ஒனக்கு...”

சோகமாகவே சொன்னாள் ஆஞ்சில். பதிலற்ற ரோசியின் மௌனம் முழுவதும் இருள் பரவி கிடந்தது.

...

விடிந்திருந்த போது தள்ளையைக் காணவில்லை. காலை பத்துமணிக்கு ஒப்புரவு அருட்சாதனம் பெற கோயிலுக்கு போக வேண்டும். ஒப்புரவு கேட்கும் முன் வரி பாக்கிகளின் ரசீதை பொறுப்பாளியிடம் கொடுக்க வேண்டும். இதனாலே காலையிலே எங்கேனும் கடன் வாங்க ஆஞ்சில் போயிருப்பாள் என்பதை ரோசி புரிந்தாள்.

அக்கம் பக்கமுள்ள புதுநன்மை பிள்ளைகளெல்லாம் மிகவும் மகிழ்ச்சியாக தெரிந்தார்கள். அவர்கள் வீடுகளில் அவசரத்திற்கான பந்தல்கள் விரிக்கப்பட்டிருந்தது. சொந்த பந்தங்கள் வர துவங்கியிருந்தார்கள். சிலரின் வீடுகளில் ரேடியோ செட் இறக்கி வைத்திருந்தார்கள். கலார் மலாரென தெரிகிறவர்களை பார்க்கையில் தன் தகப்பன் மீது கோபமே

வந்தது...அந்த மனுசன் மட்டும் இருந்திருந்தால், எங்க அம்ம இது போல் கஷ்டப்பட்டிருக்க மாட்டாள். இது போல் என் புதுநன்மை நாள் இருந்திருக்காது..என் வீட்டிலும் சொந்த பந்தங்கள் கூடியிருக்கும். பந்தல் போட்டு அவசரமெல்லாம் நடந்திருக்கும்... எங்கப்பா எங்க தான் போனாரோ?விரல்களை சொடுக்கி கொண்டே யோசித்தவளை கலைத்தப்படி ஆஞ்சில் வந்து கொண்டிருந்தாள்.

அவள் கையில் ஒரு பொதியல் இருந்தது. வீட்டில் வந்தவள் மகளின் அருகே அந்த பொதியலை வைத்தாள்.

“ரீனாளுக்க உடுப்பு. அதுல ஷூவும் சாக்ஸும் இருக்கு..”

எந்த ஆர்ப்பரிப்பும் இல்லாமல் ரீனாளின் துணியை விரித்தாள். பழைய மொச்சை வீசியது புழுங்கி நாறியது. வெண் நிறத்தில் மஞ்சள் நிறம் அதிகமாக அடித்திருந்தது. இதை போட்டுட்டு புதுநன்மைக்கு போய் நின்றால் எப்படி இருக்குமென பரிதவிப்பில் தாயை பார்த்தாள். அவளோ, இடுப்பில் இருந்த பர்சை இழுத்து எடுத்தாள். திறந்தாள்...எண்ணினாள்...முகத்தில் இன்னும் சோகமே கூடியது.

“கெபி கட்ட போட்ட வரி பணம் மறியவே இல்லை. ஆண்டு சந்தா மட்டும் அங்குன இங்குன மறிச்சி உரு தேத்த முடிஞ்சி...

“அப்ப எனக்கு புதுநன்மை இல்லியா?”

இருக்கியதை கொண்டு கொடுத்துட்டு சாமியிட்ட பேசி பாக்கியேன்...

“அவரு ஒண்ணும் சம்மதிச்சவே மாட்டாரு. எங்கூட உள்ள பிள்ளையளையெல்லாம் போன வாரமே வரி பாக்கிகளை முடிச்ச ரசீதுகளை கொண்டு கொடுத்தாச்சி தெரியுமா?”

“பெண்ணே அடிச்சேண்ணா செள்ள பிஞ்சி போவும். காலுல தொலியத்து ஊரு ஒலகமெல்லாம் அஞ்சும் பத்துமா கடன் வேண்டியிட்டு வந்திருக்கியதை கண்டு வச்சிட்டு இன்னும்

எதுக்குண்ண மூக்கால கரையிய...வரி பாக்கியளை காரணங்காட்டி பிள்ளையளுக்கு அருட்சாதனங்கள் கொடுக்காம இருக்க கூடாதுண்ணு, இதுக்க முன்ன ஒருக்கா ஊரு கூட்டத்துல வச்சி வட்டார முதல்வர் சாமி சொன்னது எனக்கு ஓர்மையிருக்கு?

“அது அப்ப இப்ப அப்படியொண்ணும் இல்ல...”

ரோசி சொல்ல, ஆஞ்சிலுக்கு உண்மையிலே கோபம் வந்து விட்டது. சுவரில் சாச்சி வச்சிருந்த விளக்குமாறை எடுத்து மகளை நோக்கி வீசினாள். ரோசியின் முகத்தில் பட்ட விளக்குமாறின் கெட்டு தளர்ந்து ஈக்கிலுகள் சறுவி போயின. ரோசி வாயை இழித்து ஈ என அழ துவங்கினாள்.

“ஒங்களையெல்லாம் பெத்த நேரம் சும்மா இருந்தேன் இல்ல. உண்டாக்கினவன் ஒண்ணும் தெரியாம இட்டுட்டு போயிட்டான்.”

சொன்னவள் இயலாமையில் தன் நெஞ்சில் அறைந்து அழ துவங்கினாள். ஆஞ்சிலின் பரிதாப நிலையை பார்க்க சகியாத ரோசியும், அவளை அப்பி பிடித்து அழுதார்கள்.

“அம்மோ...ஒ, எனக்கு புதுநன்ம வேண்டாம் அம்மோ...நீ தான் எனக்கு வேணும்...நீ தான் வேணும்... அழும் மகளோடு பரிதபித்து போனாள் ஆஞ்சில்.

...

கோயிலில் ஒப்புரவு வழிபாடு நடந்து கொண்டிருந்தது. ஆண்டு வரியின் பாக்கிகளை கட்டி முடித்த ரசீதுகளோடு கோயில் வளாகத்தில் நின்றாள் ஆஞ்சில். மனசு படக் படக்கென்று அடித்து கொண்டேயிருந்தது. எல்லா வரி பாக்கியையும் கட்டினால் தான் புதுநன்மை என்று சொல்லி விட்டால், அதன் பின் மகளின் மனநிலையை நினைக்கவே நடுக்கமாக இருந்தது. பெண் பிள்ளைகளுக்கு மார்பு வடிவம் பெறும் முன்னே புதுநன்மை எடுத்து விடுவது வழக்கம். வருகிற ஆவணியில் பதிமூன்று வயது பிறக்கும் ரோசிக்கு மாருக்கான வடிவம் ஜெம்பரின் வெளியே

தெரிந்தாகி விட்டது. அவளோடு உள்ள பிள்ளைகளில் பலருமே புதுநன்மை வாங்கியாகி விட்டது. ஒவ்வொரு தடவையும் ரூபாய் கஷ்டத்தை கண்டு அடுத்த வருசம் என கழித்து கழித்து இந்த வருடமும் இழு வலியாகி கிடக்கிறது. போன வருசமே...

“குட்டிக்கி இன்னும் புதுநன்மை எடுக்காம விட்டிருக்கியே... முன்னும் பின்னும் தடிச்சக்கு முன்ன அம்படையும் எடுக்க வை...”

உறவினர்களும் அக்கம் பக்கத்தினரும் சொல்லி சொல்லி இந்த வருசம் தான் எதோ கூடி வந்திருக்கிறது. இனி அதுவும் வரி பாக்கியில் பல்லிளித்து விடுமோ என்று உள்ளூர பயந்து நடுங்கினாள் ஆஞ்சில்.

கோயிலுக்குள் பார்க்கையில் மகள் ஒப்புரவுக்காக முழங்காலில் வரிசையாக நிற்பது தெரிந்தது. புதுநன்மைக்கான ஏக கனவுகளோடு பூத்திருக்கும் முகம் கசங்கி விட கூடாதே என்கிற கெதுவலோடு பீடம் பார்த்தாள். அங்கே பலி பீடத்தில் சொலிக்கும் பேழைக்குள் இருக்கும் நற்கருணையை பார்க்கையில் உள்ளம் உருகி போனது.. இலவசமா இருக்கிற ஒன்ன பணம் கொடுத்து வாங்க வைக்கிறாங்களே...ஒனக்கு இதெல்லாம் தெரியுதா மெசியாவே? பெருமூச்சோடு நிமிருகையில் பீட முகப்பில் தெரியும் அந்தோனியாரின் கண்கள் இவளையே பார்த்தன...

“என்ன அந்தோனியாரோ ஒமக்க கோயிலுல நடக்குது...? எடுத்ததுக்கும் பிடிச்சதுக்கும் வரி போட்டுட்டு இருந்தா என்னைப் போல உள்ள ஏழை எளியதுவா எங்க தான் போவம் சொல்லு நீ. ஒமக்கென்ன அறியணம்.? ஒமக்கு தான் பவுனுல கிரீடம் வரைக்கும் தருனுமே...”

பெருமூச்சோடு அந்தோனியாரை பார்க்கையில் அவரின் பார்வையிலிருந்து இரக்கம் ஒழுகி இவளை அணைத்து கொண்டதை அவள் அறியவில்லை..

“ரோசிக்க வரி பாக்கி கட்டின ரசீது எங்க?”

புதுநன்மை பொறுப்பாளி கேட்க, வியர்த்த முகத்தை துடைக்கவும் செய்யாமல் அந்தோனியாரை பார்த்தாள்..

"காப்பாத்து..." மன்றாடினாள்.

வரி ரசீதுகளை கொடுக்கையிலே விரல்கள் நடுங்கின...

"எல்லாம் முடிச்சிட்டிங்களா?"

"கெபிக்கான வரி பாக்கி கிடக்கு..." சொல்லி முடிக்கும் முன் உயிரின் துடிப்பில் வலி எகிறியது.

"இங்க பாருங்க..இதெல்லாம் ஒத்து வராது. எல்லா பாக்கிகளையும் முடிச்ச பிறகு தான் புதுநன்மைக்கு ஒதுக்க சொல்லியிருக்காரு சாமியாரு. ரோசியை ஒப்புரவுக்கு விடாதீங்க..." கோயிலின் உள் நோக்கி குரல் கொடுத்தாள் பொறுப்புக்காரி. அவ்வளவு தான் ரோசி தடுக்கப்பட்டாள்.

"முதல்ல எல்லா வரிகளையும் முடிச்சிட்டு வாருங்கா... பிறகு புதுநன்மையை பாக்லாம்..."

ஆஞ்சில் கொடுத்த ரசீதுகளை தூரமாக எறிவது போல் எறிந்தாள் பொறுப்புக்காரி. சர்வமும் கிடுங்கி போனாள் ஆஞ்சில். புதுநன்மை இல்லாமல் மோட்சம் இல்லை என்பதை தவறுதலாக கற்றுக்கொண்ட ரோசியை எங்கிருந்தோ பிசாசு உற்றுப்பார்ப்பது போலிருந்தது. சம்மனசுகளின் உலகம் தனக்கு இல்லையோ என்கிற அதீத வலியில் தள்ளையிடம் ஓடி வந்தாள்...

"அம்மோ...ஓ..." கலங்கிய மகளை அணைத்தாள். ஆஞ்சிலோ தீர்க்கமாக அந்தோனியாரை பார்த்தாள். பலி பீடத்திலிருக்கும் பேழையை பார்த்தாள்.

"பணக்காரங்களுக்கு மட்டும் தான் நீங்க தாண்ணா, எனக்கு நீங்க யாருமே வேண்டாம் ஓய். நானும் மக்களும் தெருவுல போயிடுறோம்...இலவசமா கொடுங்கண்ணு சொன்ன ஒனக்க மதத்தில குனிஞ்சி எழும்பவும் சட்டமும் வரிச்சுமையும் இருக்கே...எங்களால முடியலப்பா...நீங்க எல்லாம் ஒங்க ஆளு

சனங்களுக்ககூட சந்தோசமா இருங்க...”

சத்தமாக சொன்னவள் தன் மகளை அழைத்தப்படியே கோயிலிருந்து இறங்கினாள்... அந்தோனியாரும், பேழையிலிருக்கும் இயேசுவும்...

“ஆஞ்சிலே..ஆஞ்சிலே...நீ இல்லண்ணா நாங்க எல்லாம் இந்த உயிரத்த கோயிலுக்குள்ள இருக்கவே மாட்டோம். நாங்களும் ஒனக்க கூட வாறோம்...”

அழுதபடியே இவள் பின்னே ஓடி வருகிறவர்களை அவள் திரும்பி பார்த்தாள்.. அவர்கள் பிடித்து கொள்ள தன் கையை கொடுத்தாள்.

○

15.பத்து நிமிசம்

வழக்கமாக அலுவல் முடிந்து பஸ் ஏறும் போதெல்லாம் இப்படி தொங்கி கொண்டு தான் வர வேண்டியிருக்கிறது. தள்ளி முள்ளி பார்வதிபுரத்திலிருந்து ஏறி தொங்கினால், யோகம் உண்டெனில் தக்கலையில் வரும் போது எதோ இருப்பிடம் கிடைத்தால் உண்டு. கிடைக்காமல் ஆனாலும் உண்டு. தக்கலை வந்த பிறகு இடம் கிடைப்பதில் அப்படியொன்றும் மணிலா மகிழ்ச்சி அடைவதில்லை. தக்கலைக்கு பிறகு பத்து நிமிசத்தில் வீட்டுக்கான ஸ்டாப் வந்து விடும்.

இன்றும் வில்லுகுறி அருகே வரும் போது வளைந்த வளைவில் சரிந்து போனாள். தோளில் கிடக்கும் பேக் அதற்கும் முன்னே சரிந்து கழுத்து வாக்கிலோட்டு இறங்கியது. காலையில் குளித்த உடம்பின் மணம் குணமெல்லாம் போய் இப்போது அலுப்பின் விதமான நாற்றமே வீசியது. கமுக்கூட்டிலிருந்து எழும்பிய வெட்கை இவளுக்கே பெரும் தலைவலியாக இருக்க... பஸ்ஸின் கம்பியை பிடித்து நிற்கவே சங்கடமாக இருந்தது. அக்கம் பக்கமாக நெருங்கி நிற்கிறவர்களுக்கு இந்த நாற்றம் அசௌகரியத்தை கொடுக்குமே என்கிற அறமான சிந்தனை எடுக்கையில் கையை இறக்கி சீட்டில் பிடித்தாள்.

“என்னை வீட்டுல இருத்தி சாப்பாடு போடுற மாப்பிளையை பாருங்க...பெட்டச்சியளை வேலைக்கி விடுற ஆண் பிள்ளைகளெல்லாம் பரம தனமான பெண்ணியவாதிகளெல்லாம் கிடையாது. பெண்டாட்டி உழைப்புல இருந்து தின்னிய சோம்பேறிகள் பலர் உருவாகியிட்டு வாற காலமிது...” தனக்கு சம்மந்தம் பார்த்துட்டு வரும் மாமியாரு கனகத்தோடு மணிலா உறுதியாக சொல்லவே செய்தாள்.

மணிலாவை சிறுவயதிலே வளர்த்து ஆளாக்கியதெல்லாம் அவளின் மாமிக்காரி கனகம் தான். தகப்பனின் அக்காக்காரிக்கு குழந்தையில்லை. மணிலா வீட்டில் அவளோடு சேர்த்து ஐந்து பெண் பிள்ளைகள் பிறந்த நிலையில் எல்லாருக்கும் மூத்தவளை கனகம் தன் வீட்டில் கொண்டு போய் தன் மகளை போலவே வளர்த்தாள். ஆளாக்கினாள்; படிக்க வைத்தாள்.

பி.காம் படித்த மறுவருசமே கெவர்மெண்ட் எக்ஸாம் எழுதி சோலியும் வாங்கி விட்டாள். இதில் கனகத்திற்கு ஏகப்பட்ட பெருமை. தன் வளர்ப்பு பாழாகி போய் விடவில்லை என்கிற மதப்பில் சம்மந்தம் பார்க்கும் போதெல்லாம்...

"எனக்க பெண்ணுக்கு வேங்குல சோலி...அதுனால நல்ல ஒருத்தனை பாருங்க.அவளுக்கு சோலி இருக்கியதுனால அவனுக்கு சோலி இருக்கணுமுண்ணு கட்டாயம் இல்ல. எதோ ஒரு நல்ல மரியாதிக்காரன் போதும். அதிலும் ஒரு வெளிநாட்டுக்காரனுண்ணா நல்லாயிருக்கும்..."

கனகத்தின் இந்த சம்மந்த பார்ப்பெல்லாம் மணிலாவிற்கு பிடிக்கவே இல்லை. ஊரில் உள்ள அபினேசை மனசுக்குள் காதலித்திருந்தாள் மணிலா. அவனோடு தன் காதலைச்சொல்லி எப்படியேனும் அவனோடு சேரவே ஆசைப்பட்டாள். அவள் காதலுக்கான அரும்பெரும் தடையாக முக்கியமான பிரச்சனைகள் ஒன்றும் இல்லாவிட்டாலும் அபினேசின் வீட்டில் பெரிய வசதி இல்லை. அவனுக்கு இரண்டு சகோதரிகள்..எல்லோருக்கும் அவன் தான் இளையவன். பழைய ஓடு வீடு...அப்பா இல்லை. அம்மாக்காரி பசு, ஆடு என வளர்த்து பிள்ளைகளை வளர்த்தியிருந்தாள். பிக்கல் பிடுங்கல் உள்ள குடும்பத்தில் கனகம் சம்மதிக்க மாட்டாளென்று தெரிந்தாலும், எப்படியேனும் மெல்ல மெல்ல அவளை சம்மதிக்க வைக்கலாமென நினைத்தாள். ஒரே ஊர் என்கிற சின்ன கோடு வைத்து இணைக்காலமென நினைத்தாள்.

"என்னை பிடிச்சி எங்கேனும் தூரமா கெட்டி கொடுத்தேண்ணு வை. நீ வயசாகி கிடக்கம்ப ஒன்ன யாரு

பாப்பா? ஊருல என்னங்கிலும் கொடுத்தேண்ணு வை...நான் எப்பவும் ஓங்கூடாலே இருப்பேன்..." நைசாக துடங்கினாள்.

"ஊருல ஒன்ன கலியாணம் செய்யுற தகுதியில எந்த பய இருக்கியான் சொல்லு? அப்பறம் இப்பறம் பாத்தா தான் நல்ல பய கிட்டுவான். ஒனக்கு சோலி இருக்கியதுனால கண்ணை மூடியிட்டு கொத்தியிட்டு போறக்கு ஆணுங்கா ரெடியா இருக்குனம் மக்கா.."

"சோலிக்காரியளை விரும்பி கெட்டடக்கு ஏன் சம்மதிச்சியாங்க தெரியுமா?"

"பெண்டாட்டி சோலிக்காரியிண்ணா மாப்பிளைக்கும் பவுறு தானே..."

"ம்...பெரிய பவுறு. முன்ன எல்லாம் வீட்டுல இருக்கிய பெண்ணுவளை தான் விரும்பி கெட்டுனாங்க...காலம் மாறி போக போக, சமமான சம்பாத்தியம் இல்லண்ணா குடும்பம் ஓடாதுண்ணு ஆகி போச்சி."

"ஆமா ஒருத்தரு சம்பாதிச்சியதை சம்மாத்தியம் பண்ணுலாம். ஒருத்தரு சம்பாரிச்சியதை வச்சி செலவு நடத்துலாம் இல்லியா..."

"அதுக்கெல்லாம் ஒத்து கூடி கலியாணம் அமையது கஷ்டம கனக அம்மோ...வேலைக்கார பெண்டாட்டியை கெட்டியிட்டு எத்ர ஆணுங்க வேலை மடியனுகளா வீட்டுகளுல அடஞ்சி கிடக்க துடங்கியாச்சிண்ணு தெரியுமா? கெட்டுன மாப்பிளையயும் சேர்த்து, அவனுக்க பிள்ளைகளையும் சேர்த்து போட்டு பாக்கிய பொல்லாத விதி வேலைக்கி போற பெண்ணுவளுக்கு இருக்கு இப்ப. முன்ன எல்லாம் பாரு, வீட்டு வேலையளை மட்டும் செஞ்சிட்டு சுகமா வீடுகளுல டிவியும் பார்த்துட்டு, சுகமா உறங்கி கழிச்சிட்டு இருந்தாளுவ. இப்ப பாரு வீட்டு பாரு தூருகளையும் பாத்துட்டு, வெளி வேலைகளையும் செஞ்சிட்டு இரண்டு வண்டியளை ஓட்டியிட்டு அவஸ்தை படியாங்க பெட்டச்சியா..."

"அப்ப பெட்டச்சியா வேலைக்கே போப்பாதுண்ணா

சொல்லிய..''

"அப்படியெல்லாம் சொல்லேல. இப்ப நான் வேலைக்கி போறேண்ணா...அதுல வாற சம்பளத்துக்க முழு உரிமையும் எனக்கா தான் இருக்கணும். அது எனக்க பாதுகாப்புக்கானதா மட்டும் இருக்கணும். அப்படி ஒருத்தன் சம்மதிச்சா அவனை கொண்டு வா..'' மணிலா சொல்வதை கேட்டு கனகம் சிரித்தாள்.

"முட்டாளா பேசுதியே...மாப்பிளைக்காரனுக்க சம்பாத்தியத்தை பெண்டாட்டி வாங்குறதை ஞாயமா பேசுறப்ப, பெண்டாட்டியிக்க சம்பளம் மாப்பிளைக்காரன் கேக்கப்பாதோ? ஆணுக்கு ஒரு ஞாயம் பெண்ணுக்கு ஒரு ஞாயம் சொல்லுதியே? பெண்ணு கெட்டின ஒரே ஒரு காரணத்துக்கு வேண்டி சாவிய நிமிசம் வரைக்கும் பெண்டாட்டி மக்களுக்கு பாடு பட்டு போடிய கடமை ஏன் அவனுக்கு மட்டும் இருக்கணும் சொல்லு. குடும்பமுண்ணு ஆனா, மாப்பிளைக்க சம்பாத்தியம், பெண்டாட்டியிக்க சம்பாத்தியமுண்ணு பிரிச்சி பாக்கப்பாது. நீ சொல்லிய அறுதியோடு மாப்பிளையெல்லாம் பாக்க ஒக்காது. ஒனக்கு வாறவன் எப்படி இருக்கணும் என எனக்கு தெரியும்... நீ பேசாம இரு...'' கண்டிசனாக சொல்லி விட்டாள் கனகம்.

அபினேசை கோயில் திருவிழா நாள்களில் பார்த்த பார்வையில், குளிக்க போகுகையில் சந்தித்த புன்னகையில், மைதானத்திற்கு வரும் போதெல்லாம் அவன் இவள் வீட்டை பார்த்த விதம் எல்லாமே அவனுக்கும் இவளை பிடிக்கும் என்பதை வெளிப்படுத்தவே செய்தன. அன்பிய கூட்டத்தில் வைத்து சுண்டலும் காப்பியும் குடித்த போது மணிலாவுக்கு வாந்தி வந்த போது, அவளை ஆஸ்பத்திரிக்கு கொண்டு போக ஓடோடி போய் ஆட்டோ பிடித்தவன் அபினேசு. சில வருடங்களாக நடத்தி கொண்டிருக்கும் மௌனமான பார்வைகளும் செய்கைகளும் காதலை வெளிப்படுத்தவே செய்தன. ஆனால் இரண்டு பேருக்கும் ஒருவருக்கொருவர் சொல்லி கொள்ளவில்லை. சொல்லா விட்டால் என்ன? அபினேசை மனசில் பல திசைகளில் பொருத்தி பார்த்து, அவனை தனக்கானவனாக வடிவம் செய்து செய்து பார்ப்பாள் மணிலா.

மூத்த அக்காளாருக்கு சம்மந்தம் பார்க்க துவங்கியிருந்தாள் அபினேசின் அம்மாக்காரி. நல்ல கறவை பசுக்களைவளர்த்து நுணுக்கமாக சம்பாதித்தவள் காரியமாக மாப்பிளை பார்ப்பதை அறிந்த நிலையில் அவளின் கலியாணம் முடிந்ததும் அபினேசோடு நேரடியாக விசயத்தை கேட்க வேண்டும். “உனக்கு என்னை பிடிச்சுமா? உனக்கு என்னை பிடிச்சிருக்கு... அவன் மட்டும் சரியென சொன்னால்.... கனகத்தோடு களத்தில் இறங்கியே ஆக வேண்டும்.

போலீஸ் செலக்சனுக்கு அபினேசு போயிட்டு இருப்பதை அறிந்த நிலையில் அவனின் வளர்த்திக்கும் தடிக்கும் எப்படியும் அந்த வேலை கிடைத்து விடும்...அதன் பிறகு இவளை கெட்ட வருவான். கலியாணத்திற்கு பிறகு இளைய தங்கச்சியை கலியாணம் செய்து கொடுக்கணும். பிறகு ஒரு லோண் போட்டு வீடு வைக்கணும். இரண்டு பேருக்கும் மாச சம்பளம் என்ற நிலையில் கொஞ்சம் கடன் பட்டாலும் வாழ்க்கை அது பாட்டுக்கு போகும்...இதே ஊரில், இதே கனகத்தோடு, மனசுக்கு பிடிச்ச காதலோடு காலமெல்லாம் வாழலாம் என்கிற கனவை வளர்த்தாள் மணிலா.

கோயில் திருவிழா நடந்து கொண்டிருந்தது...கடைசி திருவிழா இரவில் தீபம் தியேட்டஸின் நிறம் மாறிய பூக்கள் நாடகம் என்பதை போஸ்டரில் அடித்து ஒட்டியிருந்தார்கள். மணிலாவும் அபினேசை சந்திக்க ஆசையோடு அலைந்தாள். கனகம் வெளியூரில் பார்த்திருக்கும் சம்மந்தக்காரன் காலையில் பெண் பார்க்க வருவான்...அதற்கு முன் அபினேசை சந்திக்கவே தனக்குள் ஏற்பாடு செய்திருந்தாள்.திருவிழா கடைக்கு மட்டும் பத்து முறைக்கு மேல் போயிருப்பாள்; அங்கேனும் அவனை சந்திக்கலாமென...ஆனால் அவ்வளவு எளிதில் அபினேசை பார்க்க முடிந்திருக்கவில்லை. நேரம் போயிட்டே இருந்தது...மைக்கில் வேறு நாடகத்திற்கான அலொன்ஸ் ஆரம்பித்திருந்தார்கள். “ஹலோ..மைக் செட்டிங்..ஹலோ... ஸ்பீக்கர் வழியாக கேட்கும் குரலும் ஒரு வித இடஞ்சலோ என நினைக்கையில் அக்குரலை உன்னிப்பாக கேட்டாள்...அது அபினேசின் குரலே தான். பல குரலில் மிமிக்கிரி பேசும் திராணி பெற்றவனின் கம்பீர குரல் ஒரு

வித உயிர்ப்பை கொடுக்க நாடக பெரையின் கீழ் பக்கம் இருக்கும் ரேடியோ செட் அமைத்திருக்கும் கூடாரத்தைப் பார்த்தாள். அது அபினேசு தான்...கம்பீரமாக தெரிந்தான்.

"பூக்களெல்லாம் நிறம் மாறாதவைகள் என்பதே நமக்கு தெரிந்தது..ஆனால் நாம் பார்க்க இருக்கும் இந்த காட்சி சித்திரத்தின் பூ ஏன் நிறம் மாறியது? எப்படி மாறியது? என்பதை அறிந்து கொள்ள அனைவரும் வருக..." சொந்த நடையில் சொல்லுகிறவனை ஓடி போய் கட்டியணைத்து அவன் கையில் இருக்கும் மைக்கை பிடுங்கி... லே ஒனக்கு என்னை பிடிச்சிருக்காலா படுபாவி... ஊரே கேட்கும் அளவுக்கு சொல்லும் படியான அன்பு பொங்கியது. ஆனால் இயலாதே... வெதும்பலோடு பார்த்தாள் அவனை..

சூழ்ந்து கிடக்கும் திருவிழா கூட்டத்தை நெருக்கி கொண்டு போய் அவனோடு எதுவுமே சொல்ல முடியாத சூழல். முன்னுக்கு பின்னாக ஒருநாள் கூட பேசியிருக்காத கொடுமை..மிகவும் தவித்து போனவளின் கண்களில் நாடகவளாகத்தில் கிடந்த நாடக நோட்டீஸ் தென்பட்டது. அருகில் இருந்த அம்புரோசின் சாயை கடையிலிருந்து பென்சில் ஒன்றை இரவல் வாங்கி...அதில் ஒரு குறிப்பை எழுதினாள்.

"எனக்கு ஒனக்க கூட நிறைய பேசணும். நாளைக்கி காலையில பத்துமணிக்கு காட்டுக்குள ஓட பக்கம் வருவியா? வரணும். இப்படிக்கு மணிலா." எழுதி சுருட்டின பேப்பரை உருட்டி உருட்டி பிரித்தாள். எப்படி ஒப்படைப்பது? யார் கொண்டு கொடுப்பது... அந்த நேரம் பார்த்து..

"மணிலா..." மைக் பெரையின் பக்கத்தில் நின்ற கனகத்தின் மூத்த அண்ணன் அழைத்தார்.

"நாடக்காரிகளுக்கு கக்கூஸுக்கு போகணும் போல...நீ நம்ம வீட்டுக்கு கூட்டியிட்டு போ..." அதிர்ஷ்டம் அடித்தது போல் மனசுக்குள் துள்ளினாள். மைக் பெரையின் முன் வாசலில் போனவள் தயக்கத்தோடு பார்த்தாள் அபினேசை. அவனோ அலொான்ஸ்மெண்ட்டிலே கவனமாக நின்றான். கையிருக்கும்

பேப்பரை சுருட்டி எறியலாமென்று தான் நினைத்தாள். மீண்டுமாக பேப்பரை பார்க்கையில் அதில் எழுதியிருந்த எழுத்துகளெல்லாம் அழுக்கு போல் உருண்டு போயிருந்தன நைசான காகிதத்தில்...

"அங்க நிக்காளுங்க..நீ இஞ்ச வந்து நிக்கிய?" கனகத்தின் அண்ணன் சொல்ல...தயங்கியவளாக அபினேஷை பார்த்தாள். மைக்கை ஒரு சிறு இடைவெளிக்காக வாயிலிருந்து விலக்கியவன் அப்போது தான் மணிலாளை பார்த்தான்...அவன் கண்களின் அதிர்வையும் அதில் தெரியும் உள்ளொளியையும் கண்டாள்.

"நாளைக்கி...நாளைக்கி...காட்டுக்குள ஓட பக்கம் ஒரு பத்து மணிக்கி வருவியா? எனக்கு ஒனட்ட பேசணும்..." அம்மாடி சொல்லி முடிக்கும் முன் மூச்சுக்குழல் பொட்டாமல் இருந்ததே பெரிது போல் இருந்தது. நாக்கு முழுவதும் வறண்டு போயிட்டு... கண்களால் சரி என்றான் அபினேஷ்.

நிறம் மாறிய காதலின் கதையை விளக்கிய நாடகத்தின் கனமான பாத்திரங்களின் வலி மணிலாளின் மனசில் கனமாக கனக்க, விடிந்த பிறகும் மணிலாளுக்கு தூக்கமே வரவில்லை. அபினேஷுக்கும் தனக்குமான காதலுக்கு இவளாக உரம் போட்டு வளர்த்த செழுமைகளெல்லாம் வாடாமல் கை சேர வேண்டுமே என்கிற தவிப்பு மேலோங்கியவளாக அவள் உறங்கவே இல்லை. கனகமும் பெண் பார்க்க வருகிறவனைப்பற்றி பீத்தலோடு சொல்லி கொண்டு இருந்தாள்.

"பத்துவருசமா சவுதியில பெரிய கண்ட்ராக்காமே... பெரிசா மட்டுபாவு வீடெல்லாம் வச்சிருக்கியானமே...நல்ல சம்பாத்தியம் உள்ளவனாமே...ஒன்ன மட்டும் அவன் கெட்டினாண்ணு வை... நீ எங்கியோ போயிருவ..."

"நீ சொல்லிய கணக்குல பார்த்தா அவனுக்கு என்னை பிடிச்சாம தான் போவும்..."

"சும்மா குறுநாக்கு போட்டு பேசாதட்டி...அவனுக்கும் ஒனக்கும் கலியாணம் நடக்கணுமேண்ணு நான் பிரார்த்திட்டு இருக்கேன்..."

“இந்த கலியாணம் நடக்க கூடாதேண்ணு நானும் பிரார்த்திட்டு இருக்கேன்..பாப்பம் யாருக்க பிரார்த்தனை பலிச்சுதுண்ணு...” மணிலா சொல்ல, கனகத்திற்கு சங்கடம் வந்து விட்டது.

“நீ என்ன கணக்குல தான் இப்படியெல்லாம் பேசியேண்ணு தெரியல. உனக்கு என் வயித்துல இடம் கிடைக்காம போனாலும் என் மனசு பூராவும், உயிர் முழுக்க நீ எனக்க மொவளா இருக்கிய. எனக்கு போக போக பல பல வியாதிகள் வருது உடம்புல. எனக்கு என்னங்கிலும் ஒண்ணு ஆகியிட்டா பிறகு உன் வாழ்க்கையில யாரு உண்டுண்ணு சொல்லிய? உன் மனசுல வேற எதாவது எண்ணம் வச்சிருக்கியா...எனக்கு தெரியாம எதாவது காதல் கீதலுண்ணு...”

ஆமா..என முட்டி வந்த வார்த்தைகளை ஒரு கணம் விழுங்கினாள். அபினேசோடு பேசாமல் எதுவும் முடிவாக சொல்ல முடியாது. வெறும் கண்களால் பேசிய பல மொழிகளில் காதலும் ஆசையும் தெரிந்தாலும் அவன் மனசில் என்னென்ன எண்ணங்கள் கிடக்கென தெரியாத நிலையில், ஆமா என சொல்லி விட்டு பின் ஏமாந்து போனால் என்ன செய்வது?

“அப்ப...டி..யெல்லாம் இல்ல...” பொய் சொன்னாள்.

காலையிலே மனசில் அப்படியொரு பதட்டம். இப்படியெல்லாம் ஒரு சந்திப்புக்கு இதற்கு முன் ஆளானவளே இல்லை மணிலா. காலேஜில் படிக்கும் போது பின்னாலே நடந்த சேவியர், லவ் லெட்டர் நீட்டிய சாஜி, என எத்தனையோ பேரை கடந்தவளுக்கு அபினேசை கடக்க முடியவில்லை. இதனாலே கனகத்துக்கும் தெரியாமல் குளிக்க போவது போல் சொல்லி விட்டு கட்டுக்குள ஓடையில் போய் நின்றாள்..அங்கு நிற்கும் ஒவ்வொரு நொடியும் அப்படியொரு அவஸ்தை. ஓடை வழியாக இருந்தாலும், கொல்லாம் விளைக்கு போகும் காதாட்டி கமலம் கிழவி தோட்டையும், கடவமுமாக அண்டி பறிக்க கொஞ்ச நேரத்திற்கு முன் போனாள். கவஞ்ச கடவமு,ம், நீண்ட தோட்டையும், காதில் ஆடும் பாம்படமுமாக போனவள் சும்மா போயிருக்கவில்லை.

“ஏம்பெண்ண இதுல ஒதுங்கி நிக்கிய?” ஒரு விதமாக கேட்டாள் கேள்வி. மட்டுமல்ல அவள் பார்வையே சரியில்லாமல் இருந்தது.

“சு...ம்மா...சும்மா...”

“சும்மா நிக்கிய பற்றிய ஒரு இடம் தான் இது. பெண்ணே வல்ல மாம்பட்டக்காரனுவா இதுல தான் காலையில தூற மோள வந்து ஒதுங்குவானுவா..போண வீட்டுல...”விரட்டினாள். அவளிடம் போவது போல் பாங்கு காட்டியிட்டு ஓடையின் மேல் பக்கம் வந்த போது, பனையேறியிட்டு வந்த சிங்கிராயன் கிழவன்..

“ஏம்பிள்ளா இதுல நிக்கிய...?” கேட்டாரா விங்கி போனாள்.

“சும்மா குளிச்சக்கு வந்தேன்...” தோளில் கிடந்த தோர்த்தை உதறி சொன்னாள்.

“சமயத்துக்கு வீட்டுல போ பாரு...” கிழவர் சொல்லி விட்டு போனார். இனி நேரம் போக போக புல்லுக்கு போகும் புஷ்பம், சுள்ளி பறக்க போகும் ரோஸ்ஸிலி, மாடு கழுவ வரும் யானோஸ் எல்லோரும் எதோ ஒன்றை கேட்பார்கள். விட்டால் வீட்டில் போய் கனகத்திடமும் சொல்லுவார்கள். அபினேசை நினைத்து இன்ன மட்டென சொல்ல முடியாத கோபம்; அழுகை; வருத்தம். ஓடையின் கரையில் நின்ற அக்கானி மரங்களில் பூத்து குவிந்த வெண் பூக்களின் கொத்து கொத்துகளில் பலவண்ண பக்கிகள் பறப்பதை ஒரு வித சங்கடத்தில் பார்த்தாள். தனக்கு அமையாத பலதும் பூக்களுக்கு கிடைக்கிறதே...பெரு மூச்சு விட்டாள். நேரம் பத்து தாண்டி விட்டதை சாமியார்மடத்தில் இருக்கும் ஊத்தாங்குழல் நிருபிக்க...ஒரு வித தோல்வியோடு அங்கிருந்து கிளம்பினாள் மணிலா. அப்படியே மனதில் கெட்டிச்சுமந்த அபினேசின் காதலை காட்டுக்குளத்தில் இறக்கி போட்டாள். அதன் பின் அபினேசை பார்க்கவில்லை.

வீட்டில் கனகம் பார்த்த வெளிநாட்டுக்காரன் சுனிலுக்கு கழுத்தை நீட்டினாள். கனகம் சொன்னது போல் அவனுக்கு பெரிய

வீடு, பெரிய கண்ட்ராக்...ஆனால் அந்த பெரிய வீடு வாடகை வீடு என்பதை கலியாணத்தின் பிறகு தான் கண்டுப்பிடிக்க முடிந்தது. சொந்தமாக வீடு கூட இல்லாதவனுக்கு கெட்டி கொடுத்து விட்டோமோ என்கிற ஏக்கத்திலே ஆன கனகம் மணிலாளின் முதல் பிள்ளையின் பிரசவம் முடிந்த மூணாவது மாசம் மாரடைப்பில் இறந்தும் போனாள். மணிலாளின் மாப்பிளை ஒரு சீரு இல்லாதவன் என்பதே உண்மை. வெளிநாடு என்பதெல்லாம் சும்மா டூர் விசாவுக்கு போயிட்டு வந்தது. பணக்காரன் போல் காட்டியதெல்லாம் வட்டிக்கு வாங்கி தான். சோலிக்காரியை கெட்டினால் காலம்வரைக்கும் இருந்து தின்னலாமென கலியாண ஓட்டனுக்கு பணம் கொடுத்து சோலிக்கார பெண்களை பார்க்க சொன்னதில் மணிலா வந்து மாட்டினாள்.

கலியாணமெல்லாம் பாதுகாப்பு, இளைப்பாறுதல் என்பதன் நம்பிக்கையெல்லாம் மணிலாளை விட்டு போய் வெகுநாளாகி விட்டது. இதோ காலையில் கிளம்பினால்..இது போல் மாலையில் ஒரு வரத்து. இனி வீட்டில் போனதும் வீடு இவளை இளைப்பாற்றிக்கு அழைக்குமா? லோண் எடுத்து கட்டிய வீட்டின் கடன் இன்னும் கிடக்கிறது. இது போக பிள்ளைகள் ரெண்டு பேரும் படிக்கிறார்கள். மாப்பிளையோடு சேர்த்து நாலு பேருக்கும் தின்னணும், உடுக்கணும், நல்லது கெட்டது பார்க்கணும்..எல்லாமே இவள் ஒருத்தியின் சம்பளம். மாப்பிளைக்காரன் காலையில் வெள்ளையும் சொள்ளையுமா வேலைக்கு போகிறவனை போல் ஒரு ஒருக்கம் ஒருங்குவான்... அவ்வளவு தான். அப்படியே ராயனின் கடையில் போய் ஒரு பேப்பர் படி, அல்போன்சுக்கு கடையில் போய் ஒரு சாயை குடி....அப்படியே ஊர் சங்சசன் கலுங்கில் போயிருந்து ஒரு கதையடி. பசிக்கும் போது தள்ளைக்காரியிடம் போவான்...அவள் மருமகளோடு உள்ள கோபத்தையெல்லாம் ஒரு மூச்சு அறுத்து உரிப்பாள்..

"அவா கெடக்கியா பன்ன கூதி..." மணிலாளை இப்படி இறக்கி ஒரு வார்த்தை சொன்னதுமே வாயெல்லாம் பல்லாக விளம்பி கொடுப்பாள். உண்ட மயக்கத்தில் மூணு மூணரை வரைக்கும் உறங்குவான். பின்னும் ரோடு தூத்து வாரியிட்டு

இரவோடு இரவாக வருவான்..மணிலா மூக்காலே அழும் போதெல்லாம்..

“நானும் வேல தேடியிட்டு தானே இருக்கேன். எனக்கேத்த வேலை கிட்டினா நான் போ மாட்டேண்ணா சொன்னேன்...” இப்படி சொல்லி சொல்லியே சுகம் கண்டு போனவனை இனி கொல்ல தான் செய்ய வேண்டுமென ஆகி விட்ட நிலையில் மரத்து தான் போனாள் மணிலா.

“செரி வேலை கீல தான் ஒக்கேலண்ணா, இந்த வீட்டில எள்ளு போல சப்போட்டு செய்யுலாமே...பிள்ளையளை கவனிச்சுலாம்... பாத்திரங்களை கழுவுலாம்..சந்தைக்கு போவுலாம்.. துணியளை அலவி போடுலாம்.. துணியளை மடிச்சி வச்சுலாம். இது நான் அங்கேயும் செத்து வீட்டிலேயும் சாவ வேண்டியிருக்கே...” கண்களை கசக்குகையில் அடிக்கவே போவான் சுனில்.

“குட்டே நான் ஒன்ன கெட்டினேனா..இல்ல நீ என்னை கெட்டினியா? நான் ஒரு ஆணா பிறந்தவன், எனட்ட போய் அடுக்களை வேலை செய்ய சொல்லுதியா?”

“பின்ன எனக்கு பாடுபட்டு கொண்டு தா. நான் என் மக்களையும் பாத்துட்டு வீட்டு காரியங்களையும் பாத்துட்டு வீட்டில இருக்கியேன்...”

“அவனவன் கெவர்மெண்ட் சோலி கிட்டாதாண்ணு ஏங்கி தவிச்சிட்டு கெடக்கம்ப ஒனக்கு நொம்பலமா தான் இருக்கும். ஏன் இப்ப ஒனக்கு என்ன குறச்சல்? எதோ கல்லு மண்ணு சுமக்க போறது போல அலுக்கிய. சும்மா போணும், ஏசியில இருக்கணும், குனிஞ்சி நிமிராம பாக்கிய வேலையை பாத்துட்டு எதோ மலையை மறிச்சியது போல சொல்லிய?” நீசங்கெட்டு சொல்பவனோடு என்ன சொல்ல முடியும்?

ஆபிஸில் கிடைக்கும் மௌன குரூர வலியால் மூளை வரைக்கும் கனக்கும் வலியை சொல்ல முடியுமா? மேலதிகாரியின் கடுகடுப்பில் வதங்கும் மனிதம் சொல்ல முடியுமா? இது போல் காலையும் மாலையும் நெருங்கி பிதுங்கி பஸ்ஸில் போகுகையில்

வருகையில் படும் இடிகளை சொல்ல முடியுமா? இல்ல சொன்னா தான் புரிவானா...

பஸ்ஸில் நின்ற படியே பலதும் யோசிக்கையில் வாழ்க்கை அப்படியொரு கசப்பில் ஆனது. என்னிக்கு தான் இனி வாழ்க்கை ஆசுவாசப்படுமோ? கழுத்தை வளைத்து அலுப்பை வெளிப்படுத்தியவளின் கண்களில் பின் பக்க சீட்டில் ஆயாசமாக இருந்து, காதில் ஹெட் போனை மாட்டி பாட்டுக்கேட்டுட்டே பயணிப்பவனில் பார்வை நிலைகுன்றின..அய்யோ அது, அபினேசு இல்லியா? ஆமா அவனே தான். முன்பை விட தொப்பை போட்டிருக்கிறான். முன் பக்க தலைமுடிகளில் நரை தெரிகின்றன. கழுத்தின் பின் பக்கமாக ஒரு சின்ன வளைவு... அவனைக்கண்டதும் இதயம் வேகமாக துடித்தன..ஒரு வித நிராசை குத்தி பிளந்தது. ஏன் இவன் அன்னிக்கு வராமல் போனான். வந்திருந்தால் என் வாழ்க்கை இப்படி ஆகியிருக்குமா?

போலீசாகி, டீச்சர்க்காரியை கலியாணம் செய்து எப்படியெல்லாம் வசதியாக வாழ்கிறான்...சந்தோசமாக வாழ்கிறான்...மனசோரம் துன்பம் நெருக்கியடித்தது...அழுகையும் குடைந்தது...இவள் பார்வை அவனை தொட்டிருக்க வேண்டும். அது வரைக்கும் கமந்தே இருந்தவன் நிமிர்ந்தான். அவன் பார்வையிலும் மணிலா தெரிந்தாள்.

“ஏய் மணிலா..”

ஹெட் போனை உருவிய படியே அழைத்தான். அவனோடு பேசவே மனம் வரவில்லை. ஒரு வேளை இவனை விட நல்ல நிலைமையில் வாழ்ந்திருந்தால் இங்கபாரு நான் நல்லாஇருக்கேன் என சொல்லியிருக்கலாம்.

“இங்க வா...”அவன் எதிரே இடம் கிடக்க அங்கே மணிலாளை அழைத்தாள். பஸ்ஸில் பலரும் பார்க்கும் படி உரிமையும் பாசமாக அழைத்தவனை மீற முடியவில்லை. பஸ்ஸின் கம்பியை பிடித்தப்படியே நடந்தவளுக்கு உதவும் வகையில் கையில் தொங்கிய பேக்கை வாங்கினான்.

“என்ன நீ பார்த்துட்டும் பாக்காதது போல நின்னுருக்க... நான் ஒன்ன அடிக்கடி நினைப்பேன். பாக்க கூட ஆசபடுவேன். ஆனா நீ ஒரு குடும்பமா ஆன பிறகு எதுக்கு வீண் முயற்சியிண்ணு விட்டுட்டேன்...” படபடா பேசினவனை ஆச்சரியமாகவே பார்த்தாள். முன்னெல்லாம் ஒரு வார்த்தைக்கு தவமிருக்கணும்..

“ஏய் ஒனக்கு எத்ர பிள்ளைங்கள்..ஒன் ஹஸ்பெண்ட் எப்பிடி? ஒன் போன் நம்பரை கொடு...” மணிலாளை முந்திக்கொண்டு பலதும் கேட்கிறவனை தெறுக்கப்பார்த்தாள். காட்டுக்குள ஓடையில் மட்டும் சொன்ன நேரத்திற்கு வந்திருந்தால், இன்னிக்கு நான் எப்படி இருந்திருப்பேன்? வரலாம் என்று கண்களால் சொன்னவள் வராமல் போன ஏக்கமும் துக்கமும் இப்போதும் மனசில் கிடந்து அமுங்கியது. அந்த அமுக்கலை அடக்க முடியவில்லை.

“அன்னிக்கு ஏன் வரல?” கேட்டே விட்டாள்.

“அன்னிக்கு நான் வந்தேன் மணிலா..சரியா பத்து பத்துக்கு காட்டுக்குள ஓடையில வந்தேன்...ஒன்ன தான் காணல. பெரியக்காளுக்கு அன்னிக்கு மாப்பிளை பாக்க வீட்டுல அப்ப பாத்து ஆள்கள் வந்தாங்களா...ஆனாலும் அந்த அவசரத்திலும் ஒன்ன பாக்க ஓடோடி வந்தேன். நீ தான் வராம போயிட்ட... நானும் ஒனட்ட பல விசயங்கள் பேசி ஒரு முடிவு எடுக்க ஆசையா வந்தேன். ஆமா என்னை வரச்சொல்லியிட்டு நீ ஏன் வராம போயிட்ட...”

அபினேசின் இந்த பதில் அவளை உலுக்கியே விட்டன...

“நீ வந்தியா?”

“ஆமடி ஒரு பத்து நிமிசம் லேட் ஆயிடுச்சி..” சுண்டை பிதுக்கி சொன்னான்.

இந்த பத்து நிமிசத்தில் இழந்து போன தன் காதல் வாழ்க்கையை இனி திரும்ப பெறவே முடியாது என்பவள் அதற்கு மேல் எதுவும் பேச இயலவில்லை...பேசவும் இல்லை...

16.சவம்

"இப்பிடியே சவம் போல இருக்கியதுக்கு எங்கேங்கிலும் போய் ஒரேயடியா செத்து தொலைய வேண்டியது தானே..."

மனைவி சரோசா காரசாரமாக திட்டுவதை கேட்பதொன்றும் புதிது இல்லை. ஒரு நாள் விடிந்தால் எப்படியும் நூறு தடவையேனும் "சவம்..சவம்" என திட்டுவாள். அவள் திட்டுவதைப் பார்த்துப்பழகிய பிள்ளைகளில் மூத்தவனும்...

"ஓம்மால அப்பிடி தான் என்ன தான் பிரயோசனமுண்ணு சொல்லும். ஒமக்க கொண்ணன் அவருக்க பிள்ளைகளை எப்படியெல்லாம் படிக்க வச்சிருக்காரு. எவ்வளவு பெரிய வீடு வச்சிருக்காரு. ஏன் அவரையும் ஒங்க அம்மா அப்பா தானே பெத்து வளத்தாங்க. எங்களுக்கெல்லாம் ஓம்மள எங்க அப்பாண்ணு சொல்லவே பிடிக்கல..."

பத்தாம் வகுப்புக்கு போகும் மகன் இப்படியென்றால், எட்டாம் வகுப்பு படிக்கிற இரண்டாவது மகன் இன்னொரு ரகம்..

"இவரையெல்லாம் ஏம்மா கலியாணம் செஞ்ச? எப்ப பாரு சுகம் இல்லண்ணு கிடக்கிறவரால வீட்டுக்கும் நாட்டுக்குமே பிரயோசனம் இல்ல..."என்பான்.

எல்லாருக்கும் இளைய மகள் சீலா மட்டும் இன்னும் ஒன்றும் சொல்ல துவங்கியிருக்கவில்லை. அதற்கான பருவம் அவளுக்கு இன்னும் வந்திருக்கவில்லை என்பதாலே சொல்ல வில்லை போலும் என நினைப்பார். வரும் பெப்ரவரியில் எட்டு வயசு பிறக்கிறது. இதனால் அதிக காரிய சூரங்களோடு தகப்பனோடு இன்னும் மல்லுக்கு வரவில்லை. வளர வளர

அக்கம் பக்கம் பிள்ளைகள் போடும் ஆடை, ஆபரணங்கள், வசதிகளையெல்லாம் பார்க்க பார்க்க அவளும் இது போல் கேட்கவே செய்வாள். அதுக்கு முன் தன் உயிர் போக வேண்டும் என்பதே ராயனின் ஏக்கம்.

ஒரு காலத்தில் ராயன் மணமும் குணமுமான மனுசன். வீட்டில் எல்லோருக்கும் இளையவனாக பிறந்தவன். சுபாவத்தில் மிகவும் இரக்கம்... மூத்த அக்காக்காரி வனஜாவை கலியாணம் செய்து கொடுக்கும் போது ஒன்பதாம் வகுப்பு படிச்சிட்டு இருந்தான். அவள் கலியாண கடனை ஏற்க முடியாத படிக்கு மூத்த அண்ணன் காலேஜிக்கு போயிட்டு இருந்தான். அந்த கடனுக்காகவும், அண்ணனின் படிப்புக்காகவும் குடும்பத்தின் ஏனையவர்களின் நலனுக்காகவும் கூலி வேலைக்கு போய் எல்லோரையும் நல்ல விதமாக வைத்தவனின் வாழ்க்கை இன்று குடும்பம் சிரிக்கும் படிக்கு கிடக்கிறது. மூத்தக்கா அப்போதே வெளிநாட்டு சோலிக்காரனோடு வாழ்க்கையை அமைத்து கொண்டாள். அவள் பிள்ளைகளெல்லாம் வெளிநாடுகளில் வேலை செய்கிறார்கள். நல்ல வசதியில் இருக்கிறார்கள். இது போலவே மூத்த தமையனின் குடும்பமும் வசதி வாய்ப்புகளோடு வாழ்கிறார்கள்.

மூத்த தமையனுக்கு போலீசு வேலை வந்த போது தேவைப்பட்ட பணத்தை இதே ராயன் தான் வட்டிக்கு வாங்கி கொடுத்தான். பின்னாளில் அதுக்கான வட்டியும் இல்லை; முதலும் இல்லை. இப்படியாக மூத்தவர்களின் வாழ்க்கை நலனுக்காக இருந்த மனுசன் இன்னும் அதே நிலையிலே வாழ்கிறான். அதிகம் படிக்காத கூலி தொழிலாளியாகவே வாழ்ந்தவனுக்கு பீடி சுற்றும் தொழிற்காரியான சரோசாளை பேசி முடித்து வைத்தார் தாய்மாமன். அதிக தொகையும் கொடுத்திருக்கவில்லை. பழைய வீடை எதோ கொஞ்சம் கொஞ்சம் மெயிண்டன்ஸ் பண்ணி கலியாணம் எடுத்த நிலையில் பிள்ளைகள் மூன்று பிறந்த பிறகும் இன்னும் அதை முழுமையாக சரி பண்ணி எடுத்திருக்க முடியவில்லை. பீடி சுற்றி அதிக பணமெல்லாம் சம்பாதிக்க முடியாது. எதோ கடைபாட்டுக்கு என உருட்டிய நிலையில் சரோசாளுக்கு முதுகு தேய்வு வந்த பிறகு தொழில் எதுவும்

செய்திருக்கவில்லை. கூலி தொழில்களான மண் வெட்டு, சுமடு எடுப்பு என்கிற வேலைகளெல்லாம் இல்லாமல் ஆக ஆக, ராயனுக்கு தொழில்களும் இல்லாமல் ஆனது.

சரோசாளின் உறவு முறையில் உள்ள மாமன்காரன் ஒருவரின் பலசரக்கு கடையில் எடுபிடி வேலைக்கு போய் சேர்ந்த பிறகு கிடைக்கும் எட்டாயிரம் ரூபாயும் ஐந்து பேரின் வாழ்க்கைக்கு உதவியிருக்க வில்லை. ஆனாலும் வாழ்க்கை மீதான ஏதோ ஒரு நம்பிக்கை இருந்தப் படியால் இடிந்து பொடிந்த வீட்டை சரி பண்ண ஆசைப்பட்டு வீட்டு லோனுக்கு எழுதி கொடுத்தான். வீட்டு லோன் ஒழுங்காகி ஆகி வந்து வேலைக்கான சாமானுகளெல்லாம் இறக்கி போட்ட அந்த வாரத்தில் கடைக்கு போயிட்டு வீட்டுக்கு வரும் போது ராயனை கார் இடித்து விட்டது. அதில் முதுகெலும்பு உடைந்து போனது... வீட்டு லோன் இவனின் முதுகுக்கே சரியாகி போனது.

இதன் பின் வேலை தொழில் எதுவுமே செய்ய முடியாதவனாகி விட்டான். அரை மணி நேரம் இருப்பில் இருப்பதே பெரிய விசயம் ஆகி விட்ட நிலையில் வருமானம் ஈட்ட முடிந்திருக்கவில்லை. எனினும் வீட்டில் காய்கறிகளை பொட்டு பொட்டாக இறக்கி வியாபாரம் செய்ய ஆசைப்பட்டு, அதுவும் தோல்வியில் தான் போய் கொண்டிருக்கிறது. ராயனின் மனைவி தான் இப்போது மரக்கறிக்காரியாக கடவம் சுமக்கிறாள். ஊர் ஊராக சந்தைகள் தோறும் போய் விற்றால் எதோ நக்கி நக்கி கூட்டு கறிக்கு ஓடுமேயொழிய வீட்டில் எல்லோரும் மிகவும் கஷ்டப்படுகிறார்கள். இந்நிலையில், மாசா மாசம் லோன் வைக்க ஓடணும். ராயனின் பெயரில் லோன் இருப்பதாலும், அந்த லோன் பணம் அவனுக்கே செலவழிந்து போனதாலும் நாள் போக போக சரோசாளுக்கு ஒரு வித கோபம் தான் போலும்...

கடுகடுவென நிற்கும் மனைவியை படுக்கையில் கிடந்துட்டே பார்த்தான் ராயன்.

அடுப்பில் போட்டாலும் எரியாத அழுக்கேறிய சீலை, ஜெம்பரின் கழுத்து வாக்கில் கீல் போல் அழுக்கின் உருளல்.

கழுத்தில் எப்போதோ உள்ள உத்தரியமும் வெளுத்து தொங்கியது. காதுகளில் கிடக்கும் ஓட்டைகளும் அடையும் தருவாயில் தான் ஆகி விட்டது. வீட்டில் யாருக்குமே கொழுப்பு இல்லை என்பதை பார்க்க பார்க்க ராயனின் மனசும் துவண்டு போகிறது. பிள்ளைகளெல்லாம் காலைவேளையில் பச்சை வெள்ளம் குடிச்சிட்டு பள்ளிக்கு போவதும், வீட்டில் நல்லது போல் ஒரு மீன் வாங்க கூட வழியில்லை. சரியான உடு துணிகள் இல்லாமலும் அவஸ்தை படுவதை உயிருள்ள தகப்பனாக பார்க்க சகியவே இல்லை.

“இதோட படிப்பெல்லாம் முடிச்சிட்டு எதம் கொத்தனுக்க கையாளா போய் ஜோலி படிச்சிரு மோனே. இன்னும் படிப்பு கிடிப்புண்ணு போனா எல்லாரும் விசம் தின்னு தான் சாகவேண்டியிருக்கும். கொம்ம உச்சி சுமடு சுமந்து மரக்கறி வித்து இன்னும் எத்ர காலம் வாழ்க்கையிண்ணு சொல்லு. வீட்டுல குமரு ஒண்ணு மூத்து வரப்போகுது. அதுக்க உடம்புல ஒரு நக நட்டு இல்ல. . கெட்டி கொடுக்க சம்பாரிச்சணும்...அதையும் படிச்ச வச்சணும். வீட்டுக்க கோலம் இப்பிடி, கொப்பனுக்க நிலமை இப்பிடி... அதுனால எல்லாரும் எதோ ஒரு பத்தாம் கிளாசோட படிப்புவளையும் நிறுத்தியிட்டு என்னங்கிலும் வேலையளுக்கு போவ பாருங்க...பெண்ணே ஒன்னையும் சேத்து தான்...”

சரோசா அடிக்கடி சொல்லுவதை இப்போதும் சொன்னாள்.

“ஏன் நாங்களா எங்களை பெத்து போட சொன்னோம். எங்களைப் பெத்து போட்டுட்டு இப்ப எங்க தலையில உங்க பாரத்தையெல்லாம் போட பாக்கியது நல்லவா இருக்கு...எனக்கு படிச்சி தான் ஆகணும்...”

மூத்தவன் ராயனை ஒரு விதமாக பார்த்தப்படியே சொல்லுகையில் பெருங்கூசலில் ராயன் நெளிந்தான்.

“எனக்கும் படிச்சத்தான் செய்யணும்...” இரண்டாவது மகனும் சீறினான்.

“அம்மோ, நான் பின்ன வேலைக்கி போட்டாம்மா...”

தள்ளையின் சீலை முந்தியை பிடித்து கேட்ட மகளின் முகத்தில் தெரிந்த பாசம் சகிய இயலாமல் ராயன் கண்களை வேறு பக்கமாக திருப்பினான்.

“மோ..ளே...” நாவும் மனசும் தளர்ந்து போன நிலையில் அழைத்தான்.

“ஒங்க யாருக்கும் கொப்பன் பாரமா இருக்க மாட்டேன். நீங்க எல்லாரும் ஆசைப் பட்டது போலவே படிச்சுலாம்..வீடு வச்சுலாம்...நல்லா இருக்குலாம்...” ஏதோ ஒரு நம்பிக்கையில் கிடப்பாயில் கிடந்த படியே சொல்லும் தகப்பனை பார்த்து பயலுகள் சிரித்தார்கள் கிண்டலாக...

“கிடக்கியது கீழயங்கிலும் ஒமக்க வாஜகம் மட்டும் ஏழு முளத்தில இருக்கே...ஒம்ம கொண்டு செம்மையா எழும்பி இருக்க ஒக்குமா ஓய்...இதுல போய் சொல்லியதை பாக்கேலியா? சவம்..”எளக்காரமாக எகிறினாள்.

பணம் இல்லண்ணா, பின் அந்த மனுசன் பிணமே தான். மனசுக்குள் நினைக்கையில் கும்பி முழுவதும் குருதி உடைந்து சிதறியது. கிடப்பாயில் கிடந்த மனுசன் மெல்லமாக எழும்பினான். முதுகு பக்கம் பெருச்சலம் பத்தியது போல் புள்ளி புள்ளியாக குத்தியது. கால்களை கீழே வைக்க முடியாத கிடுக்கமாக இருந்தது. அருகே சாச்சி வைத்து கம்பை எடுத்து ஊணிய படியே எழும்ப முயற்சித்த தகப்பனுக்கு ஓடி போய் கையை கொடுத்தாள் மகள்...பரிதாபமாக மகளை பார்த்தான்.

“அப்பனுக்கு தோமையன் மாமனுக்க வீடு வரைக்கும் போகனும் விடு மோளே...”

“ஓ..ஒரு தோமையன் மாமன்...”

மனைவி இன்னும் பரிகாசமாக சிரித்தாள். அவனின் பயலுகளும் கூட்டாக பல்லை இளித்தார்கள். சென்மம் கொடுத்த தகப்பன் கேடு கெட்டு போன நிலையில் பிள்ளைகள் இப்படியா தூத்துவாங்க. என்னென்ன கனவுகளோடும், ஆசை நிறைந்த

அன்போடும் பெற்றெடுத்த பிள்ளைகள் இவர்கள்... மூத்தவன் பிறந்த எட்டாம் மாசம் ஆள் முறிக்கும் காய்ச்சல் வந்து ஏழு நாள் அவசர சிகிட்சையில் இருந்த போது முண்டு நிறைய பீயும் மோளும் சுமந்து வளர்த்த மகனா இப்படி சிரிக்கிறான்? அவன் அவசர வார்டில் இருந்த ஏழு நாளும் பல்லில் பச்சை வெள்ளம் கூட பட்டிருக்கவில்லை. ஒரு நிமிசம் கூட கண்கள் அயர்ந்திருக்கவில்லை... பல்லு தேச்சாம குளிச்சாம, துணியளை கூட மாத்தாம ஆஸ்பத்திரியிக்க முன் பக்கம் இருக்கும் கெபியில உருண்டு புரண்டு செபம் செய்து மடி பிச்சையாக வாங்கிய மகன் இந்த பதினாலு வயசிலே இப்படியெல்லாம் சீர் கோலம் செய்கிறானே...அப்படியிண்ணா இன்னும் போக போக நினைக்கவே கிடுவட்டம் துள்ளினான்.

இளைய மகனுக்கு ஒண்ணர வயசா இருக்கும் போது வீட்டின் முன் பக்க காம்பவுண்ட் சுவர் மழையில் இடிந்து போனது. அதில் இந்த மகன் சிக்கியும் போனான்...இடுப்பில் விழுந்த கல்லின் பாதிப்பால் பத்து வயசு வரைக்கும் நடக்க முடியாமல் ஆனவனை தோளிலே சுமந்து பள்ளிக்கூடம் போவதென்னா...கோயில் தலங்களில் சுற்றுவது என்னா என தெரிவான். சொந்த பந்தங்களின் வீடுகளில் போகும் போதெல்லாம் குதிரை போலவே இடுப்போடு ஒட்டி இருக்கும் மகனை பார்த்து பலரும் சிரிப்பார்கள். அவனின் எடைக்கு ஏற்றது போல் ஈடு கொடுக்க முடியாத முதுகு ஒரு வகையில் அப்போதே பழுதாகி தான் போனது. பிள்ளைகள் மனைவியென்றால் ராயனின் ஏக ப்ரியம். அவர்களை விட்டால் இன்னொரு உலகமே இல்லை... ஒரு காலத்தில் அம்மா அப்பா சகோதரர்கள் என்று வாழ்ந்து அவர்களும் திருப்பி காட்டிய செயலில் வெந்து போனாலும் எனக்காக ஒரு குடும்பமிருக்கு...என்று ஆசுவாசப்பட்ட மனசுக்கு இப்போதெல்லாம் அந்த இளைப்பாறுதலே இல்லை.

“நாங்க எல்லாம் ஒங்க கூட இருக்கியோமப்பா...நாங்க ஒம்ம பாக்குலாமப்பா...”

பெற்ற மக்கள் இப்படி சொல்லும் அளவுக்கு சரோசா தன் கணவனை அன்பு செய்திருக்க வில்லை. இனி இந்த வாழ்க்கை

முழுவதும் இப்படி தான் என நினைக்கையில் அச்சமாகவே இருந்தது ராயனுக்கு. உடம்பின் நிலை போக போக இப்படி கூட இல்லாமல் போகலாமென்றே சொல்லியிருக்கிறார்கள் மருத்துவர்கள்... ஏதோ இப்போதெல்லாம் மெல்ல மெல்ல கக்கூஸ் போக முடியுது. கம்பின் துணையோடு எழும்ப முடியுது... தென்னி தென்னி நடக்க முடியுது. இப்படியொரு ஏலு கேடும் இழக்கும் போது என்ன ஆகும்? மனைவியை பார்த்தான்...

"எத்ர சம்மந்தம் சுத்தி சுத்தி வந்து...எங்கப்பன் தான் கண்ணு அவுஞ்சி போய் ஓமட்ட கொண்டு சேர்த்தான். என்னை சம்மந்தம் கேட்ட அந்த அருளுக்க பெண்டாட்டியிக்க கழுத்துல எப்பிடியும் பத்து பவுனவங்கிலும் காணும் முறுக்கு தாலி..ம், எனக்கு மயிரு தான் கெடக்கு..." உத்தரியத்தை தூக்கி காட்டினாள்.

"எனக்கு மட்டும் செருப்ப பாரு..." மூத்தவன் பள்ளிக்கு போடும் செருப்பை காட்டினான்.

"எனக்க பேக்கை பாரு..." சின்னவன் பேக்கை காட்டினான். யாருக்கும் பதில் சொல்ல இயலவில்லை. அதற்கான தகுதியும் இல்லை போலவே கூசினான்.

"அப்பன் தோமையன் மாமனுக்க வீடு வரைக்கும் போயிட்டு வாறேன் இன்னா..." மகளோடு சொல்லி விட்டு ஊன்று கம்போடு நடந்தார்.

தோமையனும் ராயனும் நட்பு கொண்டு எகதேசம் ஏழெட்டு ஆண்டுகளே இருக்கும். தோமையனின் மையாழி பெட்டி கடையருகே அல்போன்ஸின் சாயை கடையில் சாயை குடிக்க வருகையில் பார்த்து பழகி பேசி எதோ ஒரு நெருக்கம் இருவருக்கும் வந்து விட்டது. தோமையனோடு பேசி கொண்டிருக்கையில் அவன் தொழிலை போலவே அவனும் ஏகாந்தமாக பலதும் பேசுவான்...

"எல்லாம் ஒரு நாளு இதுல அடங்கி போகிற வாழ்க்கையில யாருட்ட யாரு தர்க்கம் வைக்க சொல்லும் பாப்பம். நீ பெரிசு நான் பெரிசு என்கிறதெல்லாம் எதுக்குண்ணு நினச்சி

பாரும். எம்புடு தான் பேரும் புகழும், பணமும் பவுசும் உள்ளவங்களா இருந்தாலும் எல்லாத்தையும் விட்டுட்டு வெறும் அம்மணக்குண்டியா வெறும் ஒற்றையாக வந்து விழுறதுல இதுல தான்...''

செய்து வைத்திருக்கும் மையாழி பெட்டிகளை காட்டி சொல்லுகையில் மனசுக்குள் மாபெரும் இருள் சூழ்வதை தடுக்கவே முடியாது. சகோதரர்களால் ஒதுக்கி வைத்திருக்கும் நிலை, பெண்டாட்டி மக்களுகளின் அன்பற்ற பேச்சுகளெல்லாம் குடையும் போது தோமையனும் அவனின் மையாழி பெட்டிகளுமே ஆறுதலாகி இருந்தது. முதுகில் அடி விழுந்து படுக்கையாகி கிடந்த நாளுகளிலெல்லாம் தோமையனும் தினமும் வந்து பார்ப்பான் முத்தப்பனை. கரிசனையாக எதோ பழமோ, பண்டமோ வாங்கியிட்டு வருவான். கொஞ்சம் நடக்கலாமென ஆன போது மனசு தோமையனை தான் நினைத்தது.

தோமையனின் வீட்டுக்கு நடந்தவனின் மனசில் ஒரு தீர்மானம் இருந்ததை யாரும் அறிந்திருக்கவில்லை...

தோமையன் இவனுக்கு இரண்டாயிரம் ரூபாய் கொடுக்க வேண்டும். கடை வேலைக்கு போயிட்டு வரும் போது தோமையனின் அம்மாக்காரி தலைச்சுற்றி கீழே விழுந்து விட்டாளென்று தோமையனின் வீட்டைச்சுற்றி நிறைய ஆள்கள் நின்றார்கள். இவனும் என்னா ஏதுவென விசாரிக்க நின்ற போது தோமையன் இவன் கையை பிடித்து கெஞ்சினான்...

“இன்னிக்கு சம்பளம் கிட்டி காணும் தானே...காறு பிடிச்ச கூட ருபா இல்ல... ஒரு ரெண்டாயிரம் ரூபா தாயேன் ராயா... ரெண்டு நாளுல தந்திடுறேன்...''

ஆபத்து நேரத்தில் அழுது கேட்பவனோடு எப்படி மறுக்க முடியுமென்று தனக்கு இருந்த ஆயிரம் பிரச்சனைகளையும் தள்ளி வைத்து விட்டு, இரண்டாயிரம் ரூபாய் கொடுத்தான். இவனின் கெட்ட காலம் தோமையனின் அம்மா பிரசர் அதிகமாகி ஆஸ்பத்திரியில் சேர்ந்த மறுநாளே இறந்தும் விட்டாள். தன் இரண்டாயிரம் ரூபாயை நினைத்து அழுவதா?

அவன் அம்மாவின் சாவுக்கு துக்கப்படுவதா தெரியவில்லை. என்ன மனசில் அவனோடு போய் கேட்க முடியும்? சரி துக்கங்களெல்லாம் கொஞ்சம் மட்டுப்பட்டதும் தருவான் என்று மனசை தேற்றினால் மூன்று வருசம் முடிந்த பிறகும் இன்னும் ரூபாய் கொடுக்கவில்லை. ஒரு சின்ன துரும்புக்கு கூட மதிப்பு இல்லாதது போல் மனைவியும் மக்களும் கூறு வைக்கையில் அந்த ரூபாய் இவனின் பெரிய நம்பிக்கை போலவே இருக்கும். ரோசம் போலவே பெருமுவான்...எனக்கும் ரூபா இருக்கு...என்று மனசின் ஓரம் சின்ன ஈரம் கசியும்...

காலைவெயிலின் மென்மையை விழுங்கி கொண்டு உச்ச வெயிலின் முகப்பு தீவிரமடைந்த பொழுதில் தோமையனின் வீட்டின் முன் பக்க திண்டில் சாய்வாக உட்கார்ந்திருந்தான் ராயன். தோமையன் தொழில் விசயமாக நாரோல் வரைக்கும் போயிருப்பதாக பக்கத்து கடையில் சொல்லியிருக்க அவனுக்காக காத்திருந்தான்.

முன் பக்கம் நின்ற செழிப்பேறிய வேப்பின் காற்று ஊடு ஊடான நரைகளோடு நலிந்து கிடந்த தலை கேசத்தை வருடிக்கொடுக்கையில் ராயனின் கண்கள் கசிந்தன.. வேப்பங்காற்றின் தொடலை அனுபவிக்கையில் அது தன் தள்ளையின் வருடல் போலவே இருந்தது...

"எனக்க ராயன் மொவன் ஏழ ராசிக்காரன்... எல்லாத்திட்டேயும் இரங்கியிட்டு நிற்பான். மோனே ஏழ ராசிக்காரங்க ஒருக்காலுமே உருப்பட்டு வாழமாட்டாங்க..."

சின்ன வயதிலே இவனின் சுபாவங்களை கண்டு சொல்லுகிற அம்மாக்காரியை கனிவோடு நினைத்தான். நேரம் போய் கொண்டே இருந்தது தோமையனை காணவில்லை.

பத்து நிமிசத்திற்கு மேல் இருக்கவும் முடியவில்லை. இடுப்பு முதல் கால் பாதங்கள் வரைக்கும் கிடுக்கம் அதிகரிக்க, மெல்ல கம்பை ஊணி எழும்பினான். தலையோ கிலையோ சுத்தி கீழே விழுந்தால் பட்டதில்லை பாடு; இன்னும் பெரும்பாடு என்று நினைக்கையில் வராமலே இருந்திருக்கலாமோ? என்று

நினைத்தான். மேலெல்லாம் விசர்ப்பு ஊற்றியது.

தோமையனோடு கொடுத்த பணத்தை கேட்கும் நிலையில் வரவில்லை ராயன்...

"எனக்கு என்னங்கிலும் ஒண்ணு ஆச்சுண்ணா, ஒரு சவப்பெட்டி ஒனக்க செலவுல ஏற்பாடு செஞ்சி கொடுத்துருவியா... பத்து பைசாயிக்கி பிரயோசனம் இல்லாதவண்ணு வீட்டுல எல்லாரும் சவம் சவமுண்ணு சொல்லியாங்க. எனக்க சவப்பெட்டியக்கிலும் நான் பலன் உள்ளவனா இருக்க ஆசையா இருக்கு தோமையா..." இந்த ஒரு யாசகத்தை கேட்கவே ராயன் காத்திருந்தான். ஆனால் தோமையனை காணவில்லை. இன்னும் காத்திருக்க உடம்பில் வலு இல்லாத நிலையில் கிளம்பினான் வீட்டுக்கு...

"இன்னிக்கி இருக்கிய நிலவரப்படி...ஒரு மனுசன் செத்தாலும் செலவு தான் தெரியுமா ஒமக்கு? கோயில் வரி, கல்லறை நில வரி, சவப்பெட்டி, குழி தோண்ட, அது இதுண்ணு இருந்த இடத்திலே ஒரு லெட்சம் ருபா தேவைபடும் தெரியுமா ஒமக்கு...கொஞ்சம் பாத்து எடுத்து இனியங்கிலும் நட..." எரிச்சல் முட்டியவளாக அடிக்கடி அறுத்து உரிக்கும் மனைவியின் குரல் மனசில் கறங்கியது.

"இனியும் அப்படியெல்லாம் நடந்துரப்பாதே..."

அதீத கவனத்தில் சாலையின் ஏறியவன் எதிர்பக்கம் வந்த மீன் வண்டியையும், அதிலிருந்து அலறும் ஹான் சத்தத்தையும் கேட்டு. ஒரு வினாடி பதறி போய் பின்னுக்கு போக நினைத்த அந்த கணத்தில்...

"ஒமக்கெல்லாம் ஒரு சாவு வந்தங்கி... ஒமக்க பேருல எடுத்த லோணு கடமங்கிலும் தீரும்..."

ராயனின் சலிப்பு முற்றும் போது சொல்லும் மனைவியின் வாக்கு இப்போது இன்னும் சத்தமாய் கேட்பது போலிருந்தது. சிறிது கூட மறுப்பின்றி வாகனத்திடம் தன் உடலை கொடுத்தான்.

இனி வீட்டு லோண் கடன் இருக்காது; என்னைப்பற்றிய ஒத்திரவம் இருக்காது. நான் சவம் ஆகுவது...என் வீட்டில் உள்ளவர்களுக்கு ரெட்சணியம் அமைத்து கொடுக்கும் என்கிற ஒற்றை நிம்மதியில் சவமாகி போனான் ராயன்.

17.தேங்காய்

“நீ வீட்டுக்க அவத்த இருந்துட்டு அது இல்ல இது இல்லண்ணு சொல்லியிர வேண்டியது..” எரிந்து விழுந்தான் அருளப்பன்.

“நான் பின்ன என்னத்த செய்யக்கு சொல்லுரு....தாலி கெட்டியிட்டு வந்துரு இல்லியா? கெட்டுன கடமைக்கு எல்லாம் செஞ்சி தான் ஆகணும். வீடு குடும்பமுண்ணா ஆயிரத்தியெட்டு செலவு இருக்கத்தான் செய்யும். இதெல்லாம் கருது கூட்டோடு இருந்து கலியாணத்துக்க முன்னே சம்பாரிச்சி வச்சிருக்கணும். இல்லாம இப்ப பிறுபிறுத்து ஒண்ணும் ஆவாது...” பதிலுக்கு பொரிந்தாள் தங்கம்ம..

“ஆமா ஒரு இடமும் இல்லாத பெரிய கெட்டு கெட்டியிட்டேன் ஒன்ன. அறியாப்பிழையா ஒருக்கா செஞ்ச தப்புக்கு காலம் வரைக்கு வண்டி இழுக்க சொல்லிய கலியாணம் பெட்டச்சியளுக்கு இல்ல ஆணுங்களுக்கு தான் சிற...”

“ஆமா இப்ப என்ன சொல்லியிட்டேண்ணு இப்பிடி புலம்பி தள்ளுரு ஓய். பேயுக்கு கூட தனக்க பெண்டாட்டி கருணை இருக்குமாம். அதுகளுக்கே குடும்பத்துல மனசு இருக்கம்ப ஒமக்கு இருக்கப்பாதோ? கலியாணம் கட்டி என்ன சொகம் கண்டேண்ணு கேக்குரே...ஒம்மளச்சொல்லி ஒண்ணுக்கு பதில் நாலு மக்கா பெறந்திருக்கு. அப்போ அப்போண்ணு வாய் நிறைய விளிச்ச ஆண்டவன் மக்கச்செல்வத்தை தந்துருக்கு. இதை விட ஒமக்கு என்ன வேணுமாம். ஒமக்க பேரைச்சொல்ல இதை விட வேற என்ன ஓய் வேணும்...”

“ஒண்ணும் வேண்டாம்..”

ஒரு வித பீக்கிறி சிரிப்போடு சன்னலில் கொழுத்தி போட்ட சட்டையை எடுத்து உதறினான் அருளப்பன். வருகின்ற ஐப்பசியில் நாற்பத்தியேழு வயசு பிறக்க போகும் அருளப்பனை பார்த்தால் அறுபது வயசுக்கான மெலிவு. கொவுடு ரெண்டும் பொட்டி கண்கள் தள்ளி, தேகத்தில் நரம்புகள் பீறிட்டு தலை முடியெல்லாம் நரச்சி முதுகு கூனி அய்யே என ஆகி விட்டான்.

வரிசையாக மூன்று ஆண் பிள்ளைகள் பிறந்த நிலையில், பெண் பிள்ளை ஒன்று வேண்டுமே என்று தவமாக இருந்த போதும் கடைசியாகவும் ஆண் குழந்தையே பிறந்தது. அதில் இரண்டாவது மகனுக்கு இருதயத்தில் வியாதி. மாசம் தோறும் திருவனந்தபுரம் மெடிக்கல், அங்கு இங்கென குடும்பமாக அலைவார்கள்.

“பயலுகளை பெத்துப்போட்ட ஒனக்கெல்லாம் என்ன குறச்சலுண்ணு அக்கம் பக்கெமல்லாம் கேட்கியாளுவா. இதுவளை நல்ல விதமா வளத்து விடாண்டாமா? அது யாருக்கங்கிலும் தெரியுமாக்கும்?”

தங்கம்ம சொல்வதும் சரி தான் என்பதை நினைத்தப்படியே திண்ணையில் எடுத்து போட்ட சஞ்சியை உதறினான் அருளப்பன்.

“போன கிழமையே அறக்கடை பற்று முடிச்சேலண்ணு சவரிமுத்து கண்டமானம் பறஞ்சான். இனி இன்னும் போய் கடம் வேண்டியது இருக்கே...நீ சொன்னது போல எனட்டேயும் வேல தலத்துல பலரும் சொல்லுவுனம் ஒரு சொல்லு.... ஒனக்கென்ன வரிசையா நாலணம் ஆணா பெத்து பேட்டுருக்கேண்ணு. ஈரா கிடக்கியதுவள பேனாக்கி விடக்கு என்னெல்லாம் பாடு படணுமுண்ணு தெரியுமாக்கும் அவனுகளுக்கு...எல்லும் கிடுவுமா இல்லியா எனக்க மக்கா இருக்குதுவா. நீக்கம்பு பிடிச்ச தேசத்தில கிழங்குதுண்டுகளை வேண்டி அவிச்சி போடுலாமுண்ணா அதுவும் கிலோ நாப்பது விக்குது. ரேசன் அரி சோறுல குடலு பருக்கியது இல்லாம வேற என்ன பெரிய சத்து கிட்டப்போவுது.. இதுகளை ஆளாக்கி விடியது வரைக்கேங்கிலும் உயிரோடு இருக்கணுமேண்ணு நான் மன்றாடியிட்டு கிடக்கியேன்...”

தன்னிலே புலம்பிய படி திண்ணையின் வெளிப்பக்கம் சாச்சி வைத்திருந்த சைக்கிளை எடுத்து இழுத்தான். உய் என்கிற வலிப்போடு சைக்கிள் உருண்டது...

“அப்போ வரம்ப எனக்கொரு பண்டம்...” மூத்த மகன் குரல் எழுப்பினான்.

“அப்போ எனக்கொரு பந்து...” சின்ன மகன் சொன்னான்.

“அப்போ எனக்கு பென்சில்...”

“அப்போ எனக்கு பேட்டு...”

பிள்ளைகள் நாலு பேரும் அப்போ அப்போ என அழைக்கையில் அடிவயிற்றிலிருந்தே தாய்மை கசிந்தது அருளப்பனுக்கு... இவ்வுலகில் என்ன இருக்கு? என்கிற அலுப்பும் சலிப்பும் மேலோங்குகையில் எனக்கும் நாலு மக்கா இருக்காங்க என்கிற நினைப்பு இருக்கே வாழ்க்கையை இன்னுமாக புதிய சக்தியோடு வாழ சொல்லுகிறது. வாழ்க்கை இன்னும் பெரிய விரிவானதாக சந்தோசம் மிக்கதாக நினைக்க வைக்கிறது. இந்த பிள்ளைகளின் எதிர்காலம் பற்றிய கனவுகளெல்லாம் எழும்பி நடக்க உத்வேகம் தருகிறது...

“அப்போ நாங்க சொன்னது ஒமக்க காதுல கேட்டுதா...”

மூத்த மகன் எல்லோரின் சார்பாகவும் குரலை எழுப்பினான்.

சைக்கிளை ஸ்டேண்ட் போட்டு நிறுத்தினான். இடுப்பில் வழுவும் கையிலியை இறுக்கி கட்டினான்.

“எல்லாம் கேட்டுது மக்களே..அப்பாயிக்கி இந்த கிழமையில ஒரே ஒரு வேலை தான் கிட்டுச்சி. இனி அடுத்த கிழமை தான் மூணு நாளத்த வேலை இருக்கும்...அப்ப என்னங்கிலும் வேண்டி தல்லாம்...” பிள்ளைகளின் முன் இல்லை என்று நிற்பதன் வலியை ஒரு அப்பனாக பல நாள்கள் அனுபவித்த வலியோடு இப்போதும் நின்றான் அருளப்பன்.

“என்னப்பா நீரு எப்ப கேட்டாலும் இது போல தான்

அடுத்த கிழம ஆகட்டுண்ணு சொல்லி சொல்லி கழிப்பீரு..." இளைய மகனின் சுணுங்கிய முகத்தில் ஒரு கோடி முத்தங்கள் வைக்க வேண்டும் போலவே ஆசை மிகுந்தது.

"அப்பன் ஒனக்கு இப்ப பந்து வேண்டியிட்டு வரணும் அம்படந்தானே...எள்ளு போல மூஞ்சியை சிரிச்சி காட்டியிட்டு இரு..."

"அவனுக்கு மட்டும் பந்து வேண்டி கொடுத்துட்டு எங்களுக்கு மட்டும் அப்ப ஒண்ணும் வேண்டி தர மாட்டீரோ..."மற்றவர்கள் எகிறினார்கள்.

"லே கொப்பனுக்கு இனி அறுத்து விக்க சதையும் இல்ல... சும்மா அவரை போட்டு நோண்டியிட்டு...நீரு கடையில போயிட்டு வருமா...அவனுவா அப்பிடி தான் சொல்லுவானுவா. வீட்டு கஷ்டம் தெரிஞ்சா இவ்வியா எல்லாம் வளருனம்..."

"பயலுவளை ஒண்ணும் சொல்லாதட்டி தங்கம்மோ..." பெண்டாட்டியை கடிந்த படியே மீண்டும் சைக்கிளை இழுத்தான்.

முடுக்கு வழியில் சைக்கிளை விட்ட அடுத்த நொடி தங்கம்மா மீண்டும் அழைத்தாள்.

"இங்கேருங்க..சாமானுகள் வேண்டிய லிஸ்ட்டுல தேங்கா எழுத விட்டு போச்சி...வரம்ப ஒரு தேங்காயங்கிலும் வேண்டியிட்டு வாரும்..."

சொன்னவள் படக்கென வீட்டுக்குள் ஓடி ஒளிந்தாள். இதற்கு மேல் நின்றால் அருளப்பன் கண்டமட்டுக்கு திட்டுவான் என்று அவளுக்கு தெரியும். கையில் காசு இருக்கும் போதெல்லாம் வீட்டுக்கான தேவைகளை சொல்லாமலே அருளப்பன் வாங்கி வருவான். கை காசு இல்லாத சமயங்களில் இது இல்லை, அது இலலையென ஒவ்வொன்றாக யோசித்து சொல்லுகையில் இல்லாமையும் சேர்ந்து நெருக்க மனைவியை கண்டமட்டுக்கு திட்டுவான். அருகே இருந்தால் அடிக்கும் கோபம் வரும் வரைக்கும் பொத்துச்சாடும்.

எதாவது திட்டி தீர்க்கலாமென அருளப்பன் பார்த்த போது அவள் வீட்டுக்குள் மறைந்து விட்டாள்.

சைக்கிளை இழுவென இழுத்து வளைவின் கீழ் பக்கம் வந்ததும் ஏறியிருந்து மிதிக்க துவங்கினான். வீட்டின் கீழ் பக்க வளைவின் அருகே வந்தான். சாலையின் இடது பக்கம் சானலாறோடு ஒட்டி கிடக்கும் ஓடை பாய்ந்தது. அந்த ஓடையருகே விழும் இளவெயிலில் உடலை காய்த்தப்படி இருந்த தங்கராஜை கண்டதும் அருளப்பனின் சைக்கிளுக்கு ஒரு வித தயக்கம்...அவன் கால்களும் மிதிவண்டியை மிதிக்க தயங்கவே செய்தன. இந்த தங்கராஜ் அருளப்பனின் சித்தப்பா.

ஒரு காலத்தில் இவன் வீட்டோடு நல்ல ஒரு ஐக்கிய பந்தத்தில் இருந்தவர் தங்கராஜ். சொந்த அத்தையின் மகளான சொர்ணத்தை காதலித்திருந்தார். குடும்ப பிரச்சனைகளின் காரணமாக சொர்ணத்தை தாய்மாமனே கலியாணம் செய்து கொடுக்காமல் ஆன நிலையில்..சொர்ணத்தை விட்டு இனி ஒரு பெண் என் வாழ்க்கையில் இல்லையென தமையன் கூடவே வாழ துவங்கினார்.

அருளப்பனின் அம்மாவும் கொழுந்தனை தன் சகோதரன் போலவே நல்ல பாசமாக கவனித்தாள். வேலை செய்து கிடைக்கும் பணத்தில் தன் செலவுக்கு போக மீதியை மயினிடமே கொடுக்கவும் செய்தார்.

தன் தமையனின் மகனான அருளப்பன் என்றால் தங்கராஜிக்கு மிகவும் பிடிக்கும். அவனின் சிறுவயதில் தோளில் வைத்து ஊர் சுத்துவார். இவனுக்கும் சித்தப்பா என்றால் அப்படியொரு பிடித்தம். தாய் தகப்பனோடு ஒட்டுவதை விட சித்தப்பனோடு ஒட்டுவதும், உறங்குவதுமாக இருந்தான். எங்கு பார்த்தாலும் இரண்டு பேரையும் சேர்த்து பார்க்கலாம். எகதேசம் அருளப்பனுக்கு பதினெட்டு வயது ஆன போது குடும்பத்தில் லேசான சலம்பல்கள் வர ஆரம்பித்திருந்தது. அருளப்பனின் அம்மாக்காரியின் சுபாவ போக்கில் சில மாறுதல்களெல்லாம் வர துவங்கின...

“என்னை நீரு மட்டும் தானே கெட்டியிட்டு வந்து... நான் எத்ர பேருக்கு அவுச்சி போடணும். எத்ர பேருக்க துணிமணியளை அலவி போடணும்...நான் என்ன எல்லாருக்கும் வேலைக்காரியா?”

தங்கராஜை பார்க்கும் போதெல்லாம் அருளப்பனின் அம்மாக்காரி குத்து வைத்து பேச துவங்கினாள். தங்கராஜிக்கு ஒரு கட்டத்தில் ஆஸ்மா இழுப்பு வந்து விட, முன் போல் வேலைக்கெல்லாம் போயிருக்கவும் முடியவில்லை. நல்ல ஏலும் பலமும் உள்ளபருவத்தில் உழைத்து போட்டதெல்லாம் வாங்கி எடுத்த மயினிக்காரி போக போக மனுச இதயம் இல்லாதவளை போல திட்டுவதெல்லாம் தங்கராஜால் சகிக்க முடியவில்லை. இதன் பொருட்டு அருளப்பனின் அம்மா அப்பாவுக்கிடையில் எப்போதும் சண்டை வர துவங்கின. வீட்டில் நிம்மதியே இல்லாமல் ஆகி விட்டது. தங்கராஜ் ஒரு நாள் குடித்துட்டு வந்து..வீட்டில் கிடந்த வகைகளை பறக்கி தூரமாக எறிந்தான். மயினிக்காரியையும் அடிக்க கையை தூக்கினான்.. இதை பார்த்துட்டு வந்த அருளப்பன் தங்கராஜின் கையை தட்டி, அவனின் கழுத்தை பிடித்து தள்ளிவிட்டான்...அன்றோடு முடிந்து போனது இவர்கள் இருவருக்குமான உறவு...

“என்ன இருந்தாலும் நான் அந்நியப்பயண்ணு காட்டியிட்ட இல்லல மக்கா...ஒங்கொம்ம எத்ர நாளு என்னை அந்த பய இந்த பயண்ணு நீசங்கெட்டு அறுத்து உரிச்சா...எத்ர நாளு குத்து பேசால நெஞ்சை கீறினா..அப்ப எல்லாம் அமைதியா இருக்க முடிஞ்ச ஒனக்கு ஒங்கொம்மையை அடிச்ச கூட இல்ல...கையை தூக்கினதுக்கே என்னை அடிச்சிட்டியே....தான் பெறாத பிள்ள குணம் பெறாதுண்ணு சும்மாளா சொல்லி வச்சிருக்காங்க...போதும் மோனே...” கண்ணீர் மல்க சொன்ன தங்கராஜ் அன்னிக்கு அவ்வீட்டிலிருந்து இறங்கியது. அதன் பின் இதுவரைக்கும் அருளப்பனின் வீட்டில் ஏறியிருக்கவில்லை. அருளப்பனின் அம்மா அப்பா இறந்த போதும் முற்றத்தில் வந்து யாரையோ போல் நின்னுட்டு போனதோடு சரி. அருளப்பனின் கலியாணத்திற்கும் வரவில்லை.

பக்கம் அவனுக்கென கிடந்த இரண்டு செண்ட் நிலத்தில் சின்னதாக ஒரு மாடம் வைத்து தனியே தன் வாழ்க்கையை பார்க்கும் சித்தப்பனாரை பார்க்கும் போதெல்லாம் பெருங்கூட்ட முள் புதரொன்று நெஞ்சில் குத்தி பிடுங்கும்.

அந்த சம்பவத்திற்கு பிறகு எத்தனையோ நாள்கள் வழிபாதையில், கோயில் வளாகத்தில் , பொது விசேசங்களிலென ஒருவருக்கொருவர் கண்ட போதும் இன்னுமே முகத்தோடு முகம் பார்த்திருக்க வில்லை. ஆனால் ஒருவரையொருவர் பார்க்காமல் ஒருவருரையொருவர் பார்ப்பார்கள் என்பதே உண்மை.

“லே என்ன இருந்தாலும் அவரு ஒன்ன விட வயசுல பெரியவரு...என்ன தான் குத்தங்குற இருந்தாலும் நீ அவருட்ட பேசணும் கேட்டியா...ஒன்னயெல்லாம் தரையில விடாமாலாக்கும் வளத்தாரு...” சொந்த பந்தங்களெல்லாம் இப்படி சொல்லுகையில் பேச வேண்டுமென்கிற உணர்வு மேலோங்கும்.

சித்தப்போ....ஒ என பார்க்கையில் அவர் எங்கேயோ பார்ப்பார். அவன் பேச்சில் ஒட்ட வேண்டாம் என்பது போல் திரும்பி போவார். அருளப்பனுக்கும் சித்தப்பனின் தோளுக்கும், மடிக்குமான ஆசை மிகுந்து கிடக்கிறது. செல்லமாக விளையாடி களித்த அந்த நாள்களெல்லாம் திரும்ப வேண்டும் போல் ஏக்கமே கிடக்கிறது. தனக்க பிள்ளைகளையெல்லாம் சித்தப்பனின் மடியில் போட்டு கொடுக்க ஆசையாக தான் இருக்கிறது. ஆனால் என்னவோ ஒன்று பெரும் தடையாக எழும்பி நிற்கிறது.

தங்கராஜிக்கும் அருளப்பனை “மோனே...” என கட்டித்தழுவ ஏக்கம் இல்லாமல் இல்லை. அனாதை போல கொல்லிமட்டை சைக்கிளை இழுத்துட்டு போகிறவனை பார்க்கையிலெலெல்லாம் சின்னதில் போட்டு வளர்த்த பாசம் ஓர்மிக்காமல் இல்லை.

“மனசு நிறைய பாசங்களை வச்சிட்டு ஒண்ணுக்கொண்ணு எதுக்காக்கும் இந்த வல்லியந்தம் காட்டியிட்டு...இண்ணு இருக்கிய மனுசனை நாளைக்கி காணேல. நிரந்தரம் இல்லா ஒலகத்தில என்னத்துக்காக்கும் இந்த வைராக்கியம். பெத்த மக்கா ஒண்ணு சொன்னா பொறுக்கமாட்டீரோ...அப்ப ஒமக்க மனசிலேயும்

அவனை வேற்றான் பிள்ளையா தானே வச்சிருக்கு..." மரக்கறி கிழவி அடிக்கடி தங்கராஜோடு சொல்லுகையில் மனசில் குற்ற உணர்வு பிடைக்கும்.

"அவன் வயசென்னா...என் வயசென்னா...சித்தப்பா எப்பிடி இருக்கிருண்ணு ஒரு வார்த்தை கேட்டா...அவன் என்ன குறஞ்சா போயிடுவான். மனசு கஷ்டத்துல எதோ நாலு வேளம் அறுத்திட்டாலும் கேட்டு போக உள்ள கடமை அவனுக்கு இல்லியா?" தங்கராஜிக்கும் அவன் பேச வேண்டுமென்கிற தாகம் இருக்கவே செய்கிறது.

என்னிக்கு தான் சித்தப்பனுக்கும் தனக்குமான பேச்சும் ஐக்கியமும் கூடி வருமோ...பெருமூச்சோடு சைக்கிளை கடத்தினான் அருளப்பன்.

ஓடையருகே குத்தியிட்டு இருந்த தங்கராஜும் அருளப்பனை கீங்கண் கொண்டு பார்த்துட்டே இருந்தார். அவனின் தேக வாசனை இப்போதும் தனக்குள் ஒட்டி கிடப்பதை அழிக்க முடியவில்லை.

சித்தப்பனை தாண்டி சைக்கிள் கடரும் அந்த நொடியில், பொத்தென தன் முன் விழுந்தது தேங்காய் ஒன்று. தொண்டோடு விழுந்த தேங்காயின் சத்தம் கேட்டு தங்கராஜும் ஒரு நிமிரல் நிமிர்ந்தான். ஒரு கிலோ தேங்காய் நாற்பத்தியைந்து ரூபாய் விற்கும் நிலையில் ஒரு தேங்காய் கிடைத்தாலும் இரண்டு மூன்று நாட்கள் சம்மந்திக்கு உதவும் என்கிற தெம்பில் அந்த தேங்காயை எடுக்க எழும்பிய தங்கராஜ் அப்படியே நின்றான்.

"அவனே நாலஞ்சி பிள்ளைகளோடு குடும்பமா கஷ்டப்படுகிறவன்..அவன் எடுத்துட்டு போய் ஒரு நேரம் எல்லாருமா சட்னி அரச்சி குடிச்சட்டு..." என்று அப்படியே நின்றான்.

"ஒற்றைக்கி வாழிய சித்தப்பன் என்ன தின்னியானோ குடிச்சியானோ இந்த தேங்கா உண்டங்கி கஞ்சி காச்சி அதில திருவி போட்டு ரெண்டு வேள கஞ்சி குடிச்சட்டு..." என்று அருளப்பன்

சைக்கிளை இயக்கினான்...அந்த தேங்காயை சித்தப்பனார் எடுக்க வேண்டுமே என்ற ஒற்றை அன்பிலே பொல்லாத வறுமையிலும் அதை கடந்தான்.

மக்கா குட்டிகளோடு வாழும் அருளப்பன் எடுத்து விட்டு போகட்டும் என தங்கராஜும் நினைத்தார். இந்த நேரத்தில் சாலை ஒட்டில் உருளும் தேங்காயின் அருகே கடும் பிரேக் போட்டு நின்றான் ஒரு வழிபோக்கு பைக்குக்காரன். அவன் முகத்தில் கெல்மெட் மூடி கிடந்தது. இறங்கிய வேகத்தில் இருவரும் ஒருவருக்கொருவர் விட்டுக்கொடுத்த தேங்காயை எடுத்து பைக்கில் கொழுத்திப்போட்ட சஞ்சியில் போட்டுட்டு போனான் ஒரு போக்கு.

சித்தப்பனுக்காக விட்டுக்கொடுத்த தேங்காயை எடுத்தாரா? அருளப்பன் திரும்பி பார்க்கையில் வழி போக்கனின் சஞ்சியில் போய் கொண்டிருந்தது தேங்காய்...

ஒருவருக்கொருவர் விட்டு கொடுத்த தேங்காய் கண்டவனுக்கு போய் சேர்ந்ததை நினைத்து இருவரும் ஒருவரையொருவர் பார்த்தார்கள்..ஏனோ சிரிப்பு வந்தது.

18. கர்த்தரின் பூக்கள்

இன்று வெள்ளிக்கிழமை என்பதால் இயேசுவின் திரு இருதய ஆராதனைக்கு பிள்ளைகளை அழைத்துட்டு போவதற்காக ஆசிரம வாசலில் வந்து நின்றாள் லில்லி சிஸ்டர். ஆசிரமத்தின் வெளியே வரும் பிள்ளைகளை கோணி மாணாமல் கைகளை பிடித்து ஆராதனை கோயிலுக்குள் கொண்டு சேர்ப்பது லில்லி சிஸ்டரின் பணியாக இருப்பதால் கண்ணும் கருத்துமாக நின்று கொண்டிருந்தாள். கடந்த ஆண்டு தான் துறவற பட்டம் கிடைத்தது லில்லி சிஸ்டருக்கு. பட்டம் கிடைத்த கையோடு மூளை வளர்ச்சி குறைவுபாடு, மற்றும் அனாதை பிள்ளைகளை பரமாரிக்கும் ஹோமில் பணி செய்யும் வாய்ப்பு கிடைத்தது. இங்கு வளரும் பல பிள்ளைகளின் அம்மாவாக தன்னை கையளிப்பு செய்வது இந்த இருபத்தியைந்து வயது சிஸ்டருக்கு மிகவும் பிடித்து போயிருந்தது.

லில்லி சிஸ்டர் என்றால் எல்லா பிள்ளைகளுக்கும் மிகவும் பிடிக்கும். இவளின் ரூபம் கண்டாலே போதும்.. "சிஸ்டரம்மா... சித்தரம்மா..."என்றெல்லாம் பிள்ளைகள் கைகளை நீட்டி அழைப்பார்கள். மூளையில் வளர்ச்சி இல்லாமல் போனாலும் அன்புக்கான மொழிகளை இக்குழந்தைகள் அறிந்திருந்தார்கள்.

ஆராதனைக்கு போக கூடிய தயாரிப்பில் குளித்து, தேய்த்து வைத்த வெண் உடுப்பையும் போட்டுட்டு மடத்தின் பூங்கா அருகே நின்றிருந்தாள் லில்லி சிஸ்டர். மாலை வெயிலில் பூக்களெல்லாம் எதோ சோர்வு போல் தெரிந்தாலும், வாசனையில் எந்த குறைபாடும் இல்லை. மடத்து தோட்டத்தில் எல்லா வகை செடிகளும் பூக்களும் குலுங்கி நின்றன. வேலிகளருகே வரிசையாக ஊன்றி விட்டிருந்த சிவப்பு, வெள்ளை பத்து மணி பூக்களில் தேவலோக அழகை கண்டு நின்றாள் லில்லி. காம்பவுண்ட்

சுவரிலோட்டு பூத்து குலுங்கி கிடக்கும் தெற்றிப்பூக்களில் அந்தி பக்கிகள் சிறகடித்து பறந்து பறந்து விழுந்தன...மல்லிகையின் கும்மான மொட்டுகள் இனி சீக்கிரம் மலரபோகிறோம் என்கிற கன்னிமையின் வாசத்தை வாரி இறைக்க துவங்கியருப்பதை இன்னும் ஆழமாக நாசியை இழுத்து உள்ளிழுந்தாள் லில்லி...

தோப்பில் நிற்கும் மரங்களில் அந்தி பறவைகள் கூடணையும் பலவித பாட்டுகளை பாடி கொள்ள துவங்கினார்கள். இக்கணத்தின் அழகில் ஜீசஸ் மெய்யாகவே உலவிக்கொள்வதை போன்ற சுகந்த வாசம் கறங்கியடிக்க...வீசும் காற்றில் கைகளை விரிக்க ஆசைப்பட்டாள் லில்லி...

“லில்லி....” இவள் ரசனையை குலைக்கும் படியாக பெரிய தாயாரு ரீட்டா இறுவலோடு அழைத்தாள்.

“அங்க என்ன சொப்பனமா கண்டுட்டு நிக்கிய? ஆராதனைக்கு நேரமாச்சிண்ணு தெரியுமா இல்லியா? பிள்ளைகளில் பலரும் இன்னும் முகம் கூட கழுவாம இருக்காங்க...கூட உள்ள கிளாரா சிஸ்டர் வயித்து வலியிண்ணு கமந்து படுத்திட்டாங்க. நான் தனியா எல்லாரையும் மேச்சி கட்ட முடியாதுண்ணு ஒனக்கு தெரியாதா என்ன?”

“இல்ல கிளாரா சிஸ்டர் இருக்காங்கண்ணு தான்...” இழுத்தாள் லில்லி.

ரீட்டா சிஸ்டர் சொல்லும் வேலைக்கு வெளியே செய்தாலும் திட்டு கிடைக்கும். செய்யாமல் போனாலும் திட்டு கிடைக்கும். வயசு போக போக மெண்டல் போலவே தான் ரீட்டா சிஸ்டர் தனக்கும் கீழே உள்ளவர்களை போட்டு பிடுங்குவாள்.

கனத்த உடலும், கறுத்த முகமும், குண்டு விழுந்த கண்களைச்சுற்றிய கருப்பு வளையமும், முகத்தில் பொட்டு பொட்டாக கிடக்கும் கறுப்பு உண்ணிகளும் பார்க்கையில் மனசில் ஒரு கலவரம் வரவே செய்யும். குரலிலும் ஒரு இனிமை இருக்காது...பேச்சிலும் ஒரு கனிவு இருக்காது. அது என்னவோ பட்டம் கிடைத்ததிலிருந்தே இப்படி தான் என

குசு குசா சொல்லுகிறார்கள். கூட உள்ள சிஸ்டர்களோடு மட்டுமல்ல, பிள்ளைகளோடும் பல நேரங்களில் நெரி பொரியென விழுவாள். சில வேளைகளில் மொங்கு மொங்கென பிள்ளைகளை தல்லவும் செய்வாள். பன்னிரெண்டு மணி ஆகி விட்டால் எங்கு நின்றாலும் முழங்கால் போட்டு திருமணி ஆராதனை படிக்க வேண்டும். மூன்று மணியானால் இயேசுவின் காயங்களுக்கும், அவரின் உயிர் விடலுக்குமான பிரார்த்தனையை மன்னிப்பாக பாடவேண்டும். நாள் தப்பாமல் பூசை. கிழமை தப்பாமல் பாவசங்கீர்த்தனம், நற்கருணை, திருவழிபாடு, பூசை என எல்லோரையும் எல்லாவற்றிலும் கட்டாயமாக பங்கேற்க வைப்பாள். அப்படி யாரேனும் தவறினால் பின்ன தீர்ந்த பாடு தான். சிஸ்டருகளோடு காட்டும் இதே குணத்தை பிள்ளைகளிடம் அதுவும் மூளையில் வளர்ச்சி இல்லாதவர்களிடம் காட்டும் போது தான் லில்லிக்கெல்லாம் ரீட்டாவிடம் அப்படியொரு கோபம் வரும்.

பாபு என்னும் எட்டு வயசு சிறுவனை, எல்சி என்கிற ஏழு வயசு சிறுமியை, நிர்மலா என்கிற பத்து வயசு பிள்ளையையெல்லாம் தினமும் போட்டு குடைந்து எடுப்பாள். இன்னும் சீக்கிரத்தில் புதுநன்மை எடுக்க இருப்பதால் திருமறைச்சுவடியின் எல்லா செபங்களையும் இப்பிள்ளைகள் மூளையில் ஏற்றி மனப்பாடமாக ஒப்புவிக்க வேண்டும்.

“எல்லா செபங்களையும் எப்ப தறவாக்குவிங்களோ அப்ப தான் புதுநன்மை.” கண்டிசனாக சொல்லி விட்டாள். இதுக்கு மேல் எந்த சௌசின்னியமும் யாருக்கும் செய்ய முடியாது.

நல்ல முறையில் படிப்பு காரியங்களும், அறிவுத்திறனும் இருந்திருந்தால் இப்பிள்ளைகளெல்லாம் எதுக்கு அனாதைகளாக இங்கு வந்திருக்க வேண்டும். உலக வெளியில் அடைக்கலம் கிடைக்காமல் இயேசுவின் தோட்டத்தில் சேர்ந்த இந்த கர்த்தரின் பூக்களை கர்த்தரின் பெயரிலே கசக்குவதெல்லாம் லில்லிக்கு பிடிக்கவே இல்லை. ஆனால் இது எதையுமே வெளிப்படுத்த முடியாது.

"என் வயசு தெரியுமா? என் எக்ஸ்பீரியன்ஸ் தெரியுமா? என் பணிவாழ்வைப்பற்றி ஒனக்கு என்ன தெரியும்? என்னால விண்ணகப்பாக்கியங்களை எத்தனை பேரு அடஞ்சிருக்காங்கண்ணு தெரியுமா?" என்றெல்லாம் எகிறி குதிப்பாள். ரீட்டாளை கூடவே உள்ள பல சிஸ்டேஸுகளுக்கும் அவ்வளாக பிடிப்பதில்லை. ஆனாலும் காட்டி கொள்ளாமல் கடந்து போவார்கள். இதில் லில்லி தான் வசமாக மாட்டுவாள். இளம் கன்னியாத்திரி என்கிற முறையில் அவளையெல்லாம் ரீட்டா மதிப்பதே இல்லை. என்ன செய்தாலும் குற்றமாக தான் காட்டுவாள்.

ரீட்டாளின் கடுமைகளை நினைத்தப்படியே காப்பக படியில் கால்களை வைத்தாள். வாசல் வழியே உள்ளே பார்க்கையில் பல பிள்ளைகள் முழங்காலில் நிறுத்தப்பட்டிருந்தார்கள்.

"ஒரு உத்தமனஸ்தாப மந்திரம் படிக்க எத்ர நாளு வேணும்..." சொன்னவள் நிர்மலா பிள்ளையின் பின்னந்தலையை தட்டினாள்.

"லே ஒனக்கு விசுவாசப்பிரமாணம் ஒருநாளும் மனசுல நிக்காதா?"

பாபுவின் தலையில் தட்டினாள். இயற்கனவே கண்கள் தள்ளி, சுண்டு கோணி, நாக்கை சவைத்து எங்கோ பார்த்தப்படி வாயில் வெள்ளம் ஊற சிரித்து கொண்டே இருக்கும் பாபுவால் எந்த காலமும் விசுவாச பிரமாணத்தை மனப்பாடம் செய்ய முடியாது என்பதை லில்லியே அறிவாள்.

ஏக சர்வேசுரனை விசுவசிக்கும் அந்த சத்தியப்பிரமாணங்களை இச்சிறுபாலகன் விசுவசிக்க வில்லையென்றால் அந்த கர்த்தாவு எந்த கோபமும் கொள்ள மாட்டார் என்று உதடு வரைக்கும் வந்த வார்த்தையை மிகவும் கஷ்டப்பட்டு அடக்கினாள் லில்லி.

"செரி விசிவாசப்பிரமாணத்தை விடு...கர்த்தர் கற்பித்த செபம் சொல்லுல..." உண்ணி முகத்தை இன்னும் கடுப்பாக்கி பயலின் முன்னே பயங்கரவாதி போல் ஆக்கினாள் ரீட்டா...

“சிஸ்டர்...அவன் மெல்ல மெல்ல படிப்பான்...” இடையில் புகுந்தாள்.

“ம்..நல்லா பறிப்பான். ஜீசஸுட்ட இதுகளுக்கெல்லாம் அன்பே இல்ல...இருந்திருந்தா இந்த செபங்களெல்லாம் உடனே மனசில் பதிஞ்சி போயிருக்கும். பரிசுத்த ஆவியின் கனிகளெல்லாம் இதுகளுக்கு ஒரு போதும் கிடைக்க போவதேயில்லை.” பச்சிளம் பிள்ளைகளை சபித்தது போலவே பேசியதில் லில்லியின் மனசில் கனமேறியது.

“ஆராதனைக்கு இன்னும் அரமணி நேரமிருக்கு... அதுவரைக்கும் முழங்காலிலே நின்னு எல்லா செபங்களையும் படிச்சிட்டு ஆராதனைக்கு வந்து சேருங்க...எனக்கு பீடத்துல பூ வைக்க வேண்டியிருக்கு...”

கட்டளைகளை பிறப்பித்து விட்டு கடந்தாள் ரீட்டா... அவளின் நிழல் மறைந்தது தான் தாமதம் பிள்ளைகளெல்லாம் லில்லியை அப்பி அணைத்துக்கொண்டார்கள்.

“ம்...மா....” பாபு இன்னும் அதிகமாக அணைத்தான். லில்லியின் மனத்தாய்மை கசிந்தது. அருகே இருந்த இயேசுவின் திருஇருதய சுருபத்தை கருணையோடு பார்த்தாள்.

“சினேகம் தானே ஒனக்கு பிடிச்ச மந்திரமா இருக்க முடியும்? மனசில சினேகம் இல்லாம எத்ர கோடி செபங்கள் செய்தாலும் அதுனால என்ன பிரயோசனமுண்ணு சொல்லு நீ...இந்த பூம்பிள்ளைகளின் மனசு தானே நீ இருக்கிற இடமா இருக்க முடியும்?” இவளின் மௌன மொழியை கருணையாகவே கேட்டார் கர்த்தர்.

ஆராதனை மடத்துக்கு ஒவ்வொரு பிள்ளைகளையும் வரிசனையாக அழைத்துட்டு போனாள் லில்லி. தோட்டத்தின் வழிபாதையில் இக்குழந்தைகளோடு நடக்கும் போது பரலோக வாசலுக்குள் நடப்பது போன்ற சந்தோசம் இவளுக்கு... எல்லா பிள்ளைகளுக்கும் நானே தாய் என்பது போன்ற பூரிப்பு இவளுக்கு. லில்லி சிறுவயதிலே கனிவும் மனத்தாழ்மையுமான

பெண்ணாகவே வளர்ந்தாள். அம்மா இல்லாமல் சித்தியின் அயதுணையில் வாழ்க்கையை ஆரம்பித்தவள் சிறுவயதிலே கோயில் காரியங்களில் மிகவும் அக்கரையோடும் கர்த்தாவின் மீதான அன்பிலும் பங்கேற்பாள். சித்திக்காரி பெரிய கொடுமையெல்லாம் இல்லை. ஆனால் தன் பிள்ளைகளை ஒரு கண்ணாலும் இவளை இன்னொரு கண்ணாலுமே பார்ப்பாள். அதை தன் பதினைந்தாம் வயதில் கண்டு பிடித்தாள்.

லில்லிக்கு ஊரில் உள்ள ராஜா என்கிற கூடவே படித்த பயலிடம் ஒரு இனம் புரியாத பாசம் கிடந்தது. அந்த பாசத்தை காதலென்று அப்போது சொல்ல தெரியவில்லை. ஆனால் அது காதல் என்பதை பின்னாளில் தான் புரிந்தாள். ராஜா தான் எப்போதும் இவளை வளச்சிட்டே திரிவான். குளிக்க போகுகையில், வெள்ளத்திற்கு போகுகையில், கோயிலுக்கு போகுகையிலென பின்னாலே சுத்தி சுத்தி வருவான். இந்த விசயம் அப்பங்காரனின் காதிலும் கண்களிலும் அறிந்த போது வானுக்கும் பூமிக்குமாக துள்ளினான்.

“முளச்சி மூணு இல கூட விடல...அதுக்குள்ள கண்ட கண்ட பயலுவளை பிறம வர வச்சிருக்கியே. நீயெல்லாம் என்ன வகை பெண்ணு.”

அப்பங்காரன் இவ்வளவு அசிங்கமாக பேசியிருக்க வேண்டிய அவசியமே இல்லை என்பதை மிகவும் துக்கமாக நினைத்தாள். ராஜாவின் உடல் தெரியாது; காமம் தெரியாத வயதது. அவன் கூடவே இருக்கும் போது, அவன் கண்களை சந்திக்கும் போது இழந்து போன அம்மையின் அருகாமையை உணர்ந்தாள். இப்பெரும் உலகில் அனாதை போலவே கிலேசம் கொள்ளும் மனசில் தனக்கான ஒரு அன்பு இருப்பதை போல நிறைவு கொண்டாள். இல்லாமல் அப்பங்காரன் சொல்லும் வியாக்கினமான தேடல் இல்லாத அன்பை அசிங்கமாக்கினார்கள். ,சின்ன விசயத்தை பெரிதாக்கும் படி சந்தை கூடும் இடத்தில் இவளின் சித்தப்பங்காரனுகளும், மாமனுகளுமாக கூடி ராஜாவை அடிக்க போய், அதுவே பிறகு அவனின் குடும்பத்தில் பரவி அங்கிருந்து சண்டைக்கு வந்து, அழகான வெகுளியான ஒரு

எளிய அன்பை கேவலம் செய்து அதை பாதுகேடுக்கு உள்ளாக்கிய போதே இவ்வுலகின் மீது மனிதர்கள் மீது அளப்பரிய வெறுப்பு ஆரம்பிக்க துவங்கியது லில்லிக்கு. இவ்வுலகம் கடந்து வேறு எங்கேனும் போகவே மனசில் ஆசை தோன்றியது. பொல்லாத கொடுவிதியாக பதினோராம் வகுப்பு படித்து கொண்டிருந்த போது விபத்தில் மாட்டி அந்த இடத்திலே ராஜாவின் உயிர் போனது. அதோடு சகலமும் சூனியம் ஆகி போனது.

சொந்த வீடும் ஊரும் பெரும் அந்நியமாகி போனது. அவன் இல்லாத உலகில் ஒரு கணம் கூட வாழ மனசு விரும்ப வில்லை. அந்த இக்கட்டான இருள் நிறைந்த நாள்களில் கோயிலில் இறை அழைப்புக்காக சில கன்னியாத்திரிகள் வந்து இளம்பெண்களுக்கு துறவு வாழ்க்கைக்கான பயிற்சியை கொடுத்தார்கள். இறை அழைத்தலை அறிவித்தார்கள்...வெறுதே போகும் உயிரை நாலு அனாதைகளுக்கு கொடுக்க ஆசைப்பட்டவள், வீட்டில் இதைப்பற்றி சொன்ன போது தகப்பன் அப்போதும் குதித்தான் குதி.

"ஆமா பெரிய கன்னியாத்திரி வாழ்க்கை. அதுல இப்ப எல்லாம் என்ன பெரிய புனிதம் இருக்கு? அதெல்லாம் ஒரு காலத்தோடு போச்சி. இப்ப அங்கேயும் எல்லா கர்மங்களும் நடக்கு...அதுக்கு பேசாம ஒரு கலியாணம் கெட்டியிட்டு ஒருத்தங்கூட டீசண்டா வாழுலாம்..."

அசிங்கமாகவே கக்கினான். ஆனால் சித்திக்காரி நைசாக இடையில் நுழைந்தாள்.

"அவா தான் கன்னியாத்திரியா போறேண்ணு சொல்லியா இல்லியா...இதுல இப்ப ஓமக்கு என்ன வந்துட்டு...நாடு கெடக்கிய கெடையில நம்ம வீட்டுல இவளோட சேத்து மூணு பெண்ணு மக்கா. எல்லாரையும் கெட்டி கொடுக்கியதை நினச்சிப்பாரும். நம்மளா போண்ணு பிடிச்சி தள்ளுனா தான் குத்தம். அவளாட்டே போறேண்ணு சொல்லியா இல்லியா போவி போட்டு...என்னை பொறுத்தவரைக்கும் அவா போற வாழ்க்கை தான் நல்ல வாழ்க்கை. குடும்பம் மக்கா குட்டியாண்ணு

கெடந்து அடியோலம் காணியதுக்கு எங்கேங்கிலும் போய் நல்லாயிருக்கட்டு. அவரு இப்பிடி தான் சொல்லுவாரு மக்கா... ஒனக்கு முழு மன விருப்பம் உண்டங்கி போ...அதுக்கு சித்தி என்ன சப்போட்டு வேணுமங்கிலும் செய்யுலாம்..."

சித்திக்காரிக்கு லில்லியின் கன்னியர் வாழ்க்கையின் பிரவேசம் அவள் மனதில் பெரிய நிம்மதியை கொடுத்தது என்பதை மனப்பூர்வமாக கண்டவள், துறவு தோட்டத்துக்கு புறப்பட்டாள்.

வெளியில் இருந்து பார்க்கையில் பூக்களும், பச்சைகளுமா தெரிந்த கன்னியர் வாழ்க்கையின் சீர்கேடுகளெல்லாம் உள்ளே வந்த பிறகு அதீத நொம்பலத்தை கொடுத்தாலும் கர்த்தாவின் மீதான அன்பு ஏதோ ஒரு இளைப்பாறுதலை கொடுத்து கொண்டிருக்கிறது.

இந்த அனாதைகளுக்கு வாரி கோரி கொடுக்கும் அன்பு, தன் ராஜாவுக்கு கொடுக்க வேண்டிய மிச்சமாகி போன அன்புகளாகவே ஆசுவசிப்பாள்.

தோட்டத்தின் வாசலில் நின்றபடியே கடந்த வாழ்க்கையின் ஞாபகங்களை ஓர்மித்தப்படியே பிள்ளைகளை மீண்டும் பார்த்தாள். வாழ போகும் இப்பெரும் உலகில் எங்கு போய் சேர்வோமோ, யார் எங்களுக்கோ..எதுவும் யோசிக்க தெரியாதவர்களாக செடியின் பூக்களை போலவே பரிசுத்த முகங்களோடு தெரியும் பிள்ளைகளையெல்லாம் வாரி கோரி உம்மா வைக்க தாய்மை பொங்கியது. கண நேரமும் பிரியாமல் கையை பிடித்தப்படியே பாபு நடந்து கொண்டிருந்தான். லில்லியின் கையை பிடிக்கும் போது மட்டும் பாபுவால் தன்னை பிரமிப்பு மிக்கவனாக நினைக்க முடிகிறது...அவன் முகத்தில் அப்படியொரு நிறைவு வருகிறது.

"அளவுக்கு அதிகமா சினேகம் கொடுக்காத லில்லி... நமக்கெல்லாம் ஒரு இடம் சாட்சஜத இல்ல. ஏதோ ஒரு மூணு வருசமோ இரண்டு வருசமோ இதுல நிற்பம். பிறகு வேற எங்கியோ போவம். அப்படி போகிறப்ப அதிக சினேகம் கொடுக்கிற பிள்ளைகளுக்க நிலைமையை நினச்சி பாரு... ஏங்கி

போயிருவாங்க...” கிளாரா சிஸ்டர் அடிக்கடி சொல்லுவதை நினைத்தாள்.

“இவனெல்லாம் இப்பளாக்கும் சிஸ்டரே வல்லப்பளமங்கிலும் சிரிச்சியது...” குசுனியில் சோறு அவிக்கும் கவிதா பாபுவை பற்றி சொன்னதை நினைத்தாள்.

“பாபு...” இதமாக அழைத்தாள்.

“லில்லியம்ம இங்கிருந்து போகிறப்ப நீ அழுவியா?”

“மேண்டாம்...”

“கர்த்தரின் தோட்டம் உலகமெல்லாம் பரவி கிடக்கு. எங்க நான் தேவையோ அங்க போயிட்டே இருப்பேன். ஆனா எங்க போனாலும் லில்லியம்ம ஒன்ன மறக்க மாட்டேன்...”

“மேண்டாம்...”

“ஒனக்காக பிரார்த்திப்பேன்...நீ பெரிய ஆளா வரணமுண்ணு கர்த்தாவுட்ட கேட்டுட்டே இருப்பேன்...”

“மேண்டாம்...” செல்லமாக சொல்கிறவனின் வாயில் வெள்ளம் ஒழுகியதை கையில் இருந்த கர்ச்சீப்பால் துடைத்தாள்.

எப்பவோ நடக்க வேண்டியதையெல்லாம் இப்போதே எதுக்கு திரும்ப திரும்ப சொல்லி இவன் மனசை புண்ணாக்கணும். அன்பை விதைக்க வைக்கிற ஜீசசுக்கு அதை பலப்படுத்தி வைக்கிற சக்தியும் தருவாரு. தனக்கு தானே சமாதானம் செய்கையில்..

“இது என்ன வரிசையெல்லாம் குழம்பி கிடக்கு... இல்லிங்கலும் லில்லி சிஸ்டர் இப்படி தான். ஒரு ரூல்ஸ் ஃபாலோ இல்ல..லே எல்லாம் ஒழுங்கா நில்லுங்க..”

இடியாக முழங்கினாள் ரீட்டா சிஸ்டர். பிள்ளைகளெல்லாம் கலவரமானார்கள்.

“பாபு...” அதிக சத்தமாக அழைத்தாள்.

“சிஸ்டருக்க கையை பிடிச்சிட்டு நிற்கிற...எல்லாரும் தன் கை காலுல நிற்க பழகணும் இப்பவே...இப்படியெல்லாம் பிள்ளைகளுட்ட வெளிப்படையா பாசம் காட்டுறது பிள்ளைகளை கெடுக்கிறதுக்கு சமம்...”

லில்லியை சாடையாக கத்தினாள். ரீட்டாவின் மிரட்டொலியில் அரண்டு போன பாபு கையை விட்டான்... விரல்கள் பதறுவதை லில்லி கவனித்தாள்.

“எல்லாரும் லைனா நில்லுங்க..கையை கும்பிடுங்க.. அமைதியா நில்லுங்க..இப்படியெல்லாம் ஒழுக்கம் இல்லாம வளந்தீங்கண்ணா இயேசு ஒங்களையெல்லாரையும் பிடிச்சி பிசாசுட்ட கொடுப்பாரு. பிசாசுட்ட போயிட்டா, அங்க அணையா தீ எரிஞ்சிட்டு இருக்கும், பாம்புகள் நெளியும். எண்ணெய் கொப்பரையில பிடிச்சி போடுற மாதிரி யாரும் வாழாதீங்க..” ரீட்டா சொல்லுகையில் பிஞ்சு முகங்களில் கலவரம் சூழ்வதை லில்லி கவனித்தாள்.

“ஜீசசை ஏன் தான் இப்படி வன்முறைக்காரனா பிள்ளைகளுட்ட சொல்லி கொடுக்கியாங்களோ...அநியாய பாவிகளுக்கே நரக பயம் விட்டு போய் இஷ்டத்துக்கு குற்றங்களை செய்துட்டு சந்தோசமா வாழுறப்ப எந்த பாவமும் செய்யாத இந்த பிள்ளைகளை கர்த்தர் எப்படி நரகத்துல கொண்டு போவாரு.”

“அங்க என்ன முணுமுணுப்பு...” லில்லியிடம் சாடினாள்.

“ஒழுங்கா போயிட்டு இருக்கிற பக்திகளெல்லாம் ஒன்ன போல பலரும் தான் கெடுத்து கெடுத்து குட்டிச்சுவராக்கியிட்டு வாறீங்க. ஒங்களையெல்லாம் பெரிய கல்லை கட்டி கடலுல தள்ள சொல்லியிருக்கு...” ரீட்டா கத்த லில்லி மௌனம் ஆனாள்.

பிள்ளைகளெல்லாம் வார்க்கப்பட்டவர்கள் போல், வெட்ட இழுத்து கொண்டு போகும் ஆடுகள் போல், எஜமானுக்கு கீழ் படியும் அடிமைகள் போல் ஆராதனை கோயிலுக்குள் போனார்கள். அவர்களோடு சில சிஸ்டர்களும்...

ஆராதனை கோயிலுக்குள் முழங்காலில் நிற்கவேண்டுமென்பதே கட்டாயம்...எப்படியும் துதியும் பாட்டுகளுமா முடியும் போது ஒன்றே கால்மணி நேரம் ஆகி விடும். இந்த நேரமளவுக்கு முழங்காலில் பிள்ளைகளால் நிற்க முடியாது என்பது லில்லிக்கு தெரியும். இந்த பிஞ்சுகளின் முழங்கால் தரிப்பை பார்த்து ரசிக்க கூடியவர் இல்லை என் கர்த்தர்..

ஆராதனை துவங்கி கால் மணி நேரம் கடந்தது...கோயிலின் வெளிப்பக்கம் நிற்கும் வாதுமை மரத்தின் கிளையில் ஒற்றையாக அமர்ந்திருந்த கருங்குயிலொன்று இனிமையாக பாடியது. அதன் குரலும் கிளைகளின் அசைவும், மெல்லிய ராகமும் லில்லியின் மனசில் ராஜாவை கொண்டு வந்தது.

எப்போதெல்லாம் அவன் ஆன்மாவின் ஈடேற்றத்திற்கு ஆராதனை வேளையில் செபிப்பாளோ அப்போதெல்லாம் இது போல் எங்கேயோ ஒரு குயிலின் குரல் இவளை தீண்டும். இல்லையெனில் எதோ ஒரு ஒற்றைப்பறவையின் சத்தம் இவளை தொடும்...

கண்களை வெளியே விட்டு, அந்த குயிலின் குரலோடு தன்னை கலந்தாள்...

இதை போலவே பாபுவும் தன் கண்களை அந்த குயிலின் மீது குரலின் மீது பதிப்பதை, பின் பக்க வரிசையில் நின்ற லில்லி கவனித்தாள்.

அடித்து கூட்டி சேர்க்கும் கோயிலுக்குள் காணமுடியாத கர்த்தாவை ஒரு குயிலுக்குள் பார்க்கும் ஞானம் இவனுக்கும் எங்கிருந்து கிடைத்ததோ? ஆச்சரியமாக இருந்தது...குழந்தைகள் பராக்கில் இருக்கிறார்களா என்பதை வேவு பார்க்க ஆலயத்தின் பக்கவாட்டில் நடந்து வந்த ரீட்டாவின் கண்களில் பாபுவின் பராக்கு தெரிய...விறுவிறுவென விரைந்தவள் பாபுவின் தலையை தட்டினாள்.

"சேசுவை பாக்காம..அங்க வெளியில என்னல பாக்கிய? பாருல சேசுவை...இப்படியெல்லாம் அவரை அவசங்கை

செஞ்சேண்ணு வை..ஒன்னயெல்லாம் அவரு லேசுல விடமாட்டாரு. ஓங்கண்ணை பிடுங்கி தீயுல போடுவாரு.. ஒனக்க கையை பூச்சி பாம்புக்கு கொடுப்பாரு...''

மெதுவாக பேசினாலும் காட்டமாக பேசியவள், பாபுவின் தலையை திருப்பி பீடத்தில் இருக்கும் இயேசுவின் சுருபத்தின் மீது பார்க்க வைத்தாள். லில்லியோ தன் தலை திருமப்பட்டது போல் பிடைத்தாள்.

"இயேசுவுட்ட உள்ள பயம் எல்லாருக்கும் விட்டு போச்சு...''

முகம் கறுக்க சொன்ன ரீட்டா முன் பக்கமாக திரும்புகையில்...பாபுவின் முகம் அப்படியொரு கோபத்தில் சிவந்ததை லில்லி கவனித்தாள். கழுத்தை தாழ்த்தி கண்களை மட்டும் உயர்த்தி பீடத்தின் மேலிருக்கும் ஜீசசை சீறினான் சீறல். அந்த பார்வையின் கேள்விகள் லில்லியை ஓங்கியடித்தன...

"அங்க பாக்காத இயேசு அடிப்பாரு...முழங்கால் போடலண்ணா ஜீசஸ் பிசாசுட்ட கொடுப்பாரு...மந்திரங்கள் மனப்பாடம் ஆகலண்ணா நரகத்துல தள்ளுவாரு...'' என்றெல்லாம் அளவுக்கு அதிகமான சட்டங்களை இயேசுவின் பெயரால் இந்த பிஞ்சுகளின் மனசில் ஏற்படுத்தும் போது இந்த கொடுமையான சிறைக்கு ஜீசஸ் தானே காரணமென நினைப்பார்கள். ஆமா அப்படி தான் நினைப்பார்கள்..

"எப்ப பாரு நரகம்...எப்ப பாரு தண்டனை..எப்ப பாரு சட்டம்...சுதந்திரமா அனுபவிக்க கூடிய அன்பை கட்டளைகளால் கொடுக்கும் போது மூச்சு முட்டுவது போல் பாபுவுக்கு முட்டியிருக்கும்...'' மெல்ல எழும்பினாள். அவனருகே போனாள்...

கண்கள் சிவந்து போன நிலையில் கண்ணீர் பெருகிய பாபு...பீட படியை பார்த்து...

"ஓம்மளால தான் இந்த பாடெல்லாம்.. நீரு... பத்திரமா இரும்..ஓய்''

சுண்டு விரலை நீட்டி இயேசுவிடம் பத்திரம்

சொன்ன பாபுவை பார்த்து லில்லிக்கு சிரிப்பு பொங்கியது. ரீத்தா சிஸ்டரையும் பொருட்படுத்தாமல் பாபுவை இதமாக அணைத்தாள்.

"நீ எப்படி இருந்தாலும் ஜீசஸுக்கு ஒன்ன பிடிக்கும் மக்ளே... கட்டளைகளோ சட்டங்களோ இல்லாத எளிய சிநேக்காரன் தான் ஜீசஸும்... அங்க பாரு நீ பத்திரம் சொன்ன பிறகும் ஜீசஸ் ஒங்கிட்ட சிரிக்கிறதை.."

பீடத்தில் இருந்த திருஇருதய சுருபத்தை காட்டி சொல்லுகையில் கர்த்தர் தன்னோடு சிரிப்பதை பாபு கவனித்தான்.

வாதுமை மரத்தில் இன்னும் குயிலின் ராகம் ஒலித்துக் கொண்டே இருந்தது...

வழக்கு விளக்கங்கள்:

கொப்பன் -அப்பன்.
அப்பறத்து -பக்கத்து.
கொவுரபோட்ட - ஊற வைத்த.
எப்பளே -எப்போதே
மக்ளே -குழந்தைகளை அழைப்பது,
ஒ -பதில் கொடுப்பது (சம்மதம் சொல்வது),
சஞ்சி - பை,
பறஞ்சா- திட்டினாள்,
அன்னளிச்சி- விசாரித்து,
அடுக்களை -சமையலறை
கயப்பு -கசப்பு,
அம்மாச்சன் -மாமன்
விசர்ப்பு - வியர்வை
செரட்டை - கொட்டாங்கச்சி.
விசர்ப்பு- வியர்வை
ஓர்மை- நினைவு.
கிடப்பிடத்தில் - படுக்கும் இடத்தில்
பிறவர்த்தி- பழக்க குணம் வட்டார
அடுப்பங்கரை -சமையலறை
மவுசு- மதிப்பு
பட்டி-நாய்
கொல்லி மட்டை - பழுதடைந்த
முக்கு -மூலை
பண்டு - பழங்காலம்
பொட்டு பொட்டாக -சிறிது சிறிதாக
அறுப்பத்தி -புல் அறுக்கும் கத்தி
நம்மாட்டி -மண்வெட்டி
வெட்டோத்தி -வெட்டுகத்தி
சந்தமாகயிருக்கும் - அழகாக இருக்கும்
ஊறபானை - சமைக்கும் போது வரும் கழிவுகளை ஊற்றி வைக்கும் பானை

மருச்சினி கிழங்கு - மரவள்ளி கிழங்கு
பெட்டை - பெண்
சிமுந்தேரி - கல்லறைத்தோட்டம்
முக்குளிச்சி - மூச்சை அடக்கி நீரில் மூழ்குவது
ரூபம் - உருவம்
நிற்கதி - இளைப்பாறுதல்
சாடுவது - குதிப்பது
வங்குகள் - ஓட்டைகள் (துவாரங்கள்)
செறுதுவா - சிறுபிள்ளைகள்
மினவுதல் - முனகுதல்
எத்தனிக்க - ஆயத்தப்பட
ஓங்காளமா - வாந்தி
முறியில் - அறையில்.
அவுட்டுக்க இடை - கால்களுக்கு இடையில்
பலாசங்கம் - வன்புணர்வு   அலுப்பு - களைப்பு
கெதுச்சி - ஆசைப்பட்டு
கிறுங்காம - அசையாம
ஞானம்மா - கோயிலில் பெயர் போடும் போது ஏற்படுத்தும் ஞானத்தாய்,
எங்கண்டு - எங்கிருந்து
ஊத்தாம்பெட்டி - பலூன்
செமை - இருமல்
ஏப்புச்ச - ஒப்படைத்த
வங்குகள் - ஓட்டைகள் (துவாரங்கள்)
செறுதுவா - சிறுபிள்ளைகள்
மினவுதல் - முனகுதல்
எத்தனிக்க - ஆயத்தப்பட
ஓங்காளமா - வாந்தி
முறியில் - அறையில்.
மஞ்சி - பனித்துளி
தால்ப்பிரியம் - விருப்பம்
மொடாகுடிகாரன் - அதிகமாக மது குடிக்கிறவன்
செவ்வு - சரியாக
பலவெட்டம் - பல தடவை
தேரி - ஏற்றமான பகுதி

சோக்கேடு -நோய்
மும்மூரமாக - தீவிரமாக
சீலத்தை - பழக்கத்தை.
புதுநன்மை -அப்ப விழா
குறியமுண்டு -கோவணம்
வெளுக்கப்போட்டு - சலவைக்கு கொடுத்து
செள்ள - செவுளு (கன்னம்).
பேளைபெட்டிக்காரி -மணமகனின் சகோதரி
வல்லப்பளம் -இடையிடையே
படுசூடுகள்- துன்பதுயரங்கள்
பிள்ளைப்பணிகள்- பேரக்குழந்தைகளுக்கு போடும் நகை
கலியாணச்சீட்டு- திருமண அழைப்பிதழ்
வீடுகாண- மருமகனின் வீட்டுக்கு சீதனங்களோடு போவது
அனக்கம்- அரவம்
உருப்படி -நகை
ஆக்கு சாதனங்கள்- சமையல் பொருள்கள்
மிடுதம்-தலைவன்
விசர்ப்பு -வியர்வை
ஒருவாடு -அதிகம்
சௌரியம்- வசதி
சப்பற பெரை- தேர் இருக்கும் அறை
உச்ச -மதியம்
ஆக்குபெரை- சமையல் கூடம்
வெறுதே- சும்மா
இரத்தக் கொதிப்பு - உயர் இரத்த அழுத்தம்
கொள்ளாமே -நல்லா இருக்கே
அவகாசம் -உரிமை
விளம்புக்காரர்கள் -பந்தி பரிமாறுகிறவர்கள்.
நம்மாட்டி- மண்வெட்டி
சானலு -ஆறு
வல்லாம் - வரலாம்
குட்டி -பெண் (மகள்)
பேரக்காய் -கொய்யா
செணம் -சீக்கிரம்

விசர்ப்பு - வியர்வை
பூச்சான் - இழுத்தான்
மட்டைக்கூட்டம் - விறகுகள் அடுக்கி வைத்திருக்கும் இடம்,
செதிலு - கறையான்
சில்லாட்டை - தென்னையில் உள்ள காய்ந்த கிலாஞ்சி
ஈக்கு - ஈர்க்கில்
எள்ளுபோல - சிறிதளவு
செறங்கை - உள்ளங்கையளவு
சவுட்டி - மிதித்து
மோந்தியபடி - முகர்ந்த படி
அறுத்து - திட்டி
மப்பு - பெருமை
தீனம் - நோய்
தோர்த்து - துண்டு
துரிசப்படுத்தினான் - துரிதப்படுத்தினான்
பீத்து காட்டினான் - பெருமை காட்டினான்
சுதிச்சப்படி - சந்தோசித்தப்படி
பீத்தையளை - கீறல்களை
பேர்சியா - வெளிநாடு
அண்டியாபீசு - முந்திரி பருப்பு தொழிற்சாலை
கடைக்குட்டி - இளைய பிள்ளை
ராவில - காலையில்
தொறப்பா - விளக்குமாறு
வழக்கு - சண்டை
மேடிச்சி - வாங்கி
பர்த்தாவு - கணவன்
சரீரம் - உடல்.
அவிச்சி பறக்கணும் - சமையல் வேலை
விளிச்சி - அழைத்து
சிலப்ப - சிலநேரம்
நொம்பலம் - வலி
கூராந்து - சோர்ந்து
பூஞ்சட்டை - புல் வகை.
களவாண்டு - திருடி

கருக்கு – இளநீர்
அப்பளே – அப்போதே
நிசாரம் – இளக்காரம்
கிணாட்டக்கு – பெருமையடிக்க
வல்ல சக்கடா – ஏதேனும் நல்லா இல்லாதது
ஒருங்கச்சொல்லு – தயராக சொல்
திவஞ்சி – பூர்த்தியாகி
பிந்தி – காலத்தாமதம்
எப்ப – எப்போது
தின்ன – சாப்பிட
தெகனிச்சேல – சீரணம் ஆகவில்லை
குறுக்கு நொம்பலம் – முதுகுவலி
தோப்பியம் – தோள்பட்டை
தூச்சம் – தெளிவில்லை
கையாளு – சிற்றாள்
பிச்சாத்தி – கத்தி.
கும்பி – மனசு
மரக்கறி – காய்கறி
ஓத்திரவம் – தொந்தரவு
அவத்த – உள்ளே
கருது கூட்டோடு – முன் மதியோடு
பிறுபிறுத்து – புலம்பி கொண்டு
அறக்கடை – மளிகைக்கடை
அவுச்சி பறக்கி – சமைத்தல்
மாடம் – வீடு
வல்லியந்தமாக – பிடிவாதமாக
தறவாக்குவிங்களா – முடிப்பீர்களா
சௌசின்னியம் – இரக்கம்
அயதுணை – ஆதரவு
கிலேசம் – துன்பம்
சாட்ஜத – நிரந்தரம்